தானச் சோறு

சரவணன் சந்திரன்

தமிழினி

தானச் சோறு
சிறுகதைகள்
சரவணன் சந்திரன்
Thaana Choru - Short Stories - Saravanan Chandiran
முதல் பதிப்பு : ஜனவரி, 2023
தமிழினி, 63, நாச்சியம்மை நகர், சேலவாயல், சென்னை - 51.
tamilinibooks@gmail.co.in   8667255103
web journal : tamizhini.in
அச்சாக்கம் : மணி ஆப்செட், சென்னை.
ரூ. 190

நீராய் நிறைவாய்...

எட்டு நாவல்களை எழுதி முடித்தப் பிறகுதான், முறையாக என் முதல் சிறுகதையை எழுதினேன். முதல் என்று சொல்ல முடியாதுதான். ஏனெனில் 2000ஆம் ஆண்டு காலகட்டத்தில், ஆறாம்திணை இணைய இதழில் பணியாற்றிக்கொண்டிருந்த காலத்தில், அன்னியன், பாலை, மீசை என மூன்று கதைகளை எழுதினேன். அவை அந்த இதழில் அப்போது பிரசுரமும் ஆயின.

ஆனால் அதன் பிரதிகளைத் தொலைத்துவிட்டேன். அவை இணைய வெளியிலுமே இல்லை. நினைவில் இருந்துகூட அவை எங்கோ இருளுக்குள் பதுங்கியும் கொண்டன. அதனாலேயே அவற்றைக் கணக்கில் கொள்ளாமல், இப்போது தொடங்கியதை முதல் என்று குறிப்பிடுகிறேன்.

பொதுவாகவே எனக்கு எந்த வடிவங்கள் மீதும் அச்ச மில்லை. ஒரு செவ்வகக் கட்டத்திற்குள் ஆடப் பயிற்சியளிக்கப் பட்டுவிட்டதால், விரைவிலேயே ஒரு மைதானம் செயல்படும் விதத்தைப் புரிந்து கொள்வேன். அதன் நீள, அகலங்களை ஒரு பார்வையிலேயே புரிந்து கொள்வது ஒரு விளையாட்டுக்காரனின் இயல்பும்.

அது எல்லா அம்சங்களிலும் என்னைத் தொட்டுத் தொடருகிறது. இலக்கியப் பிரதிகளிலுமே நாவல், சிறுகதை, நாடகம், கவிதை என எந்த வடிவம் என்பது எனக்குப் பிரச்சினை இல்லை. எழுத வேண்டு மென எனக்குத் தோன்ற வேண்டும், அவ்வளவுதான். தோன்றிவிட்டால் அச்சங்கள் இல்லாமல் முன்னேறி அதைக் கைக்கொண்டும் விடுவேன் என்கிற நம்பிக்கை இயல்பாகவே இருக்கிறது. ஊதிப் பெருக்கத் தேவையே இல்லை என்கிற மாதிரி.

ஆரம்பத்தில் நாவல் எனும் பெரிய வரைபடம் எனக்குச் சவால் அளித்தது. அதனால் அதை எழுதிக் கடக்க வேண்டும் என்று தோன்றியது. தயக்கங்கள் இல்லாமல் கடலில் குதித்துவிட்டேன். இப்போது மீன்கடை, விவசாயம் எனக் கலந்துகட்டி, ஓடிக்கொண் டிருப்பதால், நேரமின்மை மாட்டின் கழுத்தில் ஆடும் மணியைப் போல என்னைத் தொடர்கிறது.

எனக்குக் கிடைக்கிற அந்தக் குறுகிய காலத்திற்குள் ஒரு கதையைச் சொல்லிவிட முடியும் என்பதாலேயே இப்போது சிறுகதை என்கிற வடிவத்தைக் கைக்கொண்டேன். தவிர, என்னிடம் ஒரு பிரச்சினையும் உண்டு. கதை உருவாக்கங்களின் போது ஒரே நேரத்தில் ஒரு உலகத்தில் மட்டுமே புழங்குவேன். அந்த நேரத்தில் வேறு எதிலுமே இருக்க மாட்டேன். இப்போதைய சூழலில் முழு நாவல் உலகத்தில் என்னால் காலாரச் சுற்றி அலைய முடியவில்லை. அன்றாடம் கழுத்தில் குழந்தையைப் போல ஏறி அமர்ந்திருக்கிறது.

சுதந்திரமாய்ச் செயல்பட அதனைச் சீராட்ட வேண்டி இருக்கிறது. அதனாலேயே சட்டென வெட்டிவிட்டு அடுத்ததற்குள் தவ்விவிடுகிற சிறுகதை வடிவம் இப்போது உவப்பாக இருக்கிறது. இந்த வடிவம் என்றாலும், குறிப்பிட்டுச் சொல்ல வேண்டுமெனில், ஒரு முழு வாழ்வையே அதனுள் அடக்குகிறேன்.

இந்தச் சிறுகதைத் தொகுப்பினுள்ளே இருக்கிற கதைகள் பல, ஒரு முழு நாவல் வடிவத்திற்கான கச்சா. ஒரு மனிதனின், மனுஷியின் வாழ்வை முழுமையான வரைபடமாய்ச் சுருக்கிக் காண்பித்திருக்கின்றன. அதைப் படிக்கையில் உணரவும்கூடும். இதைத் திருப்பிப் படிக்கையில் வெளியில் நின்று நானுமே அதை உணர்ந்தேன். அதனாலேயே இத்தனை உறுதியாய்ச் சொல்கிறேன். ஏனெனில், இப்படி அடித்துப் பேசுவதெல்லாம் என் இயல்பே இல்லை.

மொத்தம் பதிமூன்று கதைகள் இத்தொகுப்பில் இருக்கின்றன. இன்னுமே எழுதி இருக்க முடியும். ஆனால் இந்த வடிவத்தில் கூர்மையான ஒன்றினை மட்டுமே கடத்த விரும்புகிறேன், அடியாழத்தை நெருடுகிற கத்தியின் முனையைப் போல. அதனால் பதற்றமின்றிப் பொறுத்துச் செய்ய விரும்புகிறேன்.

இக்கதைகள் தமிழினி, வாவ் தமிழா, அந்திமழை இதழ்களில் வெளியான போது கவனிக்கவும் பட்டன. அவை குறித்த உரையாடல் களையும் திரிகளில் பார்த்தேன். இப்போது மொத்தமாகத் தொகுப்பாக வருகையில், அது முழுமையான அனுபவத்தைத் தரும் என உறுதியாக நம்புகிறேன். இந்தக் கதைகளை வெளியிட்ட இதழ்களின் ஆசிரியக் குழுவிற்கு இந்நேரத்தில் நன்றியும் சொல்கிறேன்.

இப்புத்தகத்தை வெளியிடும் வசந்தகுமார் அண்ணாச்சிக்கும் தமிழினி பதிப்பகத்திற்கும் கோகுல் பிரசாத்துக்கும் நன்றி. ஒரு தவிட்டுக் குருவியைப் போல என்னைக் கையில் ஏந்தும் என்னுடைய நண்பர் பீனா கானா என்கிற கண்ணனுக்கு இத்தொகுப்பைச் சமர்ப்பணமும் செய்கிறேன்.

முதலில் இந்தத் தொகுப்பிற்கு ஹோட்டல் கே என வைக்கலாம் என்றுதான் தோன்றியது. நண்பர்களிடம் எல்லாம் அப்படித்தான் சொல்லியும் வைத்திருந்தேன். ஆனால் இதை எழுதிக்கொண்டிருக்கையிலேயே 'தானச் சோறு' என்கிற தலைப்பே முன்னுக்கு வருகிறது.

அதுவொரு மங்களகரமான கதை. நீராய் நிறைவாய் நிறைந்த ஒரு முழுமையைச் சொன்ன கதை. ஆகவே இனி தானச் சோறு உங்களுக்கும். என் முதல் சிறுகதைத் தொகுப்பு.

பனங்கற்கண்டின் மணம் உள்ளுக்குள் பரவுகிறது.

சரவணன் சந்திரன்
சென்னை.
26-11-22

1. அம்பர் - 7
2. கூன்வண்டு - 21
3. கட்டம் - 33
4. குறுவாள் - 45
5. மோப்பநாய் - 56
6. மானு மோராஸ் - 68
7. லலிதாம்பிகை - 80
8. ஹோட்டல் கே - 95
9. வைரம் பாய்தல் - 115
10. தானச் சோறு - 126
11. அரைப் பனை - 136
12. வன்மம் - 149
13. இந்தியன் ரெஸ்டாறெண்ட் - 158

1
அம்பர்

"அம்பர் தெரியாதா உனக்கு? என்ன படிச்ச பையன் நீ" என என் தலையைக் கோதி, முகத்தைச் சாய்த்து வைத்துப் பார்த்தாள் பார்கவி. வெளிர் மஞ்சள் நிறத்தில் செவ்வண்ணப் பருக்கள் கன்னத்தில் ஆங்காங்கே சிதறியிருந்தன. மர மொன்றின் மீது இருந்து செங்குத்தாக மஞ்சள் ஒளி அவளது முகத்தில் விழுந்தது. அவள் அப்போது அம்பர் குறித்து எனக்குச் சொல்லத் தொடங்கினாள். இப்படித்தான் அவள் நிறையப் புதிய விஷயங்கள் குறித்து எனக்குக் காட்டித் தருவாள்.

அம்பர் என்பது ஒரு வகையான மரப் பிசின். பல மில்லியன் ஆண்டுகளுக்கு முன்பு பூமிக்குள் புதையுண்டு போன மரப் பிசின், காலத்தில் உறைந்து ஒரு கல்லைப் போல மாறி விடுகிறது. இளமஞ்சள் நிறத்தில் ஒரு பிரத்தியேகமான கல்லைப் போல. அப்படிக் காலத்துக்கு முந்தைய அதன் முதல் நிலையான பிசினாக இருக்கையில் அதன் மீது விழுகிற பூச்சியும் அதனோடு ஒட்டி உறைந்து கல்லிற்குள் ஒரு ஓவியமாய் அதுவும் காலத்தில் உறைந்து நிற்கிறது. கோடான கோடிப் பூச்சிகளில் ஒன்றே ஒன்று மட்டும் அக்கல்லிற்குள். கண்ணாடி மஞ்சள் படிகக் கல்லொன்று கடலாக, பூச்சி அதில் நீந்துவதைப் போல. லட்சத்தில் கோடியில் நடக்கிற அபூர்வ கணம். அது தன்னை வெளிக்காட்ட மில்லியன் ஆண்டுகளை எடுத்துக் கொள்கிறது.

அதனால்தான் ஆதி காலத்தில் இருந்தே அபூர்வமாக இருக்கிறது. கிரேக்க, எகிப்திய பழம்பெரும் நம்பிக்கைகளில் கூட அம்பருக்கு இடமுண்டு. இதை வைத்திருப்பவர் வாழ்வில் அதிர்ஷ்டம் கொட்டும் என்பது பூர்வீகக் குடிகளின் நம்பிக்கை. மின்காந்த சக்திகூட இந்த அம்பருக்கு இருக்கிறது.

சின்ன இலைகளை இதனை நோக்கி இழுக்கிற சக்தியும் உண்டாம். அந்தக் காலத்தில் மன்னரவையில் இளவரசிகள் இதனை ஆபரணமாக்கிக் கழுத்தில் போட்டுக்கொண்டு அலைந்தனர். இன்றும் உலகில் இதனைத் தேடி மனிதர்கள் பூமிக்குக் கீழே ஆழமாகப் போய்க்கொண்டே இருக்கின்றனர் என்றாள் பார்கவி.

அவள் கையில் இருந்த வட்ட வடிவமான இளம் மஞ்சளும் வெளிவட்டத்தில் பச்சையும் கலந்த அந்த அம்பரை பார்த்தேன். அது ஒரு வளையல் அகலத்திற்கு அழகாகப் பாடம் செய்யப்பட்டு, நேர்த்தியான ஆபரணப் பதக்கத்தைப் போல வடிவமைக்கப்பட்டிருந்தது. அதன் முனையில் கருப்பு நிற வேலைப்பாடுகள் கொண்ட கயிறொன்று கட்டப்பட்டிருந்தது. நவீனத் தோற்றத்தில் இருந்த அது புராதனத்தைத் தனக்குள் பொத்தி இருந்தது.

"இதை தாய்லாந்தில இருக்க ஒரு பழைய பொருட்கள் விற்கிற கடையில் வாங்கினேன். அந்தக் கடைக்காரருக்கு அந்த மதிப்பே தெரியல. ஆனால் அவரது வயதான மனைவி இதில் ஏதோ அபூர்வம் இருக்கிறது என்பதைப் புரிந்துகொண்டாள். என் கண்ணை நுணுக்கி நுணுக்கிப் பார்த்தாள். அவசர அவசரமாக இதை அவர்களிடம் இருந்து பறிக்கிற வேகத்தில் வாங்கிக்கொண்டு ஓடி வந்தேன். நான் போகும் போது அந்தக் கிழவி மனதாரச் சிரித்தாள். இதை அணியும் நாளுக்காக காத்திருந்தேன். ஆனால் அது அமைந்து வரவே இல்லை" என்றாள் பார்கவி.

அவளது கையில் இருந்து அந்த நூல் கொத்தைக் கையில் வாங்கிப் பார்த்தேன். அம்பரை விரல்களால் தடவி நுணுக்கிப் பார்த்தேன். தூய வெள்ளை நிறத்தில் பூச்சி யொன்று அதன் அங்கத்தை விரித்து அந்த மஞ்சள் கல்லிற்குள் உறைந்து இருந்தது. பூச்சியைப் போலவே தெரியவில்லை. ஏதோ ஏசுவே சிலுவைக்குள் மறைந்து முதுகைக் காட்டிக்கொண்டு இருக்கிற மாதிரி இருந்தது. அந்தக் கருப்பு நிறக் கயிறை விரவி நீட்டி எடுத்து, அதை ஒரு மாலையை மாதிரி ஆக்கி, பார்கவின் முகத்திற்கு நேராக வைத்து, "உன் கழுத்தில போட்டு விடவா" என்றேன்.

அந்த ஆரத்திற்குள் தெரிந்த முகத்தில் உடனடியாக ஒரு உதட்டுச் சுழிப்பு வந்தது. பின்னர், "சின்னப் பையன்ங்கறது சரியாத்தானே இருக்கு? அதுக்கான வயசு கடந்திருச்சு

எனக்கு" என்றாள் உடனடியாக. அந்த அம்பரை என் கையில் இருந்து பறித்துத் தன் பைக்குள் வாங்கித் திணித்துக் கொண்டாள் பார்கவி. காவலாளிகள் வருவதற்கு முன்பு அறைக்குள் பதுங்க வேண்டும் என்கிற பரபரப்பு இருவருக்குள்ளுமே எழுந்தது.

நாங்கள் இருவரும் ஹைதராபத்தில் மலைச் சரிவு ஒன்றின் அடியில் அமைந்திருக்கிற, செல்வச் செழிப்பான அந்தப் போதை மீட்பு மையத்தில் இருக்கிறோம். மாதக் கட்டணமே ஐம்பதாயிரம் ரூபாய். ஒன்றரை இலட்சம் ரூபாய்க்கான அறைகளும் இருக்கின்றன. பார்கவி அங்கேதான் இருந்தாள். விளம்பர நிறுவனம் ஒன்றை நடத்திக்கொண்டிருந்த நான், வேண்டி விரும்பி எல்.எஸ்.டி போதையில் விழுந்துவிட்டேன். அதற்கான காரணங்கள் நிறையவுண்டு என்னிடம். இந்த போதை மீட்பு மையத்தில் இருக்கிற யாரை நிறுத்திக் கேட்டாலும், ஒரேமாதிரியான குடும்பக் கதைகளைத் தான் சொல்வார்கள். அதில் என்னுடைய கதையில் என்ன சிறப்பு வந்துவிடப் போகிறது?

என் அம்மாவின் கழுத்தில் கத்தியால் கீற முயன்றபோது, என்னைக் கட்டித் தூக்கி இங்கே கொண்டுவந்தார்கள். அதற்குப் பிறகு என்னுடைய அம்மா இந்த இடத்தின் படியேறி என்னை வந்து பார்க்கவே இல்லை. அப்பா மட்டும் வந்து மையத்தின் கணக்காளரிடம் என்னைப் பார்வையாக வைத்துப் பணம் கொடுத்துவிட்டுப் போவார். இங்கே பெரும்பாலும் என்னைப் போலப் பையன்களும் பெண்களுமே அனுமதிக்கப்பட்டிருக்கிறோம். அத்தனை பேரும் சமூகத்தில் செல்வாக்கான குடும்பத்துப் பெண்கள், பையன்கள். எனக்கு அவர்களோடு ஒட்டவே பிடிக்கவில்லை. அவர்களை ஒப்பிடுகையில் என்னுடைய குடும்பம் கொஞ்சம் வசதிக் குறைவுதான். ஆனால் போதை மீட்பு மையத்திலுமே பாகுபாடுகள் பார்வைகளில் உண்டு என்பதால் தனித்து அலையவே எனக்குப் பிடித்திருந்தது.

எனக்கு என்னுடைய இடத்திற்குத் திரும்பிப் போவதற்கான விருப்பமே இல்லை. இப்போது விட்டாலும் மறுபடி எல்.எஸ்.டியைத் தூக்கிவிடுவேன் என்பது எனக்கே தெரிந்தது. மையத்தில் உணவிற்கெல்லாம் எந்தக் குறைச்சலும் இல்லை. மாதத்திற்கு ஒருநாள் எல்லோரையும் வெளியே அழைத்துப் போவார்கள். அப்போது ஆளுக்கு ஐநூறு ரூபாய் மட்டும்

கையில் கொடுத்துவிட்டுக் கண்காணித்துக்கொண்டே இருப்பார்கள். அந்தப் பணத்தில் நாம் விரும்புவதை வாங்கித் தின்றுகொள்ளலாம். திருப்பி அதே மாதிரிப் பாதுகாப்போடு அழைத்துக்கொண்டு வந்து சிறையில் அடைத்து விடுவார்கள்.

அதிகம் தொந்தரவு செய்பவர்களுக்கு மற்றச் சின்ன இடங்களில் இருப்பதைப் போல அடி இருக்காது. ஆனால் கைகாலை மெல்லிய துணியால் கட்டிப் போட்டு விடுவார்கள். ஒருகட்டத்தில் அது காலத்தில் உறைந்து கயிறாக மாறி விடும். என்னையுமே அப்படி ஒரு கயிறு வந்த கொஞ்ச காலத்திற்கு அதன் வசத்தில் வைத்திருந்தது. நாங்கள் எல்லோரும் மாதத்தில் ஒருநாள் வருகிற அந்த நாளுக்காகக் காத்திருப் போம். சிறிய விடுதலையாய் நகரத்தின் விரைந்தோடுகிற விளக்குகளைப் பார்த்தவாறு இருந்துவிட்டு வருவோம்.

மறுபடி மையத்திற்குள் நுழைந்து விட்டால் தனிமைச் சிறைதான். எங்களைச் சுற்றிக் காடு இருக்கிறது. எண்ணற்ற மரங்கள் இருக்கின்றன. பறவைகளின் சரணாலயம் என்றே அதைச் சொல்ல வேண்டும். ஆனாலும் அறையில் முடங்கவே விருப்பம் கொள்ளும் மனம். ஒடுங்கி எங்கேயாவது அமர்ந்து கொள்ள அது பொந்தைத் தேடிக்கொண்டே இருக்கும். அந்தக் காட்டை நிமிர்ந்து பார்க்கத் திறக்கவில்லை மனம். அது இருளுக்குள் இன்னும் இருளுக்குள் ஆழமாய்ப் போய்ப் பதுங்கிக்கொள்ளவே விரும்பும். பதற்றமும் அச்சமும் இயல்பான பழக்கங்களைப்போல மாறியிருக்கும், பல் துலக்கு வதைப் போல. எப்போதாவது மாத்திரைகளின் விளைவால் அதில் இருந்து விடுபட்டதைப் போல ஒரு உணர்வு கிடைக்கும். அதிகப்படியாக தூங்குவதற்கு முன்பு ஐந்து நிமிடங்கள் நீடிக்கும் அந்த உணர்வு.

அன்றைக்கு ஏனோ உடலில் நடுக்கமிருக்கவே, ஒரு மரத்தில் கையை அணைத்து நின்றபோது, பார்கவியை ஒரு வயதான அம்மாவும் ஒரு நடுத்தர வயதுக்காரரும் இழுத்துக் கொண்டு நடந்து வந்த காட்சி தூரத்தில் தெரிந்தது. சிகப்பு நிற சுடிதார் அணிந்திருந்தாள் அப்போது. பார்த்தவுடனேயே என்னைவிட மூத்தவள் என்பதைக் கண்டேன். ஆக்ரோஷம் அதிகமாக இருந்தது அவளிடம். அவளை மையத்தின் பணியாளர்களை நோக்கித் தள்ளி ஒப்படைத்தாள் அவளுடைய அம்மா. அவர்கள் அவளை இழுத்துக்கொண்டு உள்ளே போனார்கள்.

வாரம் ஒருமுறை நடக்கிற புதுச் சடங்குதான் அது என்றாலும், எங்களைவிட வயதில் மூத்த ஒருத்தியை இப்போதுதான் இங்கே எல்லோரும் பார்க்கிறோம். நிச்சயம் அவளுக்குத் திருமணமாகிக் குழந்தைகளும் இருக்கும். அந்த வயதில் ஒருத்தி வந்ததாலேயே அது விநோதமாகவும் பார்க்கப் பட்டது அங்கே. இரவில் மற்றவர்கள் அவள் குறித்து விசாரிந் தறிந்த தகவல்களைச் சாப்பிடும்போது பேசிக்கொண்டார்கள். நான் காதுகொடுத்து நுணுக்கமாகக் கேட்டுக்கொண் டிருந்தேன். அப்போது என் பதற்றம் எங்கே போயிருந்தது? அவளைப் பார்த்த போதிலிருந்தே புதிய குறுகுறுப்பு எனக்குள் தொற்றிக்கொண்டது.

அவள் ஒரு வார காலம் அறையை விட்டு வெளியே வரவே இல்லை. அங்கே எல்லாம் போய்ப் பார்க்க முடியாது என்பதால், என் பதற்றங்களில் அதுவும் ஒன்றாய் மாறிப் போனது. அவள் மெதுவாய் அறைவாசலில் வந்து நிற்கத் தொடங்கினாள். பின்பு வெளியே உடற்பயிற்சி செய்யும் எங்களைப் பார்த்துக்கொண்டிருப்பாள். அப்படி ஒருநாள் நின்றிருந்தபோது, நான் கைகளை அவளுக்கு அசைத்துக் காட்டினேன். பதிலுக்கு அவளும் கைகளை அசைத்துச் சிரித்தாள்.

என்னை நோக்கி அந்த அறையில் இருந்து முதல் தடவையாகக் காலடி எடுத்து வைத்தாள். பசும்புல்லால் ஆன மெத்தை விரிப்பில் அவள் செருப்பில்லாத காலோடு நடந்து வந்தாள். வெளிரிய அவளது வலது காலில் கருப்புக் கயிறொன்று கட்டப்பட்டிருந்தது. அதுவே அவளது காலுக்கு ஆபரணம் போலவும் இருந்தது. அருகில் வந்த அவளைக் கண்ணை அகற்றாமல் பார்த்துக்கொண்டிருந்தேன். அதை யெல்லாம் அவள் ஒரு பொருட்டாகவே கருதவில்லை. தொளதொளப்பான மேல்சட்டையை மேல்நோக்கி அடிக்கடி இழுத்து விட்டுக்கொண்டாள்.

மையத்தைக் குறித்த பொதுவான விஷயங்களை அவளிடம் பகிர்ந்துகொண்டேன். அவள் சட்டெனப் பதற்ற மாகி மூச்சு வாங்கினாள். எனக்கும் அப்படி ஆரம்பத்தில் வந்திருக்கிறது என்பதால் அமைதியாக இருந்தேன். அவளால் வெளியே நிற்க முடியவில்லை என்பதை அவளுடைய உடல்மொழி காட்டியது. என் தலையைத் தொட்டு என்னவோ சொல்ல வந்தவள், எதுவும் சொல்லாமல் தன் அறையை

நோக்கி ஓடினாள். அவள் திரும்பவும் வெளியே வரும் நாளுக்காகக் காத்திருந்தேன்.

மையத்தில் அவளைக் கட்டாயப்படுத்தி, எடுத்துச் சொல்லி உடற்பயிற்சி வகுப்புகளுக்கு அழைத்து வந்தார்கள். உலகத்தின் தலைசிறந்த பிராண்ட் உடைகளையே அவள் அணிந்து வருவதைக் கவனித்தேன். செல்வச் செழிப்பின் உச்சத்தில் இருக்கிற குடும்பம் என்பதை அது காட்டியது. ஏனோ அவள் என்னைப் போலவே பிறரிடம் எந்தப் பேச்சு வார்த்தையும் வைத்துக் கொள்ளவில்லை என்பதால் அது எனக்குப் பிடித்தும் இருந்தது. சைகையில் அவளை நோக்கிக் காண்பிப்பேன். அவளும் காட்டுவாள், ஆனால் நெருங்கி வரவில்லை. மருந்துகளின் விளைவால் அவள் சமநிலைக்கு வந்ததைப் போலத் தெரிந்தது.

மையத்தின் மாதாந்திர விடுதலை நாள் வரவிருந்தது. எல்லோரும் அது குறித்துத் திட்டமிட்டுக்கொண்டிருந்த போது என்னை நோக்கி வந்த பார்கவி, வெகுஇயல்பாய் என் அருகில் ஒட்டி அமர்ந்துகொண்டாள். “ரெண்டு பேர் காசையும் ஒன்னாப் போட்டு ஷேர் பண்ணி வாங்கிச் சாப்பிடு வோமா? நாலைஞ்சு ஐயிட்டங்களைச் சாப்பிட முடியும்ல. லூஸுகெ. இங்க இருக்கற ஒருத்தனுக்கும் அது புரியலை” என்றாள். நான் உடனடியாகவே சரியென்று தலையை ஆட்டினேன். ஆனால் உண்மையில் அப்படிச் சாப்பிடுவது எனக்குப் பிடிக்கவே பிடிக்காது. என் வீட்டில் ஒரு தட்டிற்கும் இன்னொரு தட்டிற்கும் இடையிலான தூரம் சற்றே அதிகம். ஆனாலும் பார்கவியுடன் நெருங்கிப் போகும் வாய்ப்பிற்காக அதை ஒத்துக்கொண்டேன்.

அன்றைக்கு அவளோடு வார்டன்களில் ஒருத்தி இருந்ததால் அப்படிச் செய்யமுடியவில்லை. ஆனால் அதற்கடுத்து பார்கவி நான் அமர்ந்திருக்கும் இடத்தில் வந்து அமர்ந்து கொள்வாள். ஆரம்பத்தில் மரியாதையுடன்தான் அழைத்துக்கொண்டிருந்தேன். அவள்தான் இப்படி அழைக்க வற்புறுத்தினாள். பார்கவிக்கு என்னை விட பதினாறு வயது அதிகம். ஆனால் அதிகப் பணமும்கூட இளமையைத் தக்க வைக்கும். பெங்களூரில் இருக்கிற புகழ்பெற்ற குடும்பக் கிளையில் கடைசிக்குக் கொஞ்சம் பக்கத்தில் உள்ள குடும்பத்தைச் சேர்ந்தவள். அள்ள அள்ளப் பணமிருக்கும் கிணறு ஒன்று அவர்களது வீட்டுக் கொல்லைப்புறத்தில்

இருந்தது. அவளுடைய அம்மா நகரின் புகழ்பெற்ற தொழி லதிபராக இருந்தார். அப்பா பழைய சொத்துகளைப் பரிபாலனம் பண்ணிக் குடிப்பதை மட்டுமே முக்கிய வேலையாகக் கொண்டிருந்தார்.

அந்த வீட்டில் பார்கவி அப்பாவிடம் படாத அடி இல்லை. ஒருதடவை அவள் பள்ளியில் இருந்து வரும் போது காலணி ஒன்றைத் தொலைத்து விட்டாள். திரும்பப் போய் எடுத்து வா என அவளுடைய அப்பா அடித்ததாகச் சொன்னாள். அவ்வளவு பணம் இருக்கிற வீட்டில் இதற்காக வெல்லாம் இப்படிச் சித்திரவதை செய்வார்களா? இவள் பொய் சொல்கிறாளோ? என்றுகூட யோசித்தேன். "நீங்க எல்லாரும் நினைக்கிற மாதிரி ரெகுலர் வீடு இல்லை என்னுடையது. எங்கப்பாவுக்கு எந்நேரமும் என்னைப் போட்டு அடிச்சுக்கிட்டே இருக்கற வியாதி இருந்துச்சு. அவர் குடிக்கிறதை எங்கம்மாட்ட நாந்தான் சொல்லித் தர்றேன்னு நினைச்சார். எங்கம்மாவுக்கோ அவங்க சொந்தக் குடும்பத்தை அப்பவும் கட்டி ஆளணும்னு ஆசை. தன் குடும்பத்தை அவ கடைசி வரைக்கும் பார்க்கவே இல்லை" என்றாள் பார்கவி.

மூன்று பேரும் முப்பரிமாணமாய் அந்த வீட்டிற்குள் உலவிக்கொண்டிருந்தனர். சின்ன வயசிலேயே சண்டை போடக் கற்றுக்கொண்டாள் பார்கவி. அவளுக்கு அந்த இருவரைவிட உரக்கச் சத்தமிட முடியும். அம்மா என்றென்றைக்கும் அவளுக்குச் சண்டைக்காரிதான். அம்மா, அப்பா பற்றி ஒரு வார்த்தைகூட அவள் அன்பாய்ச் சொல்ல வில்லை. "அது நரகக் குழின்னு எனக்கு அப்பயே தெரிஞ் சிருச்சு. எப்படா அங்க இருந்து தப்பிப்பேன்னு நினைச்சுக் கிட்டு இருந்தேன். அப்ப ஒருத்தன் அங்க வந்தான்" என்றாள்.

பார்கவி கல்லூரி இறுதி ஆண்டு படித்துக்கொண் டிருக்கையில், தனது சொந்தக்காரப் பையன் ஒருத்தனை வீட்டில் கொண்டுவந்து தங்க வைத்தாள் அம்மா. அவன் பார்கவியைவிட அதிகம் மூத்த பையன். அந்தப் பையனை வீட்டின் தலைமகன் மாதிரி நடத்தினாள் அம்மா. அவன் அந்த வீட்டில் அதிகப்படியான உரிமைகளை எடுத்துக் கொண்டு எல்லாவற்றிலும் மூக்கை நுழைத்தான். வீட்டின் பணச் செலவுப் பணிகளைக்கூட அவன் கைக்கு மாற்றினான். அப்பாவுக்கு நல்ல குடி வாங்கித் தந்துவிடுவதால் அவர் எதையுமே கண்டுகொள்ளவில்லை.

"என்னை அவன் பலவந்தப்படுத்துனான். என்னால கூச்சல்கூடப் போட முடியலை. எங்கம்மாட்ட போயி அதுக்கு நேர்மாறா அவனை நான் கவர முயன்றேன், அவன் முன்னால நெஞ்சை குனிஞ்சு காட்டிக்கிட்டு நிக்கறேன்லாம் போயி சொல்லியிருக்கான். காலேஜ்லயும் இப்படித்தான் சுத்தறேன்னு வேற சொல்லிருக்கான்" என்றாள்.

அவதூறாகப் பேசுவதற்கு பார்கவியின் அம்மாவிற்கு இதுவும் ஒரு வாய்ப்பாக அமைந்துவிட்டது. நிதமும் ஊசியை வைத்து இடைவிடாமல் மெத்தெனவிருக்கிற தலையணையில் குத்திக்கொண்டே இருந்திருக்கிறாள். கூடவே இந்த விஷயத்தில் அவளுடைய அப்பாவும் உடன் சேர்ந்துகொண்டார். "எங்கம்மா சொன்னா.. இந்த வீங்கிப் போன மார்பை ஊருக்கெல்லாம் காட்டிக்கிட்டு மயக்கக் கிளம்பிட்டன்னா. எனக்கு மார்பு கொஞ்சம் பெரிசுல்ல. அதுக்கு நான் என்ன பண்ண? சின்ன வயசில ப்ரா வாங்கிக் குடுக்கணும்ங்கற ஞாபகம்கூட இல்லாம வேற எங்கயோ திரிஞ்சா. எப்படி ட்ரெஸ் போட்டாலும் அது துருத்திக்கிட்டு தெரியத்தான் செய்யுது. அவகிட்ட மார் இல்லாட்டி நான் என்ன பண்றது? அதைக் காட்டிக்கிட்டு நான் எப்படி இன்னொருத்தன்ட்ட போவேன்? யோசிச்சாளா அதை? தினமும் மாரைப் பாரு மாரைப் பாருன்னு குத்திக்கிட்டே இருப்பா. எனக்கெல்லாம் என்ன தோணிருக்குன்னா, போயி ஆபரேஷன் பண்ணி அதை அப்படியே வெட்டி எறிஞ்சிரணும். செஞ்சாலும் ஆச்சரியப் படாத" என்றாள்.

அவள் அந்த வீட்டில் இருந்து எப்படியாவது தப்பித்துப் போனால் போதும் என்கிற நிலைக்கு வந்தாள். அப்போதுதான் பக்கத்து நகரில் இருந்து அந்தச் சம்பந்தம் வந்திருக்கிறது. "வீட்டுக்கு ஒரே பையன்னாங்க. எனக்கு அப்ப இருந்த சிந்தனையெல்லாம் இந்த வீட்டில இருந்து எப்படி தப்பிச்சுப் போறதுங்கறது மட்டும்தான். வேற எதையுமே யோசிக்காம அந்த வீட்டுக்கு போறேன்னுட்டேன். அப்பத் தான் எனக்கு பதினெட்டு வயசு சரியா முடிஞ்சிருந்துச்சு" என்றாள்.

அவளது ஆரம்பகாலத் திருமண வாழ்க்கை எல்லாம் பெரியளவிற்கு அவளுடைய மனதை ஆக்கிரமிக்கவில்லை. அதைப் பற்றிய கதைகளே இல்லை அவளிடம். பைய னொன்று பெண்ணொன்று என இரண்டு குழந்தைகளை

எப்படிப் பெற்றுக்கொண்டார்கள்? அந்த வீட்டையும், கணவரின் பெற்றோர்கள் இறந்த பிறகு, பார்கவியின் அம்மா தன்னுடைய ஆளுகையின் கீழ் கொண்டுவந்தார். பார்கவியின் கணவரை ஒரு அடிமையைப் போலக் கைப்பற்றிக் கொண்டாள். பார்கவியின் கணவரின் மனதில் அவளைக் குறித்த எதிர்மறைச் சித்திரத்தை வரைந்தார். ஒருநாள் இரவு அவளுடைய கணவர் படுக்கையறைக்கு வரவில்லை. "அதுக்கப்புறம் அவர் என் பெட்ரூம்க்கே வரலை. அவர் தனி, நான் தனி அந்த வீட்டில. இந்த சோ கால்ட் ஊருக்காக சேர்ந்து இருக்கோம்" என்றாள்.

அதற்கடுத்து அந்த வீட்டைப் போலவே இங்கும் சத்தங்கள் எழத் தொடங்கின. எந்நேரமும் கத்திக்கொண்டிருப்பவளாக மாறிப்போனாள் பார்கவி. சத்தம் பரிபூரணமாய் நிறைந்திருந்தது அந்த வீட்டில். ஆஸ்திரேலியாவில் உயர் வேலையொன்றை வாங்கிக்கொண்டு, அவளையும் குழந்தைகளையும் அழைத்துப் போனார் அவளுடைய கணவர். அங்கேயும் தனித் தனி படுக்கையறைதான். அம்மா இல்லாவிட்டாலும், அவள் அப்படியே மூளைக்குள் ஆக்கிரமித்து இருந்தாள்.

அவள் பத்து வரி பேசினால் அதில் இரண்டு வரியாவது அம்மாவைப் பற்றியதாக இருக்கும். "அதெப்படி என் மாரை அறுக்கச் சொல்லுவா? அதுக்காகவாச்சும் செஞ்சு காட்டுறேன்" எனச் சொல்லிக்கொண்டே இருப்பாள் அடிக்கடி. அவளுடைய கணவர் காதை மூடிக்கொண்டு எங்கேயாவது ஓடிவிடுவாராம். பிள்ளைகளுமே, "அம்மா நீ உன்ட்ட பணம் இருக்கு. எங்கயாச்சும் போயி ஹேப்பியா இரு. எங்களை விட்டிரு" என்று கௌரவமாகச் சொல்லிவிட்டனராம்.

ஆஸ்திரேலியாவில் முதன்முறையாகக் குடிக்கத் தொடங்கினாள் பார்கவி. அவளுக்குக் குடியில் என்னென்ன வகை என்றெல்லாம் இன்றைக்கும் சுத்தமாகத் தெரியாது. சூப்பர் மார்கெட்டிற்குள் போவாள். கண்ணில் தெரிகிற ஒரு பாட்டிலை வாங்கிக்கொண்டுவந்து அறைக்குள் புகுந்து குடிப்பாள். அப்படியே கட்டிலில் தூங்கி விடுவாள். கீழேயே வாந்தி எடுத்து வைப்பாள். எழுந்தவுடன் மீண்டும் அந்த பாட்டிலை எடுத்து வாயில் கவிழ்த்துக் கொள்வாள். எந்த அளவிற்குக் குடிக்க வேண்டும் என்றுகூட அவளுக்குத் தெரியாது.

கணவர் பிள்ளைகளால் அவளைக் கட்டுப்படுத்தவே இயலாத அளவிற்கு மூர்க்கமாக மாறிப் போனாள். அங்கே அவளுக்கு ஸ்டெயின் என்கிற ஒருத்தன் பழக்கமாகி இருக்கிறான். அவனைப் பற்றி எப்போதும் பெருமையாகச் சொல்வாள். "நைஸ் ஜெண்டில்மேன், அவனோட வீட்டில நான் வாந்தியெல்லாம் எடுத்து வச்சிருக்கேன். ஆனா பொறுமையா க்ளீன் பண்ணி என்னைப் பத்திரமா காரில் ஏற்றி அனுப்பி வைப்பான். நான் பேசறதை எல்லாம் பொறுமையாக் கேட்டுக்கிட்டே இருப்பான். பசங்க சீக்கிரம் வேலைக்குப் போனதும், அந்தாள டைவர்ஸ் பண்ணிட்டு இவன்கூடயே இருந்திரலாம்னு தோனுச்சு. அதை அவர்ட்ட வேணும்னே ஒருநாள் சொல்லவும் செஞ்சேன்" என்றாள்.

வீட்டில் குடித்துக்கொண்டிருந்தபோது நிலை குலைந்து விழுந்தாள் பார்கவி. கணவர் பிள்ளைகள் எல்லோரும் சேர்ந்துபோய் அவளைத் தூக்கிக்கொண்டுவந்து இந்த வீட்டில் போட்டனர். குழந்தைகள் விரைவில் வேலை கிடைக்கிற நிலை இருப்பதால், ஆஸ்திரேலியாவிலேயே இருந்து கொள்வதாகச் சொல்லிவிட்டனர். அவளுடைய கணவர் அவளைப் படுக்கையில் ஆழ்தூக்க நிலையில் இந்தியா விற்குத் தூக்கிவந்து அவளது வீட்டில் மறுபடி போட்டார்.

அங்கே அவளைச் சில நாள் அடைத்தே வைத்திருந் தனர். கொஞ்சம் சுதந்திரம் கிடைத்ததும், யாரும் வீட்டில் இல்லாத சமயங்களில் அவள் பக்கத்தில் இருக்கிற பையன் களிடம் பாட்டில் வாங்கிவரச் சொல்வாள். "எனக்கு பாட்டில் வந்தே ஆகணும். அவன்கள் வாங்கிட்டு வர்றாங்க. எதிர்பார்க்கத்தான் செய்வாங்க. செக்ஸ் ஸ்டிங்கும் பாட்டில் வாங்கறதுக்காக பண்ணுனேன். இதில மறைக்குறதுக்கு என்ன இருக்கு" என்றாள். வீட்டினுள் ஆட்கள் ஏறி இறங்குவதைப் பார்த்த பிறகே அவளுடைய அம்மா அவளை இந்த மையத்தில் சேர்ப்பதென முடிவெடுத்தாள். அவளுடைய பிள்ளைகளுக்கு வேலை கிடைத்த தகவல்கூட அப்போது அவளுக்குத் தெரியாது.

மையத்தில் சேர்ப்பதற்கு முடிவெடுத்த காலத்தில் அவளை வீட்டில் ஒரு பைத்தியத்தை நடத்துவதைப்போல அவளுடைய அம்மா நடத்தினாள். அதைத் தூர நின்று பார்கவியின் கணவர் மௌனமாகப் பார்த்துக்கொண் டிருந்ததாகச் சொன்னாள். "எப்படி திடீர்னு உன்

கணவருக்கும் உனக்கும் விலக்கம் வந்திச்சு. அவரை விடு. நீ என்னைக்கு மனசால அவரை விட்டு முதல் தடவையா விலகுன?" என்றேன் அவளிடம். "அவர் விலகுறதுக்கு ஆயிரம் காரணம் சொல்வாரு. நான் கத்தறேன், குடிக்கிறேன்னு. நான் என்னைக்கு அவரை மனசால விலக்குனேன்னு யோசிச்சுப் பார்க்கேன். அது ஞாபகத்தில வர மாட்டேங்குது. ஆனா அப்படி ஒண்ணு ஆழமா நடந்துச்சு" என்றாள்.

அவளை ஊருக்கெல்லாம் முழுப் பைத்தியம் என அறிமுகப்படுத்தி வைத்துவிட்டு, பின்னர் இந்த மையத்தில் கொண்டுவந்து தூக்கிப் போட்டுவிட்டுப் போயினர். "எனக்கு நல்லா ஞாபகம் இருக்கு அன்னைக்கு நீ சிவப்பு கலர் சுடிதார் போட்டிருந்த. பார்த்தவுடனே எனக்கு உன்னை பிடிச்சுப் போயிருச்சு" என்றேன். சிரித்துக்கொண்டாள்.

இருவரும் ஒருத்தருக்கு ஒருத்தர் மனம் விட்டுப் பேசிக்கொண்டதாலோ என்னவோ விரைவிலேயே எங்களது மனப் பதற்றங்களில் இருந்து விடுபடத் தொடங்கினோம். அந்த மையத்தில் இருவர் மட்டும் சேர்ந்து சுற்றினோம். இடையில் பார்கவியின் கணவர் அங்கே வந்திருந்தார். திரும்பிச் சோர்ந்து போய் வந்த அவள், "பொண்ணுக்கு கல்யாணம் வச்சிருக்காங்களாம். கணக்குக்குப் போயி நிக்கணுமாம். எனக்குப் பேசாம இங்கயே இருந்துடலாம் போல இருக்கு. உன்னை எப்படி நான் இருக்கச் சொல்ல முடியும்" என்றாள்.

முதலில் நான்தான் மையத்தில் இருந்து கிளம்பிப் போனேன். அவளைத் தொடர்பு கொள்ள வேண்டிய சிநேகிதர்களின் எண்களை எல்லாம் எனக்குக் கொடுத்தாள். வெளியே போய் என்னாலும் நிம்மதியாக இருக்க முடிய வில்லை. மீண்டும் தொழிலுக்கும் போக முடியாத நிலைமை. போதைக்காரன் ஒருத்தன் மீண்டு வந்தாலும் தொழிலில் மறுபடி பெரும்பாலும் சேர்த்துக்கொள்ள மாட்டார்கள். போதை மீட்பு மையத்தில் இருந்து வந்திருக்கிறான் என்றால், விலகியே இருந்து கொள்வார்கள். தெரிந்த இடத்தில் இந்தச் சூழ்நிலையில் போய் முகத்தைக் காட்டுவதும் அசிங்கமாக இருக்கும் என்பதால் எங்கேயும் போகாமல் வீட்டிலேயே இருந்தேன்.

பார்கவியுடன் இருந்த காலங்கள் எல்லாம் எனக்குத் திரும்பத் திரும்ப நினைவில் எழுந்தன. அந்தக் கதகதப்பை

இந்த வீட்டில் போர்வையைப் போர்த்தும் போதும் உணர்ந்தேன். பார்கவியுடனேயே இருந்தால் நன்றாக இருக்கும் என்று தோன்றியது. அவளைத் தேடிக்கொண்டே இருந்தது மனம். எங்கள் மையத்திற்கு அழைத்துப் பார்த்தபோது, அவளை அழைத்துக்கொண்டு போய்விட்டதாகச் சொன்னார்கள். அவளுடைய எண்களை எழுதி வைத்த காகிதம் எப்படியோ என்னுடைய அப்பாவின் கைக்குப் போய்ச் சேர்ந்துவிட்டது.

நீண்ட நாட்கள் கழித்து அப்பாவின் டைரிக்குள் இருந்து அந்தக் காகிதத்தை எடுத்தேன். பார்கவியை எளிதாக எனக்குப் பிடித்துத் தந்தார் அவளுடைய தோழி ஒருத்தி. பெண்ணின் திருமணம் முடிந்திருந்தது. ஆனால் வீடு கொஞ்சம்கூட மாறவில்லை. சம்பந்தி வீட்டில்கூட மிக நன்றாக அறிமுகம் செய்து வைத்துவிட்டார் பார்கவியின் அம்மா. பையனும் கணவரும் தெளிவாக விலகிக்கொண்டனர் அவளிடமிருந்து. தனித்த தீவில் இருப்பதாகச் சொன்ன அவள் மறுபடி முன்னைப் போல் குடிக்கத் தொடங்கினாள். "ஆனா செத்தாலும் அங்க போக மாட்டேன். நீயும் அங்க இல்லை" என்றாள்.

"பேசாம கிளம்பி வந்திரவா? நாம ரெண்டு பேரும் சேர்ந்து வாழலாம். யார் கேட்பா" என்றேன் நீண்ட தயக்கத்தை உடைத்து.

அமைதியாக மறுமுனையில் இருந்த அவள், "எனக்கு மூச்சு முட்டுறப்ப உன்னை நானே கூப்பிடறேன்" என்றாள்.

பிறகு அடிக்கடி அவளை அழைத்துப் பேசுவேன். பழைய மாதிரியே அவள் அம்மா அவளைச் சகல விதங்களிலும் ஆக்கிரமித்து இருந்தாள். கணவர் விருந்தாளியைப் போலச் சமூக ஒழுங்கிற்காக வந்து பார்த்துவிட்டுப் போவதாகச் சொன்னாள். இவளுடைய பூர்வீகச் சொத்துகளை இவளைக் கொன்று அபகரிக்கத் திட்டமிடுவதாகவும் அதனாலேயே தன்னைப் பைத்தியம் என உறவினர்கள் மத்தியில் கதை கட்டுவதாகவும் அவள் சொன்னதெல்லாம் நம்புகிற மாதிரிதான் இருந்தது. விட்டால் அவள் செத்துவிடுவாள் என எனக்குத் தோன்றியது.

ஆனால் எல்லா நேரங்களிலும் அவள் இப்படி இருப்பதில்லை. சில நாட்கள் அவள் குடிக்காமலும் இருப்பாள். ஆனால் ஊர் அவள் குடித்திருக்கிறாள் என்றுதான்

நம்பிக்கொண்டிருக்கும். அந்த மாதிரியான சந்தர்ப்பங்களில் சாந்தமாக இருப்பாள். அப்படியான பொழுதொன்றில் எனக்கு அழைத்து, "சும்மா கொஞ்ச நாள் இருக்கற மாதிரி கிளம்பி வா. எனக்கு ஒரு கெஸ்ட் ஹவுஸ் இருக்கு அங்க தங்கலாம். எங்க போனாலும் இனிமே என்னைக் கண்டுக்கிறதுக்கு இங்க நாதியில்ல" என்றாள்.

உடனடியாக பெங்களூர் கிளம்பிப் போய் அறை யெடுத்து அவளுக்காகக் காத்திருந்தேன். என்ன நடந்தாலும் அந்தச் சந்திப்பில் போதையை எந்த வடிவிலும் உட்கொள்ளக் கூடாது எனச் சபதம் செய்தேன். அவள் சாந்தமாக இருக்கிற சமயங்களில் சட்டென சின்னப் பிள்ளையாக மாறிப் போவாள். அப்படி அவள் மாறுகிற சமயங்களில் அவளது முதிர்ந்த முகத்திற்கு அடியில் இன்னொரு சின்ன முகம் தெரியும். புருவத்திற்கும் நாடிக்கும் இடையில் அந்தச் சின்ன முகம் அடியாழத்தில் ஒடுங்கித் தெரியும். அவள் குனிந்து யோசனையுடன் உதட்டைச் சுழித்து அமர்ந்திருக்கையில் அது தெரியும். அதைப் பலதடவை பார்த்திருக்கிறேன். அவளது சின்ன வயதுப் புகைப்படத்தை எனக்கு அனுப்பித் தந்திருக்கிறாள். அந்த முகத்தை அவளுடைய இப்போதைய முகத்திற்கு அடியில் நெருக்கமாகப் பார்த்திருக்கிறேன்.

அதை அவளிடம் அடிக்கடி சொல்லவும் செய்வேன். சாந்தமான பொழுதுகளில் அவளது குரல் வழுக்கிக்கொண்டு ஓடும். அவளது ஆங்கிலத்தில் கவித்துமான வார்த்தைகள் பெருகியிருக்கும். "உனக்கு ஒரு ரகசியம் சொல்லவா? எனக்கு நல்லா வரையத் தெரியும். ஆனா அது யாருக்குமே தெரியாது" என்றாள். மனம் கூடினால் என்னை அப்படியே அச்சு அசலாய் வரைந்து தருவதாகவும் சொன்னாள். எனக்கு அந்தப் பார்கவியை அதிகமும் பிடிக்கும்.

அந்த முகத்தை மீட்டெடுத்து என் நெஞ்சில் வைக்க விரும்பினேன். அவளை எப்படியாவது என் தனி முயற்சியில் குடியில் இருந்து மீட்கத் துடித்தேன். அவளுடனேயே சாந்தமாகப் பொழுதைக் கழிக்கலாம் என்கிற முடிவிற்கு வந்து சேர்ந்தேன்.

பெரிய உணவகம் ஒன்றின் பெயரைச் சொல்லி அங்கே வரச்சொல்லி இருந்தாள். அங்கே இருந்து மலைத் தொடரில் அமைந்துள்ள அவளுடைய விருந்தினர் இல்லத்திற்குப் போய் விடலாம் என்று திட்டம். புதிய வீடு. அங்கே பார்கவியும்

நானும் காற்றின் சத்தத்தைக் குலைக்காமல் நேரம் காலம் பார்க்காமல் அமர்ந்திருக்கும் காட்சி எனக்குள் பூத்தது. உடல் மதமதவென பழைய தோதிற்கு வந்திருந்தது. மின்தூக்கியில் இறங்காமல் படியில் ஓடி இறங்கினேன். மூச்சு இரைக்கவே யில்லை அப்போது.

உணவகத்தின் வாயிலில் காத்திருந்து என்னை அழைத்துப் போனாள் பார்கவி. அன்றைக்கும் அவள் இளமஞ்சளும் பச்சையும் கலந்த நிறத்தில் சுடிதார் அணிந்து, துப்பட்டா எதுவும் போடாமல் சுதந்திரமாக என்னை நோக்கி நடந்து வந்து கைகுலுக்கினாள். அவள் சாந்தமாக இருந்ததைச் சொன்னது முகம்.

உணவு மேசையில் எதுவும் பேசாமல் அமைதியாக அமர்ந்திருந்தோம். எனக்கான உணவைக் கொண்டுவந்து என் பக்கத்தில் வைத்தார்கள். அப்போது பார்கவி அனிச்சையாகக் கையை என் தட்டின் பக்கம் கொண்டுவந்தபோது, அதைத் தவிர்க்கும் பொருட்டு தட்டைப் பின்னால் இழுத்தேன். செய்தவுடனேயே அது தவறு என்பதும் புரிந்தது.

உணவகத்தின் அந்த மெல்லமைதியைக் குலைக்கிற மாதிரிக் கொஞ்சம் சத்தத்துடன், "ஹே ஞாபகம் வந்திருச்சு" என்றாள்.

என்ன என்பது மாதிரி அவளது முகத்தை நிமிர்ந்து பார்த்தேன். "நீ அடிக்கடி கேட்பீல்ல. எந்த சமயத்தில என் ஹஸ்பெண்ட்ங்கிட்ட எனக்கு மனவிலக்கம் வந்திச்சுன்னு. எங்களுக்கு கல்யாணம் ஆகி முதல் தடவையா சாப்பிட வெளிய போயிருந்தோம். எனக்குப் பயங்கரப் பசி. அவர் ப்ளேட் முதல்ல வந்திச்சு. சட்டுனு கையை அதுல வச்சு ப்ரென்ஞ் ப்ரை ஒண்ணை எடுக்கப் போனேன். அப்ப அவர் என் கையைத் தட்டிட்டு, 'டோண்ட் டச்' அப்படீன்னார். கரெக்டா அந்த சமயத்திலதான் எனக்கு அந்த விலக்கம் வந்துச்சு" என்றாள்.

அமர்ந்திருந்த அந்தச் சூழலைக் கூர்ந்து பார்த்தேன். எனக்கு முன்னே இளம் மஞ்சள் வெயிலாய் ஒரு பெரிய அம்பர் விரிந்து தெரிந்தது. அந்தப் பூச்சியைப் போல அதில் ஒட்டியிருந்தாள் பார்கவி.

2

கூன்வண்டு

படுக்கையில் என் மார்பு மீது கையை ஊன்றி அதில் தலையைச் சாய்த்து, மேல்நோக்கி விழிகளை உயர்த்தி, "ஹேப்பியா இருக்கீயாடா?" என்றாள் புனிதா. நானும் உடனடியாக, "ஏன்.. நல்லாத்தான் இருக்கேன்" எனப் பொய் சொல்லிவிட்டேன். அவளோடு இருக்கையில் இப்படிப் பொய் பேச வேண்டியிருக்கிறது. மனதில் இருந்ததை அப்படியே அவளிடம் கொட்டிவிட முடியாது என்பதால், என் வார்த்தைகளைத் தணிக்கை செய்தபடியே இருப்பேன். கையில் ஜெபமாலையை வைத்து மெதுவாக ஒவ்வொன்றாய் உருட்டுவதைப் போல வார்த்தைகளைப் பெருவிரலாலும் ஆட்காட்டி விரலாலும் தடவித் தள்ளுவேன்.

கடைசியாய் எப்போது மகிழ்ச்சியாய் இருந்தேன் என மல்லாக்கப் படுத்து யோசித்தேன். மலைக்குப் போகையில் ஒரு திருப்பத்தில் வண்டியைத் திருப்புகையில் அதுவரை தொட்டோடிய சிந்தனைகளில் இருந்து விடுபட்டு ஐந்து நிமிடங்கள் மனம் மகிழ்ச்சியாய் உணர்ந்தது. என்னை அறியாமல் விசிலடித்தேன். காரில் ஓடிக்கொண்டிருந்த பாடலில் மனம் ஒன்றியது. அந்தப் பாடல் புனிதாவோடு காதலில் தித்தித்துக்கொண்டிருந்த போது வெளியான படத்தில் வந்தது. அப்போது மனதில் உருவான குறுகுறுப்பு இன்னமும் மறையாமல் இருந்தது. எங்கே பதுங்கி இருந்தது அதுவரை? ஐந்து நிமிடம் அந்த அனுபவம் நீண்டது. அப்புறம் அம்மலையில் இருந்து சிந்தனை என்கிற பாறை தலையுச்சியில் வந்து விழுந்தது.

இரண்டாவது தடவை என் தொழிலில் மிக முக்கிய மான தொடக்கம் ஒன்றைச் செய்து முடித்துவிட்டு வந்த போது, வெகுவாக மகிழ்ச்சியை அனுபவித்தேன். பெருமிதம்

கூட கண்ணில் நீர் வரவைக்கும் என்பதை உணர்ந்தேன். நான்கு நிமிடங்கள் அப்படி இருந்திருப்பேன். பின்னர் காரின் சக்கரத்திற்கு இணையான வேகத்தில் எண்ணங்கள் சுழன்றடிக்கத் தொடங்கின. இவை தவிர சமீப ஆண்டுகளில் நான் இவ்வளவு தித்திப்பான மகிழ்ச்சியில் திளைத்தது இல்லை.

தென்னம்பிள்ளைகள் வைத்திருக்கிற பகுதியில் ஒரு வண்டு உண்டு. சிவப்புக் கூன்வண்டு என அதைச் சொல்வார் கள். பார்ப்பதற்குச் சின்னக் கல் அளவிற்குத்தான் இருக்கும். ஆனால் அது ஒரு மரத்திற்குள் நுழைந்துவிட்டால், உறுதியாய் நின்ற மரத்தைக்கூட அப்படியே இரண்டாய்க் கொறித்தே அறுத்துப்போட்டுவிடும். அந்த வண்டேறி விட்டால் மரத்தைப் பிழைத்துக் கிடத்தால் பார்க்கலாம் என்கிற கணக்கில் கைவிட்டுவிட வேண்டியதுதான். ”இத்துனூண்டு வண்டு எம்மாம் பெரிய மரத்தையும் போட்டுச் சாச்சிருது பாருங்க. எம்புட்டு சக்தி அதுக்கு” என்றார் ஒருத்தர். எனக்குப் புனிதாவைப் பற்றிய எண்ணங்கள் அந்தக் கூன்வண்டைப் போல. அதை நினைக்கத் தொடங்கி விட்டால் வேறு எந்த வேலையிலும் கவனம் செலுத்த முடிவ தில்லை. அப்படியே அதை அந்தரத்தில் விட்டுவிட்டு, நொய்மை ஆகி மனம் சோர்ந்து அடங்கிவிடும். ஆனாலும் அவளைக் குறித்த எண்ணம் என்கிற புலி வாலை என் மனம் சேர்த்துப் பிடித்திருக்கும். இந்த மகிழ்ச்சியற்ற என்னுடைய நிலை என் தொழிலிலும் எதிரொலித்தது. எப்போது வேண்டுமானாலும் பாத்திரம் உடையலாம் என்கிற நிலை இருந்ததால், அதைப் பாதுகாக்க வேண்டிய ஆர்வமே எழ வில்லை. செயல்களில் சோர்வு பிள்ளைப்பூச்சியைப் போலச் சட்டையில் ஒட்டிக்கொண்டு வந்தது.

எனக்குப் பக்கத்து அலுவலகத்தில் பணிபுரிந்த புனிதாவிற்கும் எனக்கும் காதல் திருமணம். ஊர் உலகத்து எதிர்ப்புகளை எல்லாம் மீறி, என் சொற்ப சம்பளத்தை நம்பி வந்தாள். காதல் காலங்களில் தொலைபேசிகளில் பேசும் போது, விடிய விடியவெல்லாம் அவளோடு மனமொட்டிப் பேசிக்கொண்டு இருந்திருக்கிறேன். அவளிடம் சொல்வதற் கான கதைகளை நாள் முழுதும் ஆர்வமாய்த் திரட்டுவேன். சேர்ந்து வாழ்கையில் எல்லோருக்கும் சிக்கல்கள் இருக்கும் தான். ஆனால் என்னுடைய சிக்கல், நான் குறுகிய கால

இடைவெளிகளில் வெவ்வேறு மாதிரி பந்தாடப்பட்டுக் கொண்டிருக்கிறேன். நாள் முழுவதும் மைதானத்தின் எல்லாத் திசைகளுக்கும் போய் மீள்கிறது பந்து.

அதை விளக்கிச் சொன்னால்தான் யாருக்கும் புரியும். புனிதா எந்த நேரத்திலும் வெடிக்கப் போகிற அணுகுண்டைப் போலத் திடீரென மாறிவிட்டாள். முன்பெல்லாம் அவள் அப்படி இருந்த நினைவே எனக்கு இல்லை. இப்போதுதான், ஆனால் எப்போது மாறினாள் என்று தெரியவில்லை. ஓலை வெடியாய் இருந்தாலே தெறித்து ஓடிவிடுவோம். அதுவும் தடித்த பச்சை நூல் சுற்றிய பெருங்காய டப்பா அளவில் இருக்கிற அணுகுண்டு. இந்த உதாரணத்தைவிட வேறு ஒன்றும் சொல்ல முடியவில்லை. அவள் கண்ணில் நீர் வழியச் சிரிப்பாள். அதைப் பார்த்து மகிழ்ந்துகொண்டிருக்கிற அடுத்த நொடி, தேவையில்லாத ஒரு வார்த்தை சட்டென அவளது மனநிலையைக் குலைத்துப் போட்டுவிடும். அடுத்த நொடி மலை உச்சியில் உக்கிரமாக நிற்பாள்.

அதனைத் தொடர்ந்து நீள் அழுகை. சில சமயம் அவளைக் கோபமாக நெருங்கிப் போகையில் பதிலுக்கு நகப் பிறாண்டல்கள், அப்புறம் கையில் காலில் விழுந்து சமாதானம். பிறகு மீண்டும் கண்ணில் நீர் வழியச் சிரிப்பு. இந்தச் சங்கிலியை நாள் முழுக்க காந்தியின் ராட்டை போலக் கவனமாகச் சுற்றிக்கொண்டே இருக்க வேண்டும். அதில் திடீரென சிக்கல் வருகையில் மீண்டும் மலையுச்சி. பிறகு பாதாளம் நோக்கி நீர் அடித்துக்கொண்டு வந்து கடைசியில் காயலில் படகு ஓடுகிற, அலையே இல்லாத பதத்திற்கு வந்துவிடும்.

இப்படி மாறி மாறி இருக்கும் நிச்சயமில்லாத தன்மை என்னை வாட்டி எடுத்தது. அடுத்த அரை மணி நேரத்தில் என்ன செய்வார்கள் என்பதே தெரியாத ஒருத்தருடன் எப்படி இணைந்து அமர்ந்திருப்பது? புனிதாவிடம் இருந்து என்னைத் துண்டித்துக்கொண்டு ஓடிவிட எப்போதும் எத்தனிப்பேன். அவளோடு இருக்கையில் அவள் முன்பு முன்னெடுத்த பழைய சண்டைகளை எண்ணியபடி இருப்பேன். அவள் அடுத்து மாறப்போகும் தருணத்தை உற்று நோக்கிக்கொண்டிருப்பேன். அதைப் பல சமயம், “அடுத்து இதைத்தானே பண்ணப் போற?” எனச் சொல்லிக் காட்டவும் செய்திருக்கிறேன். நான் சொன்ன மாதிரியே எல்லாச் சமயங்களிலும் அந்தச் சண்டை

தொடங்கி இருக்கிறது. அப்படிக் கணிக்கிற விஷயத்தில் என்னையே மெச்சியும் கொள்வேன்.

அவளோடு இருக்கிற சமயங்களில் மட்டுமல்லாமல், பிற வேலைகள் செய்யும் போதுகூட புனிதாவை எடைபோட்ட படியே இருப்பேன். "இந்நேரத்தில் அவள் இருந்தால் இந்த இடத்தில் என்ன செய்திருப்பாள்? அதற்குப் பின்னால் செயல்படுகிற அவளது உளநிலை என்ன?" அவளது மாறுகிற மனநிலைகளை நூலைப் போலப் பிரித்து ஆராய்ந்துகொண் டிருப்பேன். அவள் முதல் கேள்வி கேட்கும் போதே, "இனிமே இந்த ஆர்டர்ல கேட்டு கடைசியா அங்கதான வந்து நிப்ப? அதுக்கு நான் கடைசிக் கேள்விக்கே நேரடியா பதில் சொல்லிடறேன்" என்பேன். "உன்ட்ட மனுஷங்க பேச முடியாது. வை போனை. என் தப்பு. உன்ட்ட வந்து மாட்டிக் கிட்டேன். சரியான சைக்கோ. வளர்த்திருக்காங்க பாரு" என்று இணைப்பைத் துண்டிப்பாள்.

சிலசமயம் குற்றவுணர்வு வந்து அவளை அழைத்து, "சும்மாதான் கூப்பிட்டேன்" என்பேன். ஆனால் அந்தத் தொலைபேசி அழைப்பின் இறுதி முனையில் நான் எதிர் பார்த்த அந்தத் துக்கம் குத்துக்கல்லைப் போல நின்றுகொண் டிருந்தது உறுதியாகும். "நாயை எதுக்கு அடிப்பானேன்? அதை எதுக்கு சுமப்பானேன்?" என்கிற மனநிலைக்கு வந்து சேர்ந்துவிடுவேன். என்றாவது ஒருநாள், "சும்மாதான் கூப்பிட்டேன்" என அவள் இணைப்பிற்கு வருவாள். அன்றைக்கு மிகப் பத்திரமாக ஜெபமாலையை உருட்டுவேன். எதிர்பார்த்திருந்தது நடக்க நடக்க, என் இருப்பு சமாதான மாகும். சரியான திசையில்தான் போய்க்கொண்டிருக்கிறேன் என்கிற முடிவிற்கு எளிதாக வந்து சேர்ந்துவிடுவேன்.

சமீபமாக அவளிடம் அவளது மாறுகிற மனநிலைகள் குறித்து ஆராய்ந்து எடைபோட்டுச் சொல்லவும் தொடங்கி னேன். "உன் லெக்சர விடறீயா? நான் பைத்தியம் இல்லை. கடைசியா அப்படி ஆக்கிடவும் செய்யாத. அதுதான் உன் திட்டமா?" என்றாள். அந்தச் சண்டை பிரிகிற எல்லை வரை போய் நிறுத்தியது. ஒருகட்டத்தில் என்னுடைய எல்லா வார்த்தைகளுமே திரியின் நுனி நெருப்பைப் போலவே மாறிவிட்டன. நேர்கோட்டில் செலுத்தும் பொருட்டிலான முயற்சிகளை எல்லாம் கைவிட்டுக் கையறு நிலையில் நின்றேன். நிதமும் கோவில்களில் போய் மனமுருக

வேண்டிக்கொண்டு நின்றிருப்பேன். ஒன்று தெய்வம் திருத்த வேண்டும், இல்லையெனில் இவள் தெய்வமாய் மாறித் திருந்த வேண்டும். வேறு வழியே இல்லை.

தப்பித்து எங்கும் ஓடிவிட முடியாத நிலையில் மீண்டும் மீண்டும் அந்தக் கூண்டிற்குள்ளேயே தஞ்சமடைகிற மாதிரி தான் வாழ்க்கை. ஒருதடவை உச்சகட்ட சண்டையில் என்னை அவதூறாகப் பேசிவிட்டாள். அவள் வாயில் இருந்து அப்படி யான வார்த்தைகள் வரலாமா? அவளை நெருங்கிக் கழுத்திற்குப் பக்கத்தில் கையை வைத்தபோது, மேசையில் இருக்கிற கத்தியைக் காட்டிக் குத்த வந்தாள். “என்னை நீ டெம்ப்ட் பண்ற. நான் அமைதியாத்தான் இருக்கணும்னு நெனைக்கறேன். கயிறு ஒன்னக் கைல வச்சுக்கிட்டு பொம்மை மாதிரி என்னை ஆட்டுற” என்றாள் சத்தமாக. சட்டென அமைதியாகிவிட்டேன். இன்னும் சில வார்த்தைகளை நான் விட்டிருந்தால் குத்தியே இருப்பாள். ஆனால் அதன் நுனியைவிட அவள் வார்த்தைகள் என்னை அதிகமும் பதம் பார்த்தன. இனியொரு நிமிடம்கூட அவளோடு இருக்கக் கூடாது, என்ன வந்தாலும் பார்த்துக்கொள்ளலாம் என முடிவெடுத்து என்னுடைய பொருட்களை எடுத்துக்கொண்டு வீட்டில் இருந்து வெளியேறினேன். அப்போது வெளியே மழை தூறிக்கொண்டிருந்தது.

கோபத்தில் என்னுடைய வங்கி அட்டையைத் தூக்கி எறிந்துவிட்டு வந்திருந்தேன். எங்கே போவது? கிளம்பும் போது, தப்பிவிட்ட ஆசுவாச உணர்வோடுதான் கிளம்பி னேன். ஆனால் நடக்க நடக்க அநாதை போல உணர்ந்தேன். நாயகன் ஒருத்தன் அநாதையாய் உணர்ந்து பாடும் பாடலை என்னை அறியாமல் பாடினேன். மழைத் தூறலோடு சேர்ந்து வெறுமையும் அதன் இறுதியில் பரவுவதை உணர்ந்தேன். நாளையில் இருந்து எதைப் பற்றிக்கொள்வது என்கிற கேள்வி எழுந்தபோது எனக்கு அழுகை வந்தது.

அவள் கல்நெஞ்சத்தோடு என்னை அழைக்காமல் அமர்ந்து இருந்த காட்சியை யோசித்தேன். அவள் மீது திரட்டி எறிகிற அளவிற்கு வெறுப்பு மூண்டது. அந்த நேரத்தில் அவள் அழைத்து, “எங்க இருக்க?” என்றாள். ”நீ” என்றேன். “உனக்குப் பின்னாலதான்” என்றாள். காரில் ஏறியதும் அவளுமே அடக்க மாட்டாமல் அழத் தொடங்கி னாள். “ரெம்ப ஸாரி” என்றாள். நான் அவளது மார்பில் முகம்

புதைத்து அழுது முடித்த பின், "இப்ப இப்படி அணைச்சுக்குவ. இன்னும் கொஞ்ச நேரத்தில எப்படி வெடிக்கப் போறேன்னு யாருக்குத் தெரியும்? நாயோட கண்ணையும் பேயோட கண்ணையும் உத்துப் பார்க்கக்கூடா துன்னு சொல்வாங்க" என்றேன்.

வெறிகொண்டு என்னை உதறியவள், "உனக்கு எந்நேரமும் என்னைக் குறை சொல்லாட்டா அடங்காது. உன்ட்ட மாட்டிக்கிட்டு நான் சீரழியறேன். என் தலையே வெடிக்கிற மாதிரி இருக்கு" என்றாள். ஆழ்ந்த அமைதி என்கிற ஆயுதத்தை எடுத்து அந்தப் பயணத்தில் தப்பித்து வீடு வந்துசேர்ந்தேன். ஆனாலும் உள்ளுக்குள் அலையடித்துக் கொண்டுதான் இருந்தது. சிலமுறை சொல்ல முயன்று வாயை அடக்கிக்கொண்டேன். எதற்காகத் திரும்பி வந்தேன்? "எந்தச் சூழ்நிலையிலும் நம்பி வந்த பொண்ணைக் கைவிட்டிரக் கூடாதுடா" என அம்மா சொன்னது எனக்கு நினைவில் வந்தபோது சமாதானமாக இருந்தது.

அதற்காகத் தங்க ஊசியைக்கொண்டு கண்ணைக் குத்திக்கொள்ள வேண்டுமா? அவள் குறித்து அவளது நண்பர் களோடு, அவளுக்குத் தெரியாமல் பேசத் தொடங்கினேன். என்னைத் தவிர எல்லோரிடமுமே அவள் நன்றாக இருந்தாள். "தினமும் ஒரு அரைமணி நேரம் பேசறீங்க. நாள் முழுக்க இருந்து பாருங்க. தெறிச்சு ஓடிருவீங்க" என்றேன் அவளது தோழிகள் சிலரிடம். அங்கேயும் கோப தாபங்களைப் பிரயோகிக்கிறாள்தான் என்றாலும், யாரும் தெறித்து ஓடிவிடவில்லை என்றே தெரிந்தது.

அவர்களிடம் அவள் நன்றாக நடிக்கக் கற்றுக் கொண்டாள். முந்தின நிமிடம் ஒருத்தரிடம் சிரித்துப் பேசிக் கொண்டிருந்துவிட்டு, அடுத்த நிமிடம் எப்படி என்னோடு கட்டிப் புரண்டு சண்டையிட்டுக்கொள்ள முடியும்? அவள் என்னிடம் மட்டுமே இந்த அதிகப்படியான இடத்தை எடுத்துக்கொள்கிறாள் என்பதை உணர்ந்தேன். அவளுடைய எல்லா மனநிலைகளையும் வேறு எங்கும் கொட்டாமல், குப்பைத் தொட்டியாய் என்னை மட்டுமே பயன்படுத்திக் கொண்டிருக்கிறாள். அவள் எடுக்கிற வாந்திகளை எல்லாம் எதற்காகக் கையிலேந்த வேண்டும் என்றெல்லாம் நுணுக்கி நுணுக்கி யோசித்து ஒருகட்டத்தில் நிலைகொள்ள முடியாத பதற்றத்திற்கு ஆட்பட்டேன். அப்படி ஒருநாள் சிந்தித்துக்

கொண்டிருந்த போது தொலைபேசியில் அழைத்து, “நான் மால்ல இருக்கேன். பேபி உனக்கு என்ன வேணும்?” என்றாள். பதிலுக்கு “மரியாதை” என்றபோது இணைப்பு துண்டிக்கப் பட்டது.

எனக்கு நான் கேட்டது மறுக்கப்பட்ட பிறகு, தர்காக்கள், சமாதிகள், யோகா, நவீன சாமியார்கள் எனத் தேடித் தேடி அலையத் தொடங்கினேன். என்னால் இந்த உறவில் இருந்து வெளியேற முடியாது. குதிரைக்கு லாடம் அது ஒத்துக்கொண்டு படுத்தபோதே அடிக்கப்பட்டுவிடும். இனி அது சரக்சரக்கெனச் சத்தத்தோடுதான் ஓடவேண்டும். எப்படி என்னை இதற்குத் தோதாய்த் தகவமைத்துக்கொள்வது என்கிற சிந்தனை மட்டும் நொடி முள்ளைப் போல விடாமல் குத்திக்கொண்டிருந்தது. இதிலிருந்து வெளியேற என்னை ஒப்புக்கொடுத்து, யார் தாள்பணியவும் தயாராகவே இருந்தேன். இதையெல்லாம் அவளையும் செய்யச் சொல்லி வலியுறுத்திய போது, புனிதா, “எனக்கெதுக்கு அது? நீ எங்க போனாலும் யார்ட்டயாச்சும் வம்பு வளர்த்து செருப்படி வாங்கிருவ. பார்த்துகிட்டே இரு” என்றாள்.

ஆசிரமம் ஒன்றிற்கு விரைந்து, அமைதியாய்த் தியானத் தில் அமர்ந்து பார்த்தேன். மூன்று நிமிடங்களுக்கு மேல் தாக்குப்பிடிக்க முடியவில்லை. சோழிகளைக் கையில் போட்டுக் குலுக்குவதைப் போல உள்ளுக்குள் செய்துகொண் டிருக்கிறேன் என்பது கண்மூடி அமர்ந்திருந்தாலும், எனக்குத் தெரியுமே? எதனோடும் ஒட்டமுடியவில்லை என்பதால், கடவுள் நம்பிக்கையில் இருந்தே வெளியேறிவிடலாமா என்றுகூட யோசித்தேன். ஒருநாள் போதையில் என் கைப்பேசியில் வைத்திருந்த சாமியார் ஒருத்தர் படத்தின் மீது காறி எச்சில் உமிழ்ந்தேன். பிறகு என் நிலையை மனதிற்குள் தொகுத்து எண்ணி மன்னிப்பும் கேட்டேன்.

அமைதி ஒன்று மட்டுமே என்னுடைய கடைசி பிரம்மாஸ்திரம் என்கிற நிலைக்கே கடைசியில் வந்து நின்றேன். ஆனால் அதற்கும் அவளிடம் அனுமதி மறுக்கப் பட்டது. “எந்நேரமும் ஒரு உறவில கான்ஸியஸ்னஸோடவே எப்படி இருக்கறது? என்னைக் குறுகுறுன்னு கண்காணிச்சுக் கிட்டே இருக்க நீ. உனக்கு நான் பைத்தியம்னு உலகத்துக்கு சொல்லணும். நீ நல்லவன்னு நம்ப வைக்கணும். அதான் உன் குறி. அதை நோக்கித்தான் நீ என்னை நகர்த்துற” என ஆரம்ப

மான சண்டை கடைசியில் என்னுடைய பெற்றோரை அவதூறாகப் பேசுவதில் வந்து நின்றது.

செல்போனைத் தரையில் போட்டு உடைத்தாள். "உன்னை விட்டு ஒருநாள் போகப் போறேன். நீ பிச்சை யெடுக்கிற காட்சியை நான் பார்க்கத்தானே போறேன். நீ ஆடற ஆட்டத்துக்கெல்லாம் கடவுள் கூலியக் கொடுப்பாரு. உன்னையெல்லாம் நம்பி வந்தேன் பாரு. என்னைச் செருப்பைக் கழட்டி அடிச்சுக்கணும். கெட் லாஸ்ட். சரியான தேவிடியாப் பையன். ஒரு நிமிஷம்கூட நிம்மதியா இருக்க விடமாட்டேங்கறான். செத்தும் தொலைய மாட்டேங்குறான். வண்டு மாதிரி மண்டைக்குள்ள எந்நேரமும் நொய்நொய்னு.. சரியான சைக்கோ" என்று சொல்லிவிட்டுச் செருப்பை எடுத்துத் தலையில் அடித்துக்கொண்டாள்.

கதவைச் சாத்திவிட்டு வெளியே வந்தேன். இனி ஒருபோதும் திரும்புவதில்லை என முடிவெடுத்துத் திட்ட மிட்டு, என் பொருளை ஒவ்வொன்றாக எடுத்து வைத்தேன். தண்ணீர் குடிக்கப் போனபோது, கிடைத்த இடைவெளியில் பார்த்தேன், அசந்து தூங்கிக்கொண்டிருந்தாள். எதாவது கடிதம் எழுதி வைக்கலாமா என யோசித்தேன். என்ன எழுதுவது? தெரியாமல் செய்கிறவர்களுக்கு உணர்த்தலாம். அறிந்தே செய்பவளிடம் எத்தனை தடவை சொல்வது? எத்தனை தடவை சொன்னாலும் மறந்துவிட்டேன் என்று பொய் சொல்கிறாள். எதுவுமே நடக்காதது மாதிரி அப்போது அவள் சிரிக்கையில் எனக்கு வெறுப்பு மண்டிக்கொண்டு வரும். சுவருக்காவது காது இருக்கும். இவளுக்கெல்லாம் தூக்கம் எப்படி வருகிறது?

வெளியேறி நண்பன் ஒருத்தன் இருக்கிற தேயிலைத் தோட்டத்திற்குக் கிளம்பினேன். எப்போது திரும்புவேன் என்பது அப்போது எனக்கே தெரியவில்லை. போகிற வழியில் நெஞ்சடைத்துச் செத்தால்கூட தேவலை. நெஞ்சு வலியில் காரைக் கொண்டுபோய் எதிரில் வருகிற வண்டியில் விடுவதைப் போலக் கற்பனை செய்து பார்த்தேன். வண்டியில் என்ன பாடல் ஒலிக்கிறது என்பதே தெரியாத கூர்மையான சிந்தனையிலேயே தார்ச்சாலையில் ஓட்டினேன்.

என்னுடைய நண்பனுக்கு எங்கள் இருவரையுமே தெரியும். அவனுடைய சமாதானங்கள் எதுவுமே செல்லுபடி யாகவில்லை. "வாழ்ந்து பார்க்கறவங்களுக்குத்தான் அதோட

வலி தெரியும். சும்மா நாலாவது பெக்ல ஏதாச்சும் அட்வைஸ் பண்ணத் தோனத்தான் செய்யும். அடுத்த நிமிஷம் உன் பொண்டாட்டி என்ன செய்வான்னு தெரியாம வாழ்ந்து பாரு தெரியும்" என அவனிடம் முகம் வெட்டினேன்.

கையில் ஓஷோ எழுதிய தம்மபதம் என்கிற புத்தகத்தை எடுத்துக்கொண்டு, தொலைபேசியை அணைத்துவிட்டு, அந்த மலை உச்சியை நோக்கி நடந்தேன். தேயிலைத் தூர்களை ஆட்டிப் பார்த்தேன். ஒருமுறை மின்சார வாரியத்தில் பணியில் இருந்த நண்பர் ஒருத்தர், தேயிலைத் தூரைக் காயவைத்துப் பாடம் பண்ணி மேசை மேடையாகத் தந்திருந்தார். மேலே கண்ணாடி பொருத்தப்பட்டு, அவ்வளவு உறுதியாய் இருந்தது அது. தேயிலை மரமாக வேண்டியதுதான். அதை இப்படி அடக்கி நுணுக்கிச் செடியாக வைத்திருக்கிறார்கள். தலையில் எந்நேரமும் வெட்டுப்பட்டுக்கொண்டே இருந்தால் இப்படி வாழ்நாள் முழுக்க குட்டையாகத்தான் என யோசித்தபடி அந்த மேட்டில் அமர்ந்து புத்தகத்தைப் படிக்கத் தொடங்கினேன்.

இதை ஒரு பழைய புத்தகக் கடையில் வாங்கினேன். அர்த்தம் புரியாவிட்டாலும் இதைப் படிக்கையில் ஏதோ ஆசுவாசம். ஆனால் முதல் ஐந்து பக்கங்களைக்கூட என்னால் தாண்ட முடியவில்லை. மறுபடி மறுபடி நுழைந்தும் வெளியே தள்ளியது என்னை. அதில் உள்ள எண்ணங்களை அடக்குவது, தூய மனம் என்ற வார்த்தைகள் எல்லாம் அவ்வப்போது என்னைச் சுழற்றியடித்தன. அந்த முறையும் என்னால் அந்தப் புத்தகத்தினுள் நுழைய முடியவில்லை.

புனிதா என்னைத் தேடிக்கொண்டிருப்பாள் என்கிற எண்ணம் வந்தபோதே, அவள் என்னைக் கத்தியால் குத்த வந்த காட்சி தெரிந்தது. என்னைக் காறி உமிழ்ந்துவிட்டு தலையில் மடார் மடார் என அடித்துக்கொண்ட சத்தமும் காதுக்குள் கேட்டது. தூரத்தில் நான் அந்தத் தேயிலைத் தூரையே கவனித்துக்கொண்டிருந்த போது என் பின்னால் காலடிச் சத்தம் கேட்டது. எங்களுடைய பங்களாவில் வேலை பார்க்கும் சமையல்காரர் சிவமணி வந்து நின்றார். ஒரு குழந்தையாய்ப் பாவித்து எனக்கு கால் அழுத்தியெல்லாம் போன தடவை தூங்க வைத்தார்.

"சீக்கிரம் கிளம்புங்க எஜமான். அந்த உர கொடவுனுக் குள்ள போயிடலாம். இன்னும் ஐஞ்சு நிமிஷத்தில மழை

அடிச்சு ஊத்தப் போகுது. இதுகூட தெரியலையே உங்களுக்கு" என்றார். மூத்தவரான அவருடைய இருப்பு அந்நேரத்தில் எனக்குத் தேவையானதாகவும் இருந்தது. துடித்துச் சிரிக்கிற கண்களை என்னை நோக்கிக் குவித்து, "மலையில கடல் கொந்தளிக்குது போல" என்றார் கிளம்பும் முன்னர்.

சிவமணி சொன்ன மாதிரியே வானத்தைக் கருமேகங்கள் மூடி அடர் மழை அடித்துப் பெய்யத் தொடங்கியது. அதனுடன் இணைந்து குளிரும். மழை அதுவரை இருந்த வெளிச்சத்தைத் தன் தும்பிக்கையால் உறிஞ்சி எடுத்து விட்டதைப் போல இருந்தது. சிவமணி சில குச்சிகளை எடுத்து வந்து மூட்டம் போட்டார். சாக்கு மூட்டைக்கு அடியில் ஒளித்து வைத்திருந்த ரம் பாட்டிலை எடுத்து, "எஜமான் இதையெல்லாம் குடிப்பீங்களான்னு தெரியாது. அத்துவானச் சரக்கு இது" என்றார்.

பாட்டிலை கையை நீட்டி வாங்கிக்கொண்ட போது, சிவமணி கீழே கிடந்த தம்ளர்களை நசுக்கிச் சரிப்படுத்தி, மழைத் தண்ணீரில் கழுவிக்கொண்டு வந்து கொடுத்துவிட்டு, "நம்மளை இந்த தண்ணி மாதிரி நினைச்சுக்கணும். கிடைக்கிற பாத்திரத்தில மனசுக்கு நிறைவா நிறைஞ்சிடணும். காட்டாறாத்தான் இருப்பேன்னு அடம்பிடிக்கக் கூடாது. சில நேரங்கள்ல சாக்கடையாக்கூட வாழ்க்கை ஓட வச்சிரும்" என்றார். வேகவேகமாக இரண்டு சுற்றுகள் குடித்த பிறகும் நெஞ்சில் இருந்த பாரம் விலகவில்லை. எனக்கு நடுவே குத்த வைத்து ஆடும் தீச்சுவாலையையே உற்றுப் பார்த்துக்கொண் டிருந்தேன்.

"எஜமான் எதையாச்சும் ஊர்ல விட்டுட்டு வந்துட்டீங் களா? தொலைஞ்சுரும்னு பயப்படறீங்களா?" என்றார்.

பதில் சொல்லாமல் தீச்சுவாலையில் இருந்து கண்களை அகற்றி சிவமணியையே உற்றுப் பார்த்தேன். "மழையைக்கூட உங்களால ரசிக்க முடியலை. எந்நேரமும் எதையாச்சும் போட்டு உழட்டிக்கிட்டே இருக்கக்கூடாது எஜமான். மழை மாதிரி இருந்துட்டு போகணும். அந்தந்த நேரத்து வானத்துக்கு தகுந்த மாதிரி" என்றார்.

பகலில் நண்பனுடன் பேசிக்கொண்டிருந்ததைக் கேட்டிருப்பாரோ எனச் சந்தேகம் வந்து அவரையே மோப்பம் பிடிக்கிற பாவனையில் பார்த்தேன். அவர் மிக இயல்பாய்

தன்னுடைய ஓட்டைப் பல்லைக் காட்டிச் சிரித்துவிட்டு, என்னை எழுந்து பங்களாவிற்கு வரச்சொன்னார். என் மனதில் இருந்த பாரம் அப்போது வற்றியதைப் போல இருந்தது. சிவமணி மீது மரியாதைகூட எனக்குள் முளைவிட்டது. அவரிடம் அனுமதி கேட்காமலேயே உச்சி ஒன்றிற்கு அருகே இருந்த சமதளம் ஒன்றைக் கடக்கையில் கையைப் பிடித்துக் கொண்டேன். உச்சி என்றாலே அங்கே சமதளம் என ஒன்று இருக்கத்தானே செய்யும்?

“எஜமான் இப்ப இந்த மலையில இருந்து விழுந்து சாக மாட்டேங்கறதுக்கு உங்களால உத்தரவாதம் குடுக்க முடியுமா? நாங்கள்ளாம் யானை புலியோட கெடந்து வாழ்றவங்க. அடுத்த செகண்டு என்ன நடக்கும்னே தெரியாத வாழ்க்கை. இப்ப நான் இருக்கேன் பாருங்க அதுதான் நெசம்” என்றார்.

நான் யோசனையுடன் நிமிர்ந்து பார்த்தேன். “மத்தியானத்தில இருந்து எஜமானை பார்க்குறேன். சில நேரங்கள்ல் கடவுள் யாரையாச்சும் அனுப்பி நினைச்சதைச் சொல்ல வைப்பாருன்னு சொல்லும் எங்க அம்மா. இந்த தடவை கூலிக்காரனை அனுப்பி இருக்கார்னு நெனைச்சுக்க வேண்டியதுதான். என் பிள்ளை மாதிரி நினைச்சு சொல்றேன். எனக்கு மனசே கேட்கலை. ஏதோ பாறாங்கல் ஒன்னத் தலையில தூக்கிட்டு உக்காந்திருந்தீங்க. சனியனை எதுக்கு எந்நேரமும் சுமந்துக்கிட்டு உக்காந்திருக்கீங்க? மலையே வேண்டாம்னு உருட்டி விட்ட கல்லு அது” என்றார்.

“என்னிடம்தான் பிரச்சினையா?” எனப் பொத்தாம் பொதுவாக அவருக்குக் கேட்காமல், இருளை நோக்கிக் கேட்டேன்.

“பொதுவா சொல்றேன். இந்த இருட்டு இருக்கு பாருங்க. அது பாட்டுக்கு இருக்கும். ஆனா மனசில பயம் வந்திருச்சுன்னு வைங்க. இந்த இருட்டுல மனசு பயப்படற துக்கு எதையாச்சும் காரணம் ஒன்னைத் தேடிக்கிட்டே இருக்கும். ஒரே இடத்தில நிக்கற பாறைகூட யானையாத் தெரியும். இன்னைக்கு பயந்த இடத்தில காலையில வந்து நின்னு பாருங்க. நம்ம மண்டையிலயே மடேர்னு போட்டுக் கணும் போல இருக்கும்” என்று சொல்லிவிட்டு எழுந்தவர், அந்தப் புத்தகத்தைக் கையில் வாங்கி பங்களா முகப்பு ஒளியில் காட்டிக் கூர்ந்து பார்த்துவிட்டு, “படத்தில இருக்க ஆளு தங்கபஸ்பம் சாப்பிட்ட மாதிரி அம்சமா இருக்கார்” என்றார்.

பிறகு அதை என் கையில் கொடுத்துவிட்டுக் கிளம்பும் முன்னர், "கோபமோ தாபமோ அந்த செகண்டுல வாழ்றவங்க பாக்கியவான்கள் எஜமான்" என்று சொல்லிவிட்டுத் தனது குடியிருப்பை நோக்கி, "சப்பாத்திக்கு மாவு பிசஞ்சுட்டீங் களாடா?" எனக் குரல் கொடுத்தார். எதற்காக வந்தார், எதையோ குறிப்பால் உணர்த்திவிட்டுப் போகிறாரா என்றெல்லாம் ஆற அமரக் குனிந்து யோசித்தேன். சட்டென ஒரு மின்னல் வெட்டியதை அது கடந்துபோன பிறகு பார்த்தேன். ஆனால் தலைக்குப் பின்னால் அந்த வெளிச்சத்தை உணர்ந்தேன்.

மென்தூறலில் நனைந்தபடி, கோபமோ தாபமோ என்கிற வார்த்தையை மறுபடி மறுபடி சொல்லிப் பார்த்தேன். புனிதா ஒரு நீள்படமாய் பல்வேறு கணங்களுக்குள் ஓடிக் கடைசியாய் மலர்ந்து அக்கணத்தில் சிரிக்கிற காட்சியில் வந்து முடிந்தாள். பதற்றங்கள் தணிந்து அமைதியாய் மூச்சுக்காற்று சீரானது. கூன்வண்டு குடைச்சலை முற்றிலும் நிறுத்தி யிருந்தது. தெற்றுப்பல் தெரிய புனிதா சிரிக்கிற காட்சியை எனக்குள் நிறைத்து "பாக்கியவான்கள்" எனச் சத்தம் வர முணுமுணுத்தேன்.

இன்னொரு தடவை புனிதா படுக்கையில் அந்தக் கேள்வியைக் கேட்டால், இதைச் சொல்ல வேண்டும் எனப் பங்களாவிற்குப் போகிற வழியில் எண்ணிக்கொண்டேன்.

"தங்கச் சாவி கிடைத்துவிட்டது".

3

கட்டம்

"அந்த பொம்பளையால சீப்படணும்ணு உங்க ஜாதகக் கட்டத்தில தெளிவா இருக்குது. பேசாம இப்பயே முடுக்கி விட்டிருங்க. இல்லாட்டி பின்னாடி கெடந்து உருளுவீங்க. ஆழமா படிச்சவங்க விஷயத்தில வயசு ஒண்ணும் கணக்கு இல்லை. கணிக்கிற விஷயத்தில நாங்க ரெண்டு பேரும் லேசுப்பட்டவங்க கிடையாது. இதுவரைக்கும் தப்புனதில்லை. கட்டத்துக்குள்ள நின்னு யாரோடவும் போட்டி போடு வோம்" என்று தனபாண்டியின் குரல் வரவே விழித்துப் பார்த்தேன். கிரிதரன் ஒத்திசைவாகத் தலையை மட்டும் ஆட்டிக்கொண்டிருந்தான். கேட்டவுடனேயே கண்ணைத் திறந்து இவர்களைப் பார்ப்பதற்கு முன்பே எனக்குத் திக்கென இருந்தது. அடுத்த கணம் அவன்கள் என் தனிவாழ்வினுள் நுழைகிறார்கள் என்பதால் எரிச்சலாகவும் வந்தது.

நிதமும் இரவு என்னைப் படுக்க வைத்துக் கைகால்களை அழுத்தி விட்டுக்கொண்டிருப்பார்கள். "இந்தப் பக்கம் நீ அமுக்கு" என யாராவது ஒருத்தர் சொல்கிற சத்தம் மட்டுமே கேட்கும். அன்றைக்கும் அப்படிச் செய்துகொண்டிருந்த போதுதான் அமைதியைக் கிழித்துக்கொண்டு அதைச் சொன்னான். "மூடிக்கிட்டுப் போங்கடா அந்த பக்கம். ஒரு மரியாதை வேணாம். கூடப் படுக்கைக்குப் பக்கத்தில உங்காந்திட்டா பொண்டாட்டி ஆயிடுவீங்களா" என இருவரையும் துரத்தி விட்டேன். அதற்கப்புறம் அதிகார தோரணையை அவர்கள் இருவரிடமும் கொஞ்சம் அதிகமாகவே காண்பித்தேன். பிறகு அதுகுறித்து மூச்சே விடவில்லை என்னிடம். மேலும் மேலும் பவ்யமாகத்தான் அலைந்தார்கள்.

கிரிதரனும் தனபாண்டியும் திண்டுக்கல் பக்கத்தில் உள்ள ஒரு கிராமத்தைச் சேர்ந்தவர்கள். இருவருக்குமே இருபத்து சொச்சம் வயதிருக்கலாம். முதலில் என்னுடைய பட்டறையில் கிரிதரன்தான் வேலைக்குச் சேர்ந்தான். கொஞ்சநாள் கழித்து அவன் தனபாண்டியை அழைத்து வந்தான். இருவரும் காளைகளைப் போல ஜோடி போட்டுக் கொண்டு அலைவார்கள். மற்றவர்களிடம் இருந்து தனித்து இருவரும் ஒரு ஓவியம் போல் புடைத்துக்கொண்டு தெரிவதைப் போல எனக்குத் தோன்றி இருக்கிறது. சிக்கல் இல்லாதவர்கள் என்பதால், இருவரையும் எனக்கு எடுத்திருந்த வீட்டிலேயே தங்க வைத்திருந்தேன். எப்போதாவது குடிக்கும் போது தனபாண்டிக்கும் கொஞ்சம் ஊற்றிக் கொடுப்பேன். ஆனால் கிரிதரன் முடியாது என மறுத்துவிடுவான்.

கிரிதரன் கஞ்சா அடிப்பதாகப் பட்டறையில் மற்ற பையன்கள் பேசிக் கொள்வார்கள். எனக்கு அதைக் கண்டுபிடிக்கத் தெரியாது என்றாலும், அழுத்தி விடுகிற சமயங்களில், மாடு நிலத்தில் படுத்து ரசனையாய்த் தலையை ஆட்டிக்கொண்டிருப்பதைப் போல கிரிதரன் தலையை மட்டும் ஆட்டுவான் ஒரு தினுசாய். அதனாலேயே அவன் கஞ்சா அடிப்பான் எனத்தான் நானும் நம்பினேன். ஆனால் ஒருவார்த்தைகூடப் பேசாமல், தனபாண்டி சொல்வதற்கு மட்டும் தலையாட்டியபடி அமர்ந்திருப்பான்.

வேலையில் எந்தச் சுணக்கமும் காட்ட மாட்டார்கள். இருவரும் அமைதியாய் யாரிடமும் பேசாமல் கம்பியை எடுத்து நெருப்பில் சொருகிக்கொண்டிருப்பார்கள். கடமுடா வென எந்தக் கம்பிச் சத்தமும் இருக்காது. இருவர் செய்யும் வேலையிலும் ஒரு நுணுக்கத்தைப் பார்த்து இருக்கிறேன். அவர்கள் இருவரையும் தொந்தரவு செய்யாமல் விட்டு விட வேண்டும். தங்களுக்குள் எதையாவது குனிந்து மெதுவாகப் பேசிக் கொள்ளும்போது. பெரும்பாலும் கிரிதரன் தலையை மட்டும் ஆட்டுவான். பையன்கள் அதைச் சுட்டிக்காட்டி, "கட்டுன பொண்டாட்டி மாதிரி ஆட்டுறான் பாரு" எனக் கிண்டலடிப்பார்கள். அவர்கள் இருவருக்குள்ளும் என்ன பந்தம் என்று எனக்குத் தெரியவில்லை. ஆனால் தனபாண்டி இழுத்த இழுப்புக்கெல்லாம் ஓடுகிற ஆளாக இருந்தான் கிரிதரன்.

ஒரு இரவில் குடித்துக்கொண்டிருக்கும் போது, "உங் கதையைச் சொல்லுலே" எனத் தனபாண்டியைப் பார்த்துச் சொன்னேன். கிரிதரனிடம் கேட்டிருந்தால் தலையை மட்டும் தான் ஆட்டுவான். "பெறந்ததில என்ன இருக்கு அன்னாச்சி? புழுவப் போலத்தான் பெறப்பு. சதுரகிரி மலை தெரியும்ல. அங்க ஒரு குரு இருந்தாரு. இங்க இருக்கப் பிடிக்காம சின்ன வயசிலயே அங்க ஓடிப் போயிட்டேன். அங்க நல்ல சாப்பாடு, தங்கல். ஒழுங்கா குருவுக்கு பணிவிடை செஞ்சேன். எங் குருட்ட இருந்து ஜாதகம் பார்க்கக் கத்துக்கிட்டேன். எங் குருநாதர் காசுக்கு ஜோசியம் பார்க்க மாட்டாரு. அந்த ஜாதகத்தை அவருக்குத் தொடத் தோணணும். அவரை மாதிரி இருக்க ஆசை. அவர் செத்தபிறகு எங்க போறதுன்னு தெரியாம ஊருக்குப் போனப்பதான் இவன் இங்க கூப்ட்டு வந்தான்" என்றான்.

"அவங் கதை என்னலே" என்றேன்.

"ரெண்டு பேரும் சின்ன வயசில இருந்தே ஒண்ணா இருக்கோம். வீட்ட தண்ணி தொளிச்சு அவனே முழுகிட் டான். ஏதோ அரைக்கிலோ சீனி அதிகமா வாங்கறதுக்காக ரேஷன் கார்ட்ல அவன் பேரை இன்னமும் வச்சிருக்காங்க. அவங்கப்பா ஆடு மேய்க்கிறாரு. அம்மா ரெம்ப நாளைக்கு முன்னயே செத்திருச்சு. இருந்த கொஞ்ச நிலத்தை ரோடு போட கவர்மெண்ட் எடுத்துட்டாங்க. அதில கொஞ்சம் காசு வரும்ணு காத்துக்கிட்டு இருக்காங்க. ஒரு அண்ணனும் தம்பியும். அண்ணன் காட்டு வேலைக்குப் போறான். தம்பி எட்டு படிக்கிறான். எது மேலயுமே ஆர்வம் இல்லாம இருந்தான். நாந்தான் கட்டம் கணிக்கக் கத்துக் குடுத்தேன். இப்ப குட்டி பதினாறு அடி பாயுது" என்றான்.

இருவரையும் அதற்குப் பின் கொஞ்சம் கூர்மையாகக் கவனிக்க ஆரம்பித்தேன். வீட்டினுள் சத்தம் வராமல் நுழைந்த போது, மஞ்சள் குண்டு பல்ப் வெளிச்சத்தில், சுவரோரம் ஒட்டி அமர்ந்து, மடியில் வைத்துப் புத்தகம் ஒன்றை விரித்துப் படித்துக்கொண்டிருந்தனர். எட்டாம் வகுப்புப் பையன்களைப் போலத் தோளோடு தோள் நெருக்கி அமர்ந்திருந்தனர் அப்போது. என்னைப் பார்த்ததும் அவசர அவசரமாக அதை ஒளித்து வைத்தனர். அவர்கள் போனபிறகு அந்தப் புத்தகத்தை எடுத்துப் பார்த்த போது, ஜோதிடப் புத்தகம் என்று தெரிந்தது.

'கட்டம் அறிந்து காப்பாற்றிக் கொள்' என்று கொட்டை எழுத்தில் அட்டையில் ஒரு எந்திரம் வரையப் பட்டதன் கீழ் போட்டிருந்தார்கள். சில பக்கங்களைப் புரட்டிப் பார்த்தேன். ராசிகள், லக்கினங்கள், கணங்கள் என எல்லாவற்றையும் பற்றியும் தனித்தனியாக எழுதி இருந்தனர். என் மகள் ராசிக்குப் படித்துப் பார்த்தேன். எதையும் போட்டு உடைப்பர் இந்த ராசியினர் என மிகச் சரியாகப் போட் டிருந்தது. அவர்கள் ஒளித்து வைத்த இடத்திலேயே மறுபடியும் வைத்து விட்டேன்.

நான் எடுத்துப் பார்த்த விஷயம் அவன்களுக்குத் தெரியும் போல. அதற்கப்புறம் துணிந்து எடுத்துப் படித்துக் கொண்டிருந்தனர். குடிக்கிறவர்களுக்கு மத்தியில் படிக்கத் தானே செய்கிறார்கள் என்பதால் நானும் கண்டுகொள்ள வில்லை. ஆனால் கிரிதரன் மட்டும் அந்தப் புத்தகத்தை வெறிகொண்டு படிப்பதைப் பார்த்தேன். அந்தப் புத்தகத்தை அவன் பைபிளை ஏந்துவதைப் போல அணைத்து எடுத்துச் சென்றான்.

சிலநாட்கள் இடைவெளியில் அந்தப் புத்தகத்தை இறுக்கமாகப் பற்றிக்கொண்டு நடந்து போவதைப் பார்த்தேன். கிரிதரனின் கண்களில் குழி விழுந்திருந்தது. ஆனால் தனபாண்டியைப் பொறுத்தவரை சோறுக்குத்தான் முதல் இடம் எப்போதும் கொடுப்பான். "அண்ணாச்சி. பசியில அந்த மலைக்குப் போய் உக்கார்ந்த உடனேயே சுடுசோறு போட்டாங்க. அதுக்கு விட்டது வேறு எதுவும் இல்லை" என்பான்.

மதியத்தில் வேலை இல்லாமல் அமர்ந்திருந்தபோது ஒருநாள், இருவரும் இணைந்து ஒரு சிறு பெண்ணை அழைத்துக்கொண்டு வந்து நின்றனர். நெஞ்சே இல்லாமல் சாயம் போன சுடிதாரில் நின்றாள். வத்தலக்குண்டுவிற்குப் பக்கத்தில் உள்ள மலைக் கிராமத்தில் இருக்கிறது வீடு. அவளுக்கு ஒரு அக்காவும் உண்டு. குடும்பமே தேயிலைத் தோட்டத்தில் வேலை பார்க்கிறது. இவள் எப்படியோ பன்னெண்டு முடித்து விட்டாள். இனி அவளைப் படிக்க வைக்க வாய்ப்பில்லை எனச் சொல்லி விட்டார்கள் வீட்டில். ஊரில் இருக்கும் போதே கிரிதனுக்கும் அவளுக்கும் காதலாம். அவளை நர்ஸ் ஆக்கி விட்டுத்தான் திருமணம் முடிப்பேன் எனக் கிரிதரன் எல்லோரிடமும் சவால் விட்டு அழைத்து

வந்து விட்டானாம். என்னது சவால் விட்டானா? தலையை ஆட்டினானா?

அவளுக்குப் பட்டறைக்குப் பக்கத்திலேயே நானும் போய் ஒரு தங்குமிடத்தை ஏற்பாடு செய்தோம். அதுவும் நல்ல ஒழுக்கமான பிள்ளைதான். கிரிதரனிடம் இருந்து தள்ளியே நடந்தாள். ஏற்கெனவே தெரிந்தவர்கள் என்பதால் தனபாண்டியை "சொல்லுங்கண்ணே" என்பாள். என்னை நாளடைவில் அவளாகவே அப்பா என அழைக்கத் தொடங்கினாள். கிரிதரன் எங்கெங்கோ போய் யார் யாரையோ பிடித்து, அவளுக்கு நர்சிங் படிப்பிற்குக் கோவையில் இடம் பிடித்துக் கொண்டு வந்தான். அவன் இப்படியெல்லாம் பேசுவான் என்பதே எனக்கு வியப்பாக இருந்தது. அப்படியெனில் என்னிடம் பேசாமல் இருந்ததற்குக் காரணம் மரியாதை என எடுத்துக்கொண்டேன்.

அந்தப் பிள்ளையைக் கூட்டிக்கொண்டு போய் நர்சிங் கல்லூரியில் சேர்த்துவிட்டு அடுத்த பேருந்தைப் பிடித்துப் பட்டறைக்கு வந்து சேர்ந்துவிட்டான். "எங்க தங்குனீங்கல?" என்றேன். "ரூம் போடலை அண்ணாச்சி. அவங்களை காலேஜுக்குள்ள விட்டுட்டு நான் பஸ் ஏறிட்டேன்" என்றான் தலையைக் குனிந்தபடி.

கவனித்துப் பார்த்தபோது, நண்பர்கள் இருவரும் திடீரெனத் தனித்தனியாகச் சாப்பிடப் போவது தெரிந்தது. இன்னொரு பையனை அழைத்து விஷயத்தைக் கேட்டேன். அம்மா உணவகத்தில் சாப்பிட்டுக் காசை மிச்சம் பிடிக்கிறானாம் கிரிதரன். எனக்கென்ன தலையெழுத்தா எனத் தனபாண்டி எப்போதும் போலப் போகிறானாம்.

"உனக்கு கிறுக்குப் பிடிச்சிருச்சா? எதாவது யார்ட்டயாவது பணம் கட்டச் சொல்லிச் சிபாரிசுக்குப் போகலாம்" என்றேன் அவனை அழைத்து. "இல்லைங்க அண்ணாச்சி நாந்தான் தரையில உருண்டு புரண்டு இதைப் பண்ணனும். யார் தலையிலயும் சுமையை ஏத்தக்கூடாது. இந்த சோத்தையும் திங்கற ஜனங்க இருக்கத்தானே செய்றாங்க" என்றான் கிரிதரன்.

அவனை நினைக்கையில் எனக்குப் பெருமையாக இருந்தது. அந்தப் பெண்ணிற்கு உடையும் செருப்பும் வாங்கக் கொஞ்சம் பணம் கொடுத்தேன். அவன் கேட்கிற சமயங்களில்,

முன்பணமாகத் தொகையும் கொடுத்தேன். நாள்பட கிரிதரன் சரியான உணவில்லாமல் சோர்வாகத் தட்டுப்படத் தொடங்கி னான். சில நேரங்களில் எனக்கு வாங்குகிற சாப்பாட்டில் குழம்பு, பொறியலைக் கொஞ்சம் மிச்சம் வைத்து, வெறும் சோறு மட்டும் ஒரு தட்டுக் கடையில் வாங்கி வரச் சொல்லி அவனைச் சாப்பிட வைப்பேன். என்னால் முடிந்தது அதுதான்.

நண்பர்களோடு வெளியில் போய்விட்டு இரவு வீடு திரும்பிய போது, உள்ளே பலத்த சத்தம் கேட்டது. தனபாண்டி, “லூஸூக் கூதி.. சொல்லிக்கிட்டே இருக்கேன்” எனக் கிரிதரனை அடிக்கிற சத்தமும் கேட்டது. உள்ளே நுழைந்த போது தனபாண்டி கையில் பயணப் பையோடு நின்றான். என்னுடைய சமாதானங்களைப் பொருட்படுத்தா மல், “எதைக் கண்டானோ அதுல? அந்த வாடை ஞாபகம் வந்திருச்சுன்னா மத்ததை மறந்திடறான். இவன் தெரிஞ்சே சீப்பட நினைக்கிறான். அதை என் கண்கொண்டு பார்க்க முடியாது அண்ணாச்சி. மன்னிச்சிருங்க” எனச் சொல்லி விட்டு, திரும்பிப் பார்க்காமல் வேலையிலிருந்து விலகிப் போனான். நடுவீட்டில் செல்வலட்சுமி என்கிற பெயர் கொண்ட ஜாதக நோட்டு ஒன்று கிழிந்து கிடந்தது. அதைக் கையில் எடுத்த போது, கிரிதரன் வெடுக்கெனப் பிடுங்கிக் கொண்டு அவனது படுக்கைக்கு விரைந்தான்.

தனபாண்டியின் பிரிவிற்குப் பின் கிரிதரன் மேலும் முடங்கிப் போனான். கொஞ்சம் வேகம் குறைந்த இயந்திரம் போல பட்டறைக்குள், அதேசமயம் பழைய நுணுக்கத்துடன் நடைபோட்டான். இரண்டொரு தடவை கவனித்துப் பார்த்தேன், கம்பிகள் உரசுகிற சத்தம் கேட்கவில்லை. அந்தப் பெண்ணின் கல்லூரிக் கட்டணத்திற்காகப் பக்கத்தில் அவன் ஒரு பெரிய தொகையை வட்டிக்கு வாங்கியதாகவும் எனக்குத் துப்பு கிடைத்தது. “இங்க ஆட்கள் வருவாங்க போவாங்க. எனக்கும் பணத்துக்கும் சம்பந்தம் இல்லை” என்று கொடுத்த வரிடம் போய்ச் சொல்லி விட்டும் வந்தேன். சோதித்துப் பார்த்ததில் முறையாய் வட்டி கொடுப்பதும் தெரியவந்தது.

ஊரில் நிலத்திற்கான பணம் வந்துவிட்டதாக வந்து நின்றான். அந்த முறைதான் அதிக நாட்கள் அவன் விடுமுறை எடுத்தது. நான்கு நாள் கழித்துக் கிளம்பி வந்த அவன் என் கையில், வங்கி மாதிரி நினைத்து, ஒன்றரை இலட்சம் ரூபாயை

ஒரு பைசா வட்டிக்குக் கொடுத்து வைத்தான். அதற்கப்புறம் அவன் ஊருக்குப் போவதையே நிறுத்தி விட்டான். "எனக்குன்னு இனிமே இதைவிட்டா வேற ஒண்ணுமே இல்லை அண்ணாச்சி. கொஞ்சநாள் பிடிமானம்" என்றான் என்னிடம்.

அதில் இருந்து கொஞ்சம் கொஞ்சமாக வாங்கி அந்தப் பிள்ளைக்கு கல்விக் கட்டணம் மற்றும் உணவுக் கட்டணத்தைக் கட்டினான். இடையில் ஒருநாள் வந்த அந்தப் பிள்ளை எங்களது பக்கத்து வீட்டில் குளித்துவிட்டு, பட்டறைக்குக் கிளம்பி வந்தாள் கையில் ஒரு பழைய நூல் பிரிந்த ரெக்ஸின் பையோடு. "படிச்சு முடிச்சா அவங்க வச்சிருக்க ஆஸ்பத்திரிலேயே வேலைக்கு எடுத்துக்குவாங் களாம்ப்பா" என்றாள். எனக்குப் பார்க்கச் சங்கடமாக இருந்த தால், கொஞ்சம் பணத்தை எடுத்துக் கொடுத்து, "போயி முதல்ல தோள்ள போடற மாதிரி நல்ல ஒரு பையா வாங்கிக் குடு. சினிமாவுக்கு கூப்டுட்டு போ. கற்பெல்லாம் போயிராது உனக்கு" எனச் சொல்லி அனுப்பி வைத்தேன்.

மாலையில் அவளைப் பேருந்தில் அனுப்பிவிட்டுத் திரும்பி கிரிதரன் உற்சாகமாக நடந்து வந்த காட்சியைத் தூரத்தில் இருந்து பார்த்தேன். அப்படியொரு துள்ளல் இருந்தது அவனது நடையில். அப்போதும் தலையை தன்னியல்பாய் ஆட்டிக்கொண்டிருந்தான். வந்து நின்ற அவனிடம், "கேட்டதெல்லாம் வாங்கிக் குடுத்து அனுப்புனி யால" என்றேன். "அதுக்குத்தான எல்லாமே அன்னாச்சி. சின்ன வயசில இருந்து ஆதரவா இருந்துச்சு. அன்னைக்கு நிலைமைக்கு அந்த ஆதரவு இல்லைன்னா செத்துப் போயிருப்பேன். அந்தப் புள்ளையை எனக்கு ரெம்ப பிடிக்கும் அண்ணாச்சி" என்றான் ஆழமான யோசனையோடு. தனபாண்டியைக் குறித்து ஒருநாள் அவனிடம் விசாரித்த போது, "அவனை இனிமே நான் பார்க்கிற அம்சம் இல்லை அண்ணாச்சி" என்று சொல்லிவிட்டு விரைவாக அவ்விடத் தில் இருந்து அகன்றான்.

அவளது மூன்றாம் வருடப் படிப்பிற்கு முன்னமே என்னிடம் கொடுத்து வைத்திருந்த பணம் முழுமையாகக் கரைந்துவிட்டது. மற்ற பையன்களிடமுமே அவன் கடனாகப் பணம் பெற்றிருந்தான். சிறிய அளவிலான தொகைகள் என்பதால், தலையைக் கொடுத்தாவது தந்துவிடுவான் என

அவன் மீது எல்லோருக்கும் நம்பிக்கை இருந்தது. ஆட்டைத் தூக்கிக் குட்டியில் போட்டுக் குட்டியைத் தூக்கி இன்னொன் றில் போட்டு அவளைப் படிக்க வைத்தான். அவள் முடிப்பதற்குள் இவன் தன்னைச் சுற்றிக் கடனைச் சுவராய் எழுப்பிவிட்டான்.

அவள் சொன்ன மாதிரியே படித்து முடித்ததுமே வேலைக்கு எடுத்துக்கொண்டார்கள். வேலைக்குப் போவதற்கு முன்பு வந்து பார்த்தாள். இருவரும் ஒரேமாதிரியான நிறத்தில் செல்போனை கையில் வைத்திருந்தார்கள். வேலைக்கு இடையே ஓடிப் பதுங்கி அவன் பேசுவதைப் பார்த்து இருக் கிறேன். கொஞ்ச நாள் செல்போனுக்கு வேலை இல்லாமல் இருந்தது. சோர்ந்து போய் அமர்ந்திருந்த அவன் கோவைக்குப் போய்விட்டு வர அனுமதி கேட்டான். இருளடைந்தது மாதிரி முகத்தை வைத்துக்கொண்டு திரும்பி வந்தான்.

"அவங்களா பார்க்குறவரை நாம போயி பார்க்க முடியாதாம்" என்றான் என்னிடம். கிரிதரனின் எந்தத் தொலைபேசி அழைப்புகளையும் அப்புறம் அந்தப் பெண் எடுக்கவே இல்லை.

சில நாட்கள் கழித்து என்னுடையதிலிருந்து அழைத்துப் பார்த்தேன். "அலோ யார் பேசறது? நான் அவங்க அக்கா பேசறேன். நீங்கதான் ஓனரா? அந்தப் பையன் எந்நேரமும் படுக்கறதைப் பத்திதான் பேசறானாம். வெளிப்படையா சொல்ல முடியாதளவுக்கு பயங்கர டார்ச்சருங்கறா. ஒரு பொண்ணப் பெத்தவரு. உங்களுக்குத் தெரியாதா? எங்க வீட்டுக்காரருக்கு தெரிஞ்சா கொன்னே போடுவாரு. நான் வச்சிடறேன். நீங்க கொஞ்சம் கண்டிஷன் பண்ணி வைங்க" என்றது குரல்.

அந்தரத்தில் விட்டு ஓடிப்போகிற அளவிற்கு துரோகம் செய்யக் கூடியவளாக அவள் நிச்சயம் இருக்க மாட்டாள் என நம்பினேன். அவள் மனதில் என்ன இருக்கிறது என்பது எனக்கு எப்படித் தெரியும்? பொதுவாகவே இந்தப் பிள்ளை கள் எல்லாம் ரகசியமாகவே இருக்கிறார்கள். அந்தப் பிள்ளை கிளம்பி வந்து என்ன ரகசியம் சொல்லப் போகிறாளோ?

அவனை எப்படிச் சமாதானப்படுத்துவது என்பது எனக்குத் தெரியவில்லை. நெஞ்சில் சங்கடம் அடைக்க, எனக்குத் தெரிந்த வார்த்தைகளைக் கோர்த்து, "நமக்குன்னு

இருக்கறது கண்டிப்பா வந்துரும். நல்ல நேரம் வந்தா அது நடந்திடும்'' என்றெல்லாம் என்னென்னவோ சொல்லிப் பார்த்தேன். அவன் குனிந்த தலையை நிமிர்த்தவில்லை. அந்தப் புத்தகத்தை நெஞ்சோடு அணைத்தபடி அவன் தூங்கிக் கொண்டிருப்பதை வீட்டினுள் நுழையும்போது ஒருதடவை பார்த்தேன். வாரத்தில் ஒருநாள் விடுமுறை எடுத்துக்கொண்டு கிளம்பி எங்கேயோ போய்விட்டு வருவான். அவனது சட்டையைத் துழாவிய போது, கோவைக்குப் போகிற பயணச் சீட்டு இருந்தது.

முறைவைத்து வாரம் தவறாமல் இப்படிப் போய்விட்டு வந்தான். அந்த முறை அவன் கிளம்பிப் போனபோது, சிங்காநல்லூர் காவல் நிலையத்தில் இருந்து என்னை அழைத்தார்கள். "பொண்ணுங்க வேலை செய்ற எடத்தில எக்குத்தப்பா நடந்துருக்கான். அந்தப் பொண்ணை எல்லார் முன்னாடியும் தகாத மாதிரி அசிங்கப்படுத்திருக்கான். அவங்க வேலைக்காரங்க போட்டு அடிச்சு இங்க தூக்கிட்டு வந்திருக் காங்க. ஓனரு ரெம்ப பெரிய மனுஷன். கேஸ் போட்டு ரிமாண்ட் பண்ணித்தான் ஆகணும்'' என்றார்.

சில நாட்கள் கழித்து அதிகாலை நேரத்தில் துவண்டு நடந்து வந்தான் கிரிதரன். மேலுக்குச் சுகமில்லாதவர்களிடம் இருக்கும் சோர்வு அவனது கண்களில் தெரிந்தது. ஒடிசலாய்க் குச்சியொன்று காற்றில் ஆடி வருவதைப் போல இருந்தது அவனுடைய நடை. ஜெயில் சோறு ரௌடியைத்தானே உருக்கி எடுக்கும்? இவனுக்கு ஏன் இதெல்லாம் நடக்கிறது என நினைத்துக்கொண்டேன். வந்த அவனை யாருமே தொந்தரவு செய்யவில்லை.

அவன் பிறகொருநாள் தனியாகப் பேசத் தொடங்கி னான் என்று என்னிடம் வந்து சொன்னார்கள். நான் பார்க்கும் போதே கையைத் திடீரெனக் காற்றில் ஆட்டி முணுமுணுத்தான். வீட்டில் அவனோடு தனியாக இருக்க எனக்குக் கொஞ்சம் பயமாக இருந்தது. அவ்வப்போது நோட்டம் விடுகையில், அந்தப் புத்தகத்தைக் குனிந்து அமர்ந்து படிக்கிற காட்சி தெரியும். "போதும் போய்த் தூங்கு'' என்பேன். விளைக்கை அணைக்கிற சத்தம் கேட்கும் எனக்கு.

ஒருநாள் மதியம் போல வெளியில் போய்விட்டுத் திரும்பியபோது, கடை வாசலில் கூட்டமாக இருந்தது.

பைகளைத் தூக்கிக்கொண்டு கிரிதரன் எல்லோரது பிடியையும் விலக்கிவிட்டு, ஓட முயன்றுகொண்டிருந்தான். அருகில் போய்ப் பார்த்தபோது, நெற்றியை நிறைத்து விபூதிப் பட்டை இட்டிருந்தான். வழக்கமாக அவ்வாறு அவன் பூசுவதில்லை. அவன் முகத்தில் அச்சம் நட்டுக்கொண்டு தெரிந்தது.

என்னுடைய கையையும் உதறிவிட்டு நடுச்சாலையில் பைகளைத் தோளில் போட்டுக்கொண்டு திருடனைப்போல ஓடினான் கிரிதரன். கொஞ்ச தூரம் பின்னாலேயே விரட்டிப் போய்ப் பார்த்துவிட்டு மூச்சிரைக்கத் திரும்பி வந்தேன். அவன் போனதில் இருந்து எனக்கு நிலைகொள்ளவில்லை. எங்கே போயிருப்பான்? பையன்களை விட்டுப் பேருந்து நிலையத்தில் தேடச் சொன்னேன். அவனது வீட்டிற்கு அழைத்துப் பார்த்தேன். ஒரு துப்பும் கிடைக்கவில்லை. அவன் இல்லாத வீட்டினுள் தனியாக நுழைந்தபோது மனம் கனத்தது. கொஞ்சம் அதிகமாகவே அன்றைக்குக் குடித்தேன்.

சிலநாட்கள் கழித்து மீண்டும் சிங்காநல்லூர் காவல் நிலையத்தில் இருந்து அழைப்பு. “முழுக்க லூஸாயிட்டான் போல. உங்க நம்பரை மட்டும்தான் மனப்பாடமா சொல்றான். கேஸெல்லாம் வேணாம்னு சும்மா அடிச்சுத் தொரத்துறோம். அந்தப் பொண்ணு வேலை பார்க்கிற எடத்தில போயி அவளுக்கு முன்னாடி வேட்டியை அவுத்து காட்டிருக்கான்” என்றார் அங்கிருந்து பேசியவர். தொலைபேசியை அவனிடம் கொடுக்கச் சொன்னபோது, வாங்க மறுத்துவிட்டானாம். “ஆள் எப்படி இருக்கான்” என்றேன். “உடம்புல உசுரத் தவிர ஒண்ணும் இல்லை. கண்ண சிமிட்டறத வச்சுத்தான் பாடில உசுரு இருக்கறதே தெரியுது. ஆனா நெத்தியை நிறைச்சு விபூதிப் பட்டை” என்றார் அவர் பதிலுக்கு.

பிறகு ஒரு வாரம் கழித்து அவனது வீட்டிற்குத் தொலைபேசி செய்த போது அங்கே அவன் போன விவரம் தெரியவந்தது. “இங்கதான் அமைதியா இருக்கான். திடீர்னு வெளமெடுத்து கிளம்பி போயிர்றான். ஒவ்வொரு தடவையும் ரத்தம் பட்ட சட்டையை வேஸ்ட்டா கீழ போட்டு எரிக்க வேண்டியிருக்கு. மனசே ஆறலை. ரத்தத்தை விடுங்க. நாம காடுகரையில சிந்தாத ரத்தமா? ஊரெல்லாம் அசிங்கப் பட்டிருப்பானே? இங்கயும் வந்து அதைக் காட்டி எங்களை யும் ஊரெல்லாம் அசிங்கப்படுத்துறானே” என்றார்

அவனுடைய அப்பா.

அதற்கடுத்து அவனைக் குறித்து நானாகப் போய் எதையும் விசாரிக்கவே இல்லை. என் சொந்த வாழ்விலும் சில இடர்கள் இருந்ததால் அதைப் பற்றிய யோசனைகளும் குறைந்திருந்தன. ஆனால் அவனைப் பற்றி நினைக்கையில் துயரம் கூடும். அந்தப் பெண் அப்பா என அழைத்ததில் கொஞ்சம் அசைந்துதான் போயிருந்தேன். அன்றைக்கு ஒருநாள் ஆற அமர அமர்ந்து குடித்துக்கொண்டிருந்த போது, கடைசியாய் தனபாண்டி சொன்னது திடீரென நினைவிற்கு வந்தது. "இவன் தெரிஞ்சே சீப்பட நினைக்கிறான்". எதற்காகச் சொன்னான் இதை?

பட்டறையில் பெரிய வேலை ஒன்று வந்திருந்ததால், கொஞ்சம் பொருட்கள் வாங்கத் தற்செயலாகக் கோவைக்குப் போக வேண்டியிருந்தது. கிளம்பும் போதே கிரிதரன் அங்கே இருக்க வாய்ப்பிருக்கிறது என்பதையும் உணர்ந்தேன். ஏதோ யோசனையோடு, அவனது வீட்டிற்கு அழைத்துப் பார்த்த போது, நான் உணர்ந்தது சரியெனப் பதில் வந்தது. என் வேலைகளையெல்லாம் முடித்துவிட்டு, அந்தப் பிள்ளை அன்றொருநாள் சொன்ன அடையாளங்களை வைத்து அந்த மருத்துவமனைக்குப் போனேன்.

தூரத்தில் அந்த மருத்துவமனை வாசலில் கிரிதரன் குத்த வைத்து அமர்ந்திருந்த காட்சி தெரிந்தது. இருப்பதிலேயே கேடான நிலையில் அங்கே கிடந்தான். முகமெல்லாம் மண் அப்பி இருந்தது. சற்றுமுன் யாரிடமோ அடிவாங்கி இருப்பான் போல. அருகில் போய் அவனது தோள்களைக் குலுக்கி எழுப்ப முயற்சித்தேன். என் கைகளை உதறி விட்டு, வாயிலின் அந்தப் பக்கம் போய் அமர்ந்து குறுகுறுவென்று என்னையே பார்த்தான். இனி இது பட்டறைக்கு ஏற்ற கம்பி அல்ல என்பதை உணர்ந்து திரும்பும் முன்னர் ஏதோ ஒரு நம்பிக்கை ஒன்று உந்தித் தள்ள அவனிடம் அந்தக் கேள்வியைக் கேட்டேன். வெறும் காற்றில்கூட அந்தக் கேள்வி மிதந்து கொள்ளட்டும்.

"நீ தெரிஞ்சேதான் சீப்படற. மனசறிஞ்சு எதுக்கு அந்தப் பிள்ளையை சீப்பட வைக்குற?"

பதிலேதும் சொல்லாமல் என்னையே எரிப்பதைப் போலப் பார்த்துக்கொண்டே இருந்தான். சற்றுப் பொறுத்த

பின்னர், திரும்பி என் வழியில் நடந்த போது என் முதுகிற்குப் பின்னால் இருந்து அவனது குரல் கேட்டது.

"கட்டம் அதைத்தான் சொல்லுது. கட்டம் என்னைக் கும் தோக்கக்கூடாது".

முதுகிற்குப் பின்னாலிருந்து விசையொன்று இழுத்தது. நெஞ்சில் ரோமக் கால்கள் நட்டுக்கொண்டு நின்ற நிலையில் திரும்பிப் பார்க்கவே விரும்பவில்லை நான்.

4
குறுவாள்

கௌதம் மச்சையா செத்துப் போய்விட்டான் என்கிற குறுஞ்செய்தி தொலைபேசியில் மின்னியபோது நானும் இளங்கோவும் மதுபான விடுதியில் அமர்ந்து குடித்துக்கொண்டிருந்தோம். இளங்கோ என்னுடைய உதவியாளன். சினிமா பதாகைகள் வடிவமைத்துத் தரும் சின்ன நிறுவனம் ஒன்றை வைத்து நடத்துகிறேன். செய்தி வந்தவுடனேயே குடித்த போதை முற்றிலும் விலகிவிட்டது. இன்னும் கொஞ்சம் குடிக்க வேண்டும்போல இருந்தது. இளங்கோ நிலவரத்தைப் புரிந்துகொண்டு, எழுந்து போய் வாங்கி வந்தான்.

கலக்கமான மனநிலை ஒன்று எனக்குள் கசப்பாய்ப் பரவுவதை உணர்ந்தேன். கலங்குவதற்கும் வெறுமைக்கும் நடுவாந்திரத்தில் கண்கள் வெறித்துக் கிடந்தன. இளங்கோ விடம் மச்சையாவைப் பற்றிச் சொல்லத் தொடங்கினேன். ஒருத்தன் வாழும் நாளைவிட, அவன் உடல் கிடத்தப்பட்டிருக்கிற அன்று அவன் குறித்துப் பேசப்படும் கதைகளுக்கு ஒரு அமானுஷ்ய சாயல் படிந்து விடுகிறது. மேசையில் வெள்ளை நிறத்தில் படபடத்துக்கொண்டிருந்த காகிதம், திடீரெனச் சாம்பல் நிறத்திற்கு மாறி விடுவதைப் போல.

மச்சையாவை முதன்முதலில் சோழா உயர்தர விடுதியின் இரண்டாம் தளத்தில் உள்ள அறையில் வைத்துத்தான் பார்த்தேன். அப்போது நான் மிகச் சிறிய வடிவமைப்பாளர். ஆனால் கல்லூரியில் ஒன்றாகப் படித்த நண்பர்கள் எல்லாத் துறைகளிலும் உயர் பொறுப்பில் இருந்தார்கள். நண்பர்கள் என வருகையில் எந்தப் பேதமும் எப்போதும் இல்லை. அவ்வாறுதான் மச்சையாவிற்கு ஏதாவது உதவி செய்து தரச் சொல்லி என்னை அனுப்பி இருந்தான் அரசுப் பணியில் இருக்கும் ஒருத்தன்.

அதற்கு முன்வரை நட்சத்திர விடுதி அறைக்குப் போனதில்லை. வரவேற்புப் பகுதியிலேயே கைகுலுக்கி விடை கொடுத்துவிடுவார்கள். அதற்கே அரச தர்பாரில் நுழைந்து விட்டு வந்ததைப் போல மனம் குதூகலிக்கும். ஹைதராபாத் தில் தெலுங்கு சினிமா ஒன்றின் வேலைக்காகப் போயிருந்த போது, கொஞ்சம் தரமான விடுதியில் விசாலமான அறை தந்திருந்தார்கள். படுத்துக்கொண்டே குளிக்கிற குளியல் தொட்டியில் எருமைமாடு ஏரியில் புரள்வதைப்போல, இரண்டு மணி நேரத்திற்கும் மேல் அப்படியே கிடந்தேன். ஆனால் சோழா விடுதியின் பிரமாண்டம் என் கால்களைக் கூசச் செய்தது. சிகரெட் குடிக்க எங்கே போவது என யோசித்துத் தயங்கி நடந்து போனேன்.

அறையைத் திறந்து வெளியே எட்டிப் பார்த்த மச்சையாவின் முகம் எப்போதும் நினைவில் இருந்து அகலவே செய்யாது. வெள்ளாட்டுக் குட்டி ஒன்று பால் வெண்மையில் கதவொன்றின் பின்னிருந்து எட்டிப் பார்த்ததைப் போலவிருந்தது. அவன் குடும்பத்தின் செழுமை அவன் மேனியில் தெரிந்தது. கழுத்தில் கொஞ்சம் தடிமனான தங்கச் சங்கிலி அணிந்து அதில் கரண்டி உருவத்தைப் பிரதி செய்து போட்டிருந்தான். மச்சையா கூர்க் மலைப் பகுதியைச் சேர்ந்தவன். என்றாலும் இங்கே சென்னை கிறித்துவக் கல்லூரியில்தான் என் நண்பர்களோடு இணைந்து படித்தான் என்பதால் நன்றாகத் தமிழ் பேசுவான்.

எடுத்த எடுப்பில் உள்ளே நுழைந்ததும் சிகரெட் புகைக்க வேண்டும் என்று சைகையில் கேட்டேன். "இதென்ன கேள்வி? உங்க பிரெண்டோட ரூம் இது. பதவிசா நடந்துக்கத் தேவையில்லை. நாலைஞ்சு தடவை வந்து போனீங்கன்னா ஹோட்டல் சூழல் பழகிக்கும். எனக்கும் ஆரம்பத்தில அப்படித்தான் இருந்துச்சு. நான் மலை மேலதான் இருக்கேன். ஆனா இந்த மாதிரி மாளிகையில இல்லை" என்றான்.

மலங்க நின்ற என்னை அந்த அறைக்குள் அவனே பிறகு வழிநடத்தினான். குளியலறைக்குள் அழைத்துப் போய் தண்ணீர் வருவதற்கு எதைத் திருப்புவது என்று சொல்லித் தந்தான். இறுதியாய் வெளியே போகையில், "சும்மா திறந்து போட்டே எதையும் செய்ங்க. யாரு ரூம்குள்ளயும் நான் அத்து மீறி நுழையவே மாட்டேன்" என்றான். நிம்மதியாய்ச் சிறுநீர் பிரிந்தபோது பதற்றம் அடங்கியிருப்பதை உணர்ந்தேன்.

வெளியில் எனக்காகத் தேநீர் தயாரித்து நின்றுகொண்டிருந்தான் மச்சையா. கூர்க்கில் அவனுடைய அப்பா அவர்களுடைய தோட்டத்தில் மிளகும் ஏலமும் போட்டு எடுக்கிறார். பூர்வீகரீதியில் கொஞ்சம் அதிகமாகவே சொத்துகள் உண்டு. இவனை வைத்து அதைப் பார்த்துக் கொள்ளலாம் என்கிற எண்ணத்தில் இருக்கிறது அவனது வீடு. கொஞ்சம் வசதியான வீட்டில் அவனுடைய அம்மாவும் அப்பாவும் தனியாக இருக்கிறார்கள். மச்சையாவுடன் உடன் பிறந்தவர்கள் ஒரு அக்காவும் இரண்டு அண்ணன்களும். அக்கா அமெரிக்காவில் நல்ல நிலையில் இருக்கிறார். அண்ணன்களுமே சொல்லிக் கொள்கிற மாதிரி இடங்களில்தான் இருக்கிறார்கள்.

மச்சையாவிற்கு எழுபத்தைந்து வயதில் பாட்டி ஒருத்தி இருந்தாள். அவளோடு சமையலறையில் உருண்டு புரண்டு வளர்ந்திருக்கிறான் மச்சையா. அவளுக்குக் கறிகாய் வெட்டிக் கொடுப்பதில் தொடங்கிய அவனது சமையல் ஆர்வம், சமையல் கலை நிபுணர் படிப்பில் கொண்டுபோய் விட்டது. அவனது பாட்டி பெயரில் நிறைய புதிய பதார்த்தங்களை பெங்களூர் சமையல்கலை வகுப்பில் போய்ச் சேர்ந்த அன்றைக்கே செய்து காட்டி அசத்தி இருக்கிறான்.

அவனது அக்காவிற்கு மட்டும் இவன் என்ன செய்தாலும், கனிந்த பேரிச்சம் பழம் சாப்பிடுகிற மாதிரி. மச்சையா கேட்டதற்கு மேலே அவனுக்குத் தொகை கொடுத்துக்கொண்டிருந்தாள். மற்றவர்கள் அவனை கூர்க்கில் பெரிய மர வீட்டில் வைத்துப் பொம்மை விளையாட்டு ஆடுகிறவனாகவே பிரியம் வைத்தனர். அவனைப் பூச்சியாவதற்கு முன்பரிணாமத்தில் உள்ள மின்மினிப் புழுவைக் கையில் பொத்தி வைப்பதைப் போல வைத்து அவன் உமிழும் சிறுவெளிச்சத்திற்காகக் காத்திருந்தனர். ஆனால் அவன் முழுமையான மின்மினிப் பூச்சியாய்க் காடொன்றில் தனித்துத் தன்னை நிறைத்து உமிழவே விரும்பினான்.

சமையலறையில் அவனுடைய பாட்டி, ஆரம்பத்திலேயே அடியுரம் போட்டு ஊக்கமாக நட்டுவிட்டார் செடியை. அவன் கைபட்டால் எந்தப் பொருளும் தித்தித்து விடும். ஊர்ப்பக்கமெல்லாம் நல்ல சமையல் கையாக மாற வேண்டுமெனில், பச்சைப் பாம்பைப் பிடித்து அதைக் கையால் உருவ வேண்டும் என்று சொல்வார்கள். “அப்படிப் பண்ணி இருக்கியா?” என மச்சையாவிடம் கேட்டபோது,

"என் பாட்டி கையை அப்படித் தடவி இருக்கிறேன்" என்று சொல்லிவிட்டு கண்களைச் சுருக்கிச் சிரித்தான். நான்கு வயதில் எப்படிக் கபடம் இல்லாமல் சிரிப்பானோ, அப்படிச் சிரித்தான் அன்றைக்கு.

எல்லா இந்தியக் குக்கிராமங்களில் இருக்கிற உணவு முறைகளையும் தேடித் தேடிப் போய்ச் சின்ன வயதில் இருந்தே அறிந்துகொண்டானாம். ஊர் திரும்பி வந்து பாட்டியோடு இணைந்து சமைப்பானாம். கடைசியாய் உப்பை மட்டும் பாட்டி போட்டுச் சமையலை முடித்து வைக்கிறபோது, "உப்புதான் எல்லாமும். இந்தப் பூமியில அது இல்லாத இடமே இல்லை. உன் வாழ்நாளுக்குள்ள இந்தப் பூமியில கிடைக்கிற எல்லா உப்பையும் நுனிநாக்கில வச்சிப் பார்த்திரு" என்றாளாம்.

அவன் தன் பாட்டியின் கண்களில் படிந்திருந்த அந்த உப்பள வெண்மையைத் தேடிப் போகவும் செய்தான். எந்த மூலையில் இருந்தாலும் பாட்டிக்காக ஒரு கைப்பிடி உப்பையும் சேகரித்துக் கொள்வான். இமாலயத்தின் உச்சியில் ஒருதடவை கிடைப்பதற்கரிய பாறை உப்பைக் கையில் ஏந்தி நின்றதைச் சிலிர்ப்போடு சொன்னான். அழிந்து போகிற நிலையில் இருந்த பல கிராமிய உணவுகளை மீட்டெடுத்தான். அங்கேயே தங்கித் தூங்கி ஒரு குருகுலக் கற்றல் முறை போல, பரவிக் கிடைந்த மக்களிடம் இருந்து கற்று வந்தான். உணவென்பது எப்போதும் கூட்டு உழைப்பில்தான் ருசிகூடியதாக மிளிர்கிறது. அதனாலேயே அமைந்தடங்கிப் போகிறவர்களே சமையற்கட்டில் கற்றுக் கொள்ள இயலும். சமையல் என்பதே ஒருத்தன் மட்டுமே மன்னனாக இருக்கிற சபை. உறையான அந்த அறை ஒரே கத்தி வைப்பதைப் போலத்தான் வடிவமைக்கப்பட்டிருக்கிறது. ராஜா உத்தரவிடுவதைச் செய்து தருவதற்குத்தான் ஆட்களே தவிர, கூட நின்று யோசனைகள் தருவதற்கல்ல. அந்த ஒட்டுமொத்த சமையலும் ஒரே ஆளின் எண்ணத்தில் ஒட்டியிருக்கிற நாக்குச்சுவை என்று மச்சையா சொன்னான்.

"நான் சமைக்கப் போறதோட சுவை என் மண்டைக் குள்ள இருக்கும். முதல் துளியை நுனி நாக்கில வைக்கிறப்ப அதைக் கொண்டுவந்தா மட்டும்தான் இன்னொருத்தருக்கு குடுப்பேன். இல்லாட்டி மறுபடியும் அதை முதல்ல இருந்து சமைப்பேன். என் நாக்கு திருப்தி அடையாட்டி, அதை

என்னை நம்பி சாப்பிட வர்றவங்களுக்குத் தர மாட்டேன். அதை மாதிரி சமையல்ல கடைசி உப்பை நாந்தான் போடுவேன். நான் சாப்பிட்டுப் பார்க்காம எந்த உணவையும் வெளியே டேபிளுக்கு அனுப்ப மாட்டேன்" என்றான். அவன் இப்படிச் சமையல் கலையில் தனக்கென நிறையக் கொள்கைகள் வைத்திருந்தான்.

அவன் தேடித் தேடிச் சேகரித்த இந்தியக் கிராமிய உணவுகளை வைத்து நட்சத்திர விடுதிகளில் உணவுத் திருவிழா நடத்துகிறான். வரும் இலாபத்தில் உணவகம் ஒரு பங்கை எடுத்துக் கொள்கிறது. உப்புப் புளி மிளகாய் கணக்கில் அவன் பெரிய ஆள்தான் என்றாலும் இலாபம் என்கிற கணக்கு அப்போது அவனுக்குத் தெரியவில்லை. ஆனாலும் சென்னையில் பெயர் பெற்று விட வேண்டும் என்கிற எண்ணத்தில் விடாமல் இந்த உணவுத் திருவிழாக்களைப் பல்வேறு நட்சத்திர விடுதிகளில் நடத்துகிறான். அந்த அடிப்படையிலேயே அந்த உணவு விழாவுக்கு நான் போயிருந்தேன். அந்த விழாவைப் பற்றி பத்திரிகைகள், தொலைக்காட்சிகளில் செய்தியாக வரவழைக்க வேண்டும் என்கிற உதவிக்காகவே என்னை நாடியிருந்தான். குடிக்காமல் சாப்பிட முடியாது என்கிற நிலையில் உடலைப் பழக்கியிருந்தேன் அப்போது.

அடுத்த முறை நண்பர்களை அழைத்துக்கொண்டு வருவதாக வாக்களித்து விட்டு அவனது அறையில் இருந்து வெளியேறினேன். உண்மையாகவே எனக்கு அவனுக்கு எதையாவது செய்து தர வேண்டும் என்று தோன்றியது. கள்ளம் எதுவுமே இல்லாமல், என்னை நோக்கி அவன் சகோதரத்துவத்துடன் சிரித்த காட்சி என்னை அவனைக் குறித்த நல்லவித உணர்வு மாற்றத்திற்குத் தள்ளியது. அவனுடனான தொடர்பு கௌரவமாக இருக்கும் எனத் தோன்றியது. உடனேயே என் தொடர்புகளைத் துணையாக வைத்து மிகப் பெரிய தொலைக்காட்சி ஒன்றில் அவனது பேட்டியை வரவழைத்தேன். உச்சகட்ட மகிழ்ச்சியில் இரவு என்னை அழைத்து நன்றி சொன்னான்.

அதற்கடுத்து அவனைப் பற்றிப் பல பத்திரிகைகளில் செய்தி வர வைத்தேன். எந்த இலாபநோக்கமும் இல்லாமல் இதை அவனுக்குச் செய்து தந்த வகையில் எதையாவது கைம்மாறைச் செய்து தர விரும்பினான். அதைப் பற்றித்

தொலைபேசியில் சொல்லும்போதே எனக்கு மகிழ்ச்சியாக இருக்கும். எனக்கு அதுமாதிரியான விழாக்களுக்குச் செல்வதற்கு நேரம் அமைந்து வரவில்லையே தவிர, என் தொடர்பில் இருந்த செல்வாக்கானவர்களைச் சிபாரிசு செய்து விருந்திற்கு அனுப்புவேன். என் நண்பர்கள் குடும்பம் குடும்பமாக என் சிபாரிசின் அடிப்படையில் போய்ச் சாப்பிட்டுவிட்டு வந்தார்கள். யாரிடமும் பணம் என்று எதையுமே மச்சையா வாங்கவில்லை.

விருந்தினர்கள் சாப்பிட்ட உணவுக்கான தொகையை அவனது லாபத்தில் கழித்துக் கொள்வார்கள் என்பது தெரிந்தும் நான் ஆட்களை அனுப்புவதை நிறுத்தவில்லை. ஏனெனில் அந்த உணவுத் திருவிழாவில் மெய்மறந்தவர்கள் அப்புறம் என்னை அவர்களது நெருக்கமான வளையத்திற்குள் வைத்துக்கொண்டனர். சமையலறைக்குள் நுழைந்துவிட்டால் மேல்மட்டத்தில் சகலமும் நடந்துவிடும். மச்சையாவைச் சில உயர் செல்வாக்கான திருமணங்களுக்குச் சமைத்துத் தருவதற்கு என்னிடம் சிபாரிசுக்கு வந்தார்கள். அப்படி நான் கோரிய உதவிகள் எல்லாவற்றையும் முகம் சுளிக்காமல் செய்து கொடுத்தான். என் விருந்தினர்கள் என்றால் அந்த மேசையையே அவன் சுற்றி வருவதாக என்னுடைய ஆட்களே உறுதிப்படுத்தினார்கள். "நிறையச் செய்யணும் உங்களுக்கு. இன்னைக்கு கிடைச்ச இந்த இடத்துக்கெல்லாம் நீங்கதான் காரணம். வெளிமேடையில அங்கீகாரம் வாங்கித் தந்தீங்க. ஆனா நீங்க வந்து இன்னமும் சாப்பிடலங்கறதுதான் ஒரு குறை" என்றான் தொலைபேசியில் பேசுகையில்.

நான் போகவில்லையே தவிர என்னால் அவனுக்கு நிறைய இலாபம் கிடைக்கிற மாதிரித் தொடர்புகளை ஏற்படுத்தித் தந்தேன். அதில் இருந்து வருகிற பணம் என் கண்ணை உறுத்தவில்லை. அவனுமே தொலைபேசியில் பேசும்போதோ அல்லது என்னுடைய விருந்தினர்களுக்குச் சுக போகங்களைச் செய்து தருவதிலோ எந்த மரியாதைக் குறைவையும் காட்டவில்லை. ஒரு பாரம்பரிய அக்கி ரொட்டியைப் போல என் உறவைக் கையில் ஏந்தி இருந்தான்.

எனக்குத் தெரிந்த சினிமா ஆட்களிடம் புகழ்பெற்ற சமையல்காரனாக இருக்கும் அவன் என் நண்பன் எனச் சொல்லி இருந்தேன். ஒருநாள் எல்லோரும் குடித்துக்கொண் டிருந்த போது, உணவுத் திருவிழாவிற்குச் சாப்பிடப்

போகலாம் என்றார்கள். மச்சையாவைத் தொலைபேசியில் அழைத்த போது, “இந்தா நான் சமையல்கட்டுக்குள்ள நுழைஞ்சிர்றேன்” என்றான் ஆர்வமாக.

மேசையில் அவன் பலவற்றை அழகாகப் பரப்பி இருந்தான். எனக்கு உண்ணத் தோன்றவில்லை அப்போது. என்னுடன் இருந்தவர் வாய்விட்டே குடிக்க விஸ்கி கிடைக்குமா என்று கேட்டுவிட்டார். அதே புன்முறுவலுடன் ஓடிய மச்சைய்யா மதுபான மேடையில் இருப்பவரிடம் ஏதோ பேசினான். எங்களை நோக்கி தம்ளர்கள் வந்தன. நிலை கொள்ள முடியாதளவிற்கு அன்றைக்குக் குடிக்கத் தொடங்கி னேன். மேசையில் அவன் பரப்பி இருந்த எந்த உணவையும் தொடவில்லை. அவை என்னென்ன என்பதே எனக்குத் தெரிய வில்லை. என்னோடு இருப்பவர்கள் சாப்பிட்டார்களா என்பதுகூட என் நினைவில் இல்லை. கடைசியாய் கிளம்பும் போது அவன் சொன்னது மட்டும் நினைவில் இருந்தது.

“அடிப்படையில நீங்க சாப்பிடறதுக்கே இலாயக்கு இல்லை. அதோட பண மதிப்பை விடுங்க. ஒவ்வொரு பொருளையும் ரசிச்சுக் கோர்த்திருக்கோம். என்னோட சுவைமொட்டு கெட்டுறக் கூடாதுங்கறதால நான் குடிக்கிறதே இல்லை. ஒரு தவமா நினைச்சு இதைச் செய்றேன். புது வீடு கட்டின மாதிரி. அப்படி நடக்கிற விழாவில நீங்க முதல் தடவையா வர்றீங்க. எப்படி நடந்துகிட்டீங்கன்னு பாருங்க” என்றான். அதைச் சொல்லும் போது என் நண்பர்கள் உடன் இருந்தார்கள் என்பதால் அப்போதே எனக்குச் சுருக்கென்று இருந்ததால் அது மட்டும் நினைவில் இருந்து அகலவில்லை

அசிங்கப்பட்டுக்கொண்டு கொஞ்சநாள் அவனை அழைக்காமல் இருந்தேன். என்னை அழைக்கமுடியாத அளவிற்கு அவன் பணியில் பலப்பல உயரங்களை நோக்கி நகர்ந்து போவதை அறிந்த போது, மகிழ்ச்சியும் இல்லை எதிர்ப்பும் இல்லை என்கிற கோட்டில் நின்றேன். அவன் தொலைக்காட்சி ஒன்றில் சமையல் நிகழ்ச்சி செய்தான். அது குறித்த புகழ்மாலைகள் என் காதிலும் விழும். செல்வாக்கான மனிதர் ஒருத்தரின் மனைவி அவனிடம் பேச விரும்பியதால் தயங்கித் தயங்கிப் பல மாதங்களுக்குப் பிறகு அவனை அழைத்தேன்.

அந்த முதல் சந்திப்பில் எப்படி ஆதுரமாகப் பேசினானோ அப்படித்தான் தொடங்கினான் உரையாடலை.

உடனடியாக அந்த அம்மாவைத் தொலைபேசியில் அழைத்துப் பேசிவிட்டு என்னிடம் வந்து அது குறித்துச் சொன்னான். கடைசியாய் இணைப்பை அணைப்பதற்கு முன்பு, “சமையல்ங்கறது என் உசுரு. அங்க என் நாக்கு தப்பு பண்ணிச்சுன்னாகூட அதை தயங்காம வெட்டிருவேன். நீங்க சாப்பாட்டுக்கு உரிய மரியாதையை தரலைங்கறதுக்காகத்தான் கோபப்பட்டேன். மத்தபடி மனசில ஒண்ணுமே இல்லை” என்றான். அதை அவன் சொன்னதைக்கூட நான் விரும்பவில்லை. எதுவுமே நடக்காததைப் போல இருந்திருந்தால் இன்னும் மகிழ்ந்திருப்பேன்.

குடிக்காமல்தான் அவனது உணவை உண்ண வேண்டும் என அந்த நேரத்தில் முடிவெடுத்தேன். ஆனால் ஏனோ ஒரு தர்மசங்கடமான உணர்வு எனக்குள் எழுந்தது. என் ஆத்ம நண்பர் ஒருத்தர் உணவகம் ஒன்றை ஆரம்பிக்க எண்ணினார். அவனையே அதற்குச் சமையல் பொறுப்பாக்க வேண்டும் என்று விரும்பினார். அவரை அழைத்துக்கொண்டு அவனிடம் போனேன். வியாபாரத்தில் கறாராகப் பேச எப்படியோ கற்றுக் கொண்டான் என்பதையே அந்தச் சந்திப்பு எனக்கு உணர்த்தியது. ஆனால் அவனை வைத்துத்தான் உணவகத்தைத் தொடங்குவேன் என உரிமையாளர் உறுதியாக இருந்தார்.

ஒப்பந்தங்கள் கையெழுத்தாகி உணவகமும் தொடங்கியது. வடகிழக்கு உணவு வகைகளைப் பிரத்தியேகமாகப் பரிமாறும் உணவகம். அதன் அழைப்பு விழா அறிமுக உணவு விருந்திற்கு என்னையும் அழைத்தார்கள். அன்றைக்கு மதியத்திலேயே பியர் அருந்தி இருந்ததால், போகவில்லை. மச்சையாவுமே அதைப் புரிந்துகொண்டிருப்பான் என்பதும் எனக்குத் தெரியும். போய்வந்த நண்பர்கள் எல்லாம் நாக்கால் ஆபரணம் செய்து சூடினார்கள் அவனது உணவிற்கு. ஆட்கள் காத்திருந்து சாப்பிடுகிற மாதிரி வியாபாரம் ஆரம்பத்தில் நன்றாக ஓடத் தொடங்கியது.

ஆனால் உரிமையாளரின் கண்களைச் சுற்றிக் கருவளையம் போர்த்தியது. மச்சையா செய்யும் தொந்தரவுகள் அளவுக்கு மீறி இருப்பதாகச் சொன்னார். செலவுகளை அவன் தரத்தைக் காரணம் காட்டி ஏற்றிக்கொண்டே இருப்பதாகவும் அதுவெல்லாம் தன்னுடைய கவலையே இல்லை என்று சொன்னதாகவும் தெரிவித்தார். வெளியே இருந்துதான் அந்தப் பளபளப்பான உணவகத்தைப் பார்த்தேன் என்பதால் உள்ளே

நடப்பது எனக்கு உறுதியாகத் தெரியவில்லை. மேலும் மேலும் செலவுகள் அதிகரித்தபடியே இருந்ததால் உணவகத்தை நடத்திய நண்பர் வட்டிக்குக் கடன் வாங்கியபோது நானும் உடனிருந்தேன்.

வட்டிக்கு மேல் வட்டி, செலவுக்கு மேல் செலவு என ஓடிக்கொண்டிருந்த நிறுவனம் ஒருகட்டத்தில் தடுமாறத் தொடங்கியது. வெளியில் செழிப்புடன் காட்சி தந்தாலும் உள்ளே சிவந்த தக்காளியை எலி கறும்பிக்கொண்டிருந்தது. மச்சையாவின் பெயர் காரணமாக அந்த உணவகத்திற்கு மேல்மட்ட ஆட்களிடம் மையல் இருந்தது. மச்சைய்யா அந்தப் புகழை விட விரும்பவில்லை என்பதால், என்னுடைய நண்பரிடம் பணத்தைக் கொஞ்சம் பொறுத்து வாங்கிக் கொண்டான். ஆனாலும் நச்சரிப்பதையும் கோபத்தை விசிறுவதையும் விடவில்லை.

அந்த நேரத்தில் மேலும் இரண்டு உணவங்களுக்கு அவன் தலைமைச் சமையல் ஆலோசகராக ஆனான். தொடர்பு கொள்ள முடியாத எல்லைக்குள் தன்னை நுழைத்துக்கொண்டான். நண்பரின் உணவகத்தை நல்ல விலைக்குக் கேட்டு வந்தார் ஒருத்தர். ஆனால் அவர் மச்சையா விடம் உணவகத்தின் தலைமை மாறுவதைத் தெரிவித்து எழுத்துப்பூர்வமான உறுதிப் பத்திரத்தைக் கேட்டார். என் நண்பரை அழைத்துக்கொண்டு மச்சையாவைப் பார்க்கப் போனேன்.

அப்படி எழுதித் தரவேண்டுமெனில் ஒரு பெருந்தொகை தனக்குத் தனிப்பட்ட வகையில் தர வேண்டும் என்றும் தவிர அவற்றைக் காசோலையாகத்தான் ஏற்பேன் என்றும் சொன்னான். கூடவே புதிய ஆளிடம் தனக்குப் பெறுமதியான ஆலோசனைத் தொகையைக் கேட்டு வாங்கிக் கொள்வதாக வும், அதில் நீங்கள் தலையிடக்கூடாது என்றும் சொன்னான். அவன் சொன்ன தொகை அதிகமாக இருந்ததால் கொஞ்சம் பேரம் பேசத் தொடங்கினார் என்னுடைய நண்பர். ஒரு வார்த்தை பேசக்கூடாது எனச் சைகையில் சொன்ன மச்சையா காசோலை புத்தகத்தை நோக்கிக் கைகாட்டினான்.

ஆறு காசோலைகளாக அவனுக்குத் தர வேண்டிய தொகையை எழுதத் தொடங்கினார். ஒன்றை எழுதி முடித்துவிட்டு நிமிர்ந்து பார்ப்பார் அவனை. கைநீட்டி வாங்கி விட்டு அடுத்து என்பதைப் போலச் சைகை காட்டுவான்.

என்னை அவன் அந்த நேரத்தில் ஏறிட்டும் பார்க்கவில்லை. கடைசிக் காசோலையை நிரப்பி அவர் அவனிடம் கொடுத்த போது, அமைதியாக யோசித்தவன், “இவருக்காக இதை விட்டுக் கொடுக்கிறேன். அவருக்குச் செய்ற கடமை எனக்கு இருக்கு. கைமுதல் போட்டுத் தொழில் பண்ண முடியாட்டி ஏதாவது தட்டுக் கடை வச்சிருக்கலாம்ல. அதுலயும் காசு இருக்கு. தப்பா சொல்லலை. எதுக்கு செலிபரிட்டி செஃப் வச்சு தொழில் செய்யணும்னு நெனைக்குறீங்க. இப்ப அதில எங்களை குற்றவாளியா வேற ஆக்கறீங்க” என்றான். நான் அந்தக் காசோலையை எனக்காக விட்டுத் தராதே எனச் சொல்வதற்குள் என்னுடைய நண்பர் அதைத் திருப்பி வாங்கிக் கண்களில் ஒற்றிக்கொண்டார்.

அவனிடம் என் கோபத்தை உடல்மொழியில் காட்டி விட்டு வெளியே வந்தேன். அதற்கடுத்து அவனை அழைக்கிற மாதிரி, உதவி கோரல்கள் வந்தபோதுகூடத் தட்டிக் கழித்தேன். அவனைப் பற்றிய செய்திகள் எதுவும் காதில் வராதது போல வைத்துக்கொண்டேன். இடையில் ஒருதடவை ஒரு உணவக உரிமையாளரைச் சந்திக்கச் செல்கையில், அது மச்சையா ஆலோசனையில் இருப்பது என்பது தெரியாமல் நுழைந்துவிட்டேன்.

உரிமையாளரின் அறைக்குப் பதிலாக இன்னொரு அறைக் கதவைத் திறந்தேன். அங்கே மச்சையாவின் மேசை மீது விஸ்கி பாட்டில் இருந்தது. இலையில் பல்வேறு அசைவ அயிட்டங்கள் தாறுமாறாகப் பரப்பி வைக்கப்பட்டிருந்தன. மச்சையா ஒருபோதும் இப்படி அழகற்று இருக்க மாட்டான். நாசூக்காக ஒவ்வொன்றாய்த்தான் அவனது உணவு மேசைக்கு எடுத்துக்கொண்டு வருவான். அவனது முகம் வீக்கம் கண்டிருந்தது. கால்களை விரித்து அமர்ந்திருந்ததால் கால்களைப் பார்த்தேன். மினுமினுங்கிச் சற்று வீங்கியிருந்தன அவை. என்னை அவன் உணர்வதற்குள் அறையைச் சாத்தி விட்டு வேறு ஒரு அறைக்குள் போனேன்.

ஆட்டுக்குட்டியைப் போல அறைக்குள் இருந்து வெளியே காட்சி தந்தவனா இவன்? வெம்பிப் போயிருந்த பழத்தைப் போல அவன் இருந்ததை மீண்டும் யோசித்துப் பார்த்தேன் பிறகு. அவனை முற்றிலும் நினைவு எல்லைக்கு அப்பால் நிறுத்தி இருந்த போதுதான் அவன் செத்துவிட்ட தாக அந்தச் செய்தி வந்தது. நிறைய நண்பர்களுக்கு அவனது

சாவுச் செய்தியை அழைத்துச் சொன்ன போது, ஒவ்வொருத்தராக அவரவர்க்குத் தெரிந்த காரணத்தைச் சொல்லத் தொடங்கினார்கள்.

"அவன் வீட்டுலயே ஒருதடவை பொத்துன்னு மயங்கி விழுந்திருக்கான். தூக்கிட்டு ஓடிப் பார்த்திருக்காங்க. சாப்பாட்டில ஒரு துளி உப்பைக் கூட சேர்க்கக் கூடாதின்னு டாக்டர் சொல்லிருக்காங்க" என்றான் ஒருத்தன்.

"அவன்ட்ட இது சம்பந்தமா கேட்டப்ப, உப்பை நாக்கில வைக்கவிடாத இந்த உயிர் எதுக்கு? அப்புறம் எதுக்கு எனக்கு நாக்கைப் படைச்சான் கடவுள்? இல்லை என்னைப் படைச்சான்? கடைசி உப்பா இமாலயத்தில இருந்து எடுத்துட்டு வந்ததை எனக்கு வச்சு விட்டிருங்க. சந்தோஷமா செத்துப் போயிருவேன்" என விட்டேத்தியாய்ச் சிரித்ததாக இன்னொரு நண்பன் சொன்னான்.

ராயப்பேட்டை மருத்துவமனையில் நண்பர்கள் குவிந்து கிடந்தார்கள். மேல்மட்டத்துப் பெண்கள் நிறையப் பேர் நின்றிருந்தனர். அடக்கமான வண்டி ஒன்றினுள் அவனை வைத்திருந்தார்கள். நாவல் மரத்தின் அடியில் இருந்த அந்தக் கறுப்பு வண்டியை நோக்கி எல்லோரும் போய்க் கடைசியாய் அவனது முகத்தைப் பார்த்துவிட்டு வந்தனர். என்னை அழைத்த போது நான் வரவில்லை என மறுத்தேன். இளங்கோ பார்க்க விரும்பி என்னிடம் இருந்து விலகி வண்டியை நோக்கிப் போனான்.

திரும்பி வந்த அவன், "ஆட்டுக்குட்டி மாதிரி சாந்தமா செத்துக் கிடக்கறாரு" என்றான்.

"ஆமா அவரு செலிபரிட்டி செஃப் இல்லையா, அப்படித்தான் சாவாரு" என அதை வீசினேன் அவனை நோக்கி.

என்னை அறியாமல் குறுநகையொன்று என் உதட்டில் தவழ்ந்தது.

5
மோப்பநாய்

மேசையில் அந்தக் கோப்பைக் கொண்டுவந்து வைத்து விட்டு, விறைத்து நின்று வணக்கம் வைத்தனர் என்னுடைய இளம் அதிகாரிகள். கோப்பை எடுத்து அந்தரத்தில் தூக்கி வைத்துக் கூர்ந்து பார்த்தேன். இஸ்மாயில், வயது ஐம்பத்தி ஐந்து என மேலே எழுதியிருந்தது.

"எவ்ளோதான் போராடறது? லூசாட்டம் சொன்ன தையே சொல்றாரு. அப்புறம் அமைதியாயிடறாரு. என்னோட தலையில ஆணி வச்சு யாரோ நங்கு நங்குன்னு அடிச்ச மாதிரி இருக்கு" என்றான் எனக்குக் கீழ்ப் படிநிலையில் பணிபுரியும் இளம் அதிகாரி ஒருத்தன். அவனது சட்டை முழுக்கவே வியர்வையால் ஈரமாகி இருந்தது. பதிலுக்கு ஒன்றும் வார்த்தையாகச் சொல்லாமல், செருமிக்கொண்டே எழுந்து அவர்களுடன் போனேன்.

பெஞ்ச் ஒன்றிற்குக் கீழே காலை விரித்து அமர்ந்திருந் தார் இஸ்மாயில். நெஞ்சில் கொத்தாய் வெண்முடி அப்பியிருந் தது. எனக்கு முன்னே ஓடிப்போய், அதிகாரிகள் அவரை எழுப்பி நிறுத்தித் தயார்செய்து வைத்தனர். அப்போதும் முகத்தைக் கவிழ்த்து நின்றுகொண்டிருந்தார். நான் போன வுடன் சட்டென நிமிர்ந்து, "ஜிகாத் வரப்போகுது. இந்த இடத்தைக் கைப்பத்தாம விடமாட்டோம்" என்று சொல்லி விட்டு மீண்டும் தலையைக் குனிந்துகொண்டார். அந்த முகத்தை எங்கோ பார்த்தது போல இருந்தது எனக்கு. திரும்ப வும் தலையைத் தூக்கச் சொல்லி அதிகாரிகளிடம் சங்கடத் துடன் சைகை காட்டினேன். அவர்கள் வலுக்கட்டாயமாக அவரது தலையை உயர்த்தினார்கள். கட்டுப்படுத்த இயலாமல் "இஸ்மாயில் அண்ணே" என எனக்குள் யாரும் அறியாத வண்ணம் சொல்லிக்கொண்டேன்.

வேறு ஒன்றும் பேசாமல் அறைக்குத் திரும்பி வந்தபோது, பின்னாலேயே வால்பிடித்த மாதிரி என்னுடைய அதிகாரிகளும் விரைவோட்டமாய் வந்து நின்றார்கள். "இந்த கேஸ நான் பார்த்துக்கறேன்" என்றேன் சொற்சிக்கனமாய். அவர்களும் மறுப்பேதும் சொல்லாமல் வணக்கம் வைத்துச் சென்றார்கள். அதிலொருத்தன் மட்டும், "இந்த கேஸூ மட்டும் என்ன ஸ்பெஷலாம்" என்கிற மாதிரி உதட்டைச் சுழித்து விட்டுச் சென்றான். அதையும் நான் உன்னிப்பாகக் கவனித் திருந்தேன். என் முதுகிற்குப் பின்னால் அமர்ந்து என்னை நானே கூர்ந்து பார்த்துக்கொண்டிருக்கிறேன், என்னிடமேவா? சின்னப் பயல். மூளைக்குள் அவனைக் குறித்து வைத்தேன் வழக்கம்போல. அவர்கள் போன பிறகு கோப்பை எடுத்து வாசிக்கத் தொடங்கினேன்.

இஸ்மாயிலைப் பற்றித் திரட்டப்பட்ட தகவல்கள், மேய்கிற கோழி கோலமாவு டப்பாவைத் தட்டிவிட்டதைப் போலச் சிதறிக் கிடந்தன. நகரில் என்னுடைய அலுவலகம் தீவிரவாதத் தடுப்புப் பிரிவின் கிளையாகச் செயல்பட்டது. நாட்டின் இறையாண்மைக்கு எதிரான நடவடிக்கைகளைப் புலனாய்ந்து எனக்கு மேல் இருக்கும் இன்னொரு அலுவலத் திற்குக் கோப்பாக அனுப்ப வேண்டும். சின்னச் சின்னக் கைது நடவடிக்கைகளையும் நாங்கள் மேற்கொள்ளலாம். பாதுகாப் பிற்கு ஆயுதங்களுமுண்டு எங்களிடம். ஆனால் அந்தப் பிரிவு வந்தவுடன் அவர்களிடம் கோப்பெழுதி ஒப்படைத்துவிட வேண்டும். எங்கள் அலுவலகத்தில் கோப்பு எழுதுவதில் விற்பன்னன் என்பதால், என்னுடைய மேலதிகாரிகள் எந்த வழக்கிற்கும் என்னைத்தான் எழுதச் சொல்வார்கள்.

"நீ கேஸ் எழுதுனா படிக்கவே சுவாரசியமா இருக்குய்யா. ஒரு கதை மாதிரி எழுதற" என்பார் என்னுடைய உயரதிகாரி. அதனாலேயே அந்த அலுவலகத்தில் தவிர்க்க முடியாதவனாகவும் இருந்தேன். எனக்கென்று சிறப்புச் சலுகைகள் அலுவலகத்தில் இருந்தன. அதன் அடிப்படையில் தான் அந்த வழக்கை நான் பார்த்துக்கொள்கிறேன் எனச் சொன்னபோது, எந்த மறுப்பும் இல்லாமல் அந்த அதிகாரிகள் வெளியேறியும் போனார்கள்.

எழுந்து இஸ்மாயிலைப் பார்க்கப் போகலாமா என நினைத்தேன். குனிந்து கைகளைப் பார்த்தபோது, கோப்பை என்னையறியாமல் நான் பற்றிக்கொண்டிருப்பது தெரிந்தது.

இஸ்மாயிலைப் பற்றித் திரட்டப்பட்ட தகவல்கள் ஒன்றிணைந்து ஒருகாலமாய் மாறி, புகையைப் போல என்னைச் சூழ்ந்துகொண்டன. கால்களில் இருவேறு நிறச் செருப்பை அணிந்த மனிதன் ஒருத்தன் அக்காலத்தின் குறுக்கே நடந்தான்.

எல்லா அண்ணன்களைப் போலவே எங்கள் ஊரில் தலைப்பிரட்டை போல அலைந்தவர்தான் இஸ்மாயிலும். அவருக்கு அடுத்து இரண்டு தங்கைகள் இருந்தார்கள். இஸ்மாயில் ஒரு ஆட்டுக்கறிக் கடையில் வேலை பார்த்தார். ஒருதடவை அந்த அண்ணியோடு இருந்தபோது, அவரால் மேற்கொண்டு செயல்பட முடியவில்லை. "நான் என்ன கூத்தியாளா உனக்கு? நீதான் தயாராகிக்கணும். மாடுகூட அதுவாத்தானே தயார் ஆகுது?" என்று வெடுக்கெனச் சொல்லிவிட்டார்.

சுண்டித் தளர்ந்து போய் எழுந்த இஸ்மாயில், அதற் கடுத்து பலமுறை பல இடங்களில் தயாராக முயன்றிருக்கிறார். அவரால் எழவே முடியவில்லை என்பதால் மனதை விட்டு விட்டார். தன் மனைவியும் பிறரும் சொன்னது மற்றவர் களுக்கும் தெரிந்திருக்கும் என உறுதியாக நம்பிக்கொண்டார். ஊரில் எதிர்ப்படுகிற ஆட்கள் எல்லோருடைய கண்களையும் சந்திப்பதைத் தவிர்க்கத் தொடங்கினார். தனது சண்டித் தனங்களையெல்லாம் ஒதுக்கி ஒழுக்கமாய் வேலைக்குப் போகத் தொடங்கினார்.

குனிந்த தலைநிமிராமல் கறியை மரமேடையில் போட்டு வெட்டிக்கொண்டிருப்பார். மிச்ச நேரங்களில் எதன்மீதும் பிடிப்பில்லாமல் அலைபாய்கிற கண்களோடு அவர் சுற்றுவதை ஆட்டுக்கறிக் கடை உரிமையாளர் இப்ராஹீம் அண்ணனும் பார்த்துக்கொண்டுதான் இருந்தார். லேசுபாசாக இஸ்மாயிலின் மனைவியை அழைத்து விசாரிக்கவும் செய்தார்.

ஒருநாள் பேச்சோடு பேச்சாக இஸ்மாயில், "நான் பேசாம உங்க மார்க்கத்துக்கு வந்திடறேன். மனசு சாந்தமாவே இல்லை. தறிகெட்டு குதிரை மாதிரி ஓடுது. நிதானமா இருக்க வேறொன்னைத் தொத்திக்கலாம்னு தேடுது. நீங்களும் வழிகாட்டுவீங்க" என்றார் இப்ராஹீமிடம். "வர்றோம்னு சொல்றவங்களை வராதேன்னு நான் எப்படிச் சொல்ல முடியும்? யாருக்கு எந்த நேரத்தில எந்தக் கதவு தெறக்கும்னு யாருக்குத் தெரியும்? உன் மனசு போல அமையட்டும். எல்லாம்

மேல இருக்கவன் போடற கட்டளை. ஆனா பல்லுலகூட தண்ணிபடாம, சூரிய அஸ்தமனம் வரை பசியைக் கட்டுப் படுத்தி வருஷா வருஷம் ஒரு மண்டலத்துக்குப் பக்கத்தில விரதம் பிடிக்கணும். அதுக்கு நீ சரிப்பட்டு வருவீயா? சட்டிச் சோறு திங்கறவனாச்சே நீய்யி" என்றார் இப்ராஹீம். "வயித்தைக் காயப்போட்டே ஆகணும்ங்கற இடத்தில இப்ப நான் நிக்கேன் மொதலாளி" என்று சொல்லி அவரும் சரியென்று தலையை ஆட்டினார். அவருடைய பெயர் அப்படித்தான் இஸ்மாயில் ஆனது.

அவரது பழைய பெயரின் நினைவுகளை அந்த ஊரின் ஞாபகத்தில் இருந்தே அவர் விடாப்பிடியாகப் போராடி அழித்துவிட்டார். முன்னொரு காலத்தில் அவரது பழைய பெயரைச் சொல்கிறவர்களிடம் அத்தோடு உறவை முறித்துக் கொண்டார். அவரது பழைய பெயரை உச்சரிப்பதை ஒரு தண்டனையைப் போல, அவமரியாதை செய்வதைப் போல எடுத்துக்கொண்டார். அதற்குப் பயந்தே அப்பெயரை உச்சரிக்கப் பலரும் தயங்கினார்கள். கைலியை முழங்கால் வரைக்கும் உயர்த்திக்கட்டி, தாடி வைத்து மீசையை மழித்து அவர் இஸ்மாயிலாகவே மாறிப்போன போது, ஊரும் அவருக்கு அந்தப் பெயர்தான் என்பதை ஒத்துக்கொண்டது.

அவரது பழைய பெயரை எல்லோருமே மறந்து போனார்கள் ஒருகட்டத்தில். மனதிற்குக் கிடைத்த புது உற்சாகத்துடன் கறிக்கடையில் சுழன்று பணியாற்றத் தொடங்கினார். ஆரம்பத்தில் வேறு மார்க்கத்திற்கு மாறாமல் சுணக்கம் காட்டிய தேவகி அக்காவும் அவரது உற்சாகத்தைப் பார்த்துவிட்டு கறுப்புத் தலைத் துணியைப் போட்டுக் கொண்டு, பொட்டு வைப்பதையும் பூ வைப்பதையும் நிறுத்தி இருந்தது. ஆனால் குழந்தைகள் மட்டும் மல்லிகைப் பூ அணிந்து விளையாடுவதைப் பார்த்திருக்கிறேன்.

இஸ்மாயிலின் தங்கை ஒருத்திக்குத் திருமணம் செய்து வைக்கும் விழாவில்தான் நாங்கள் முதன்முறையாகப் பிரியாணி சாப்பிட்டோம். என்னுடைய கூட்டாளிகள் என்னையும் அழைத்துக்கொண்டு போனார்கள். சிவப்பு நிறத்தில் மட்டன் துண்டுகள் அந்த மஞ்சள் சோற்றிற்குள் கிடந்தன. தொப்பி அணிந்திருந்த இஸ்மாயில் கையில் ஒரு தட்டோடு வந்து கறித்துண்டுகளை மேலும் அள்ளிப் போட்டார் எங்கள் இலையில். "தொப்பம்பட்டி சீரக சம்பா

அரிசி. அரைமணி நேரத்தில மறுபடி பசிக்க வச்சாத்தான் நல்ல பிரியாணி" என அந்த ஊருக்குப் பிரியாணியை இஸ்மாயில்தான் அப்போது அறிமுகப்படுத்தினார்.

அதற்கடுத்து நான்கு ரோடு சந்திக்கும் மேட்டில் முதன்முதலாகப் புரோட்டா கடை போட்டவரும் அவர்தான். சில நேரங்களில் உற்சாகமாக இருக்கையில், என்னைக் கையைப் பிடித்து இழுத்துப் போய் அமரவைத்து, சுடச்சுட புரோட்டாவைக் கைகளில் தூக்கிப் புரட்டியபடி வந்து இலையில் போட்டு, பின்னர் பிய்த்துப் போடுவார். சிகப்பு நிறமாய் எண்ணெய் மினுங்க சால்னாவை ஊற்றிவிட்டு, "சிவகாசிக்கு போனப்ப இந்த சால்னாவை சாப்பிட்டேன். அப்படியே அந்த சுவையை நம்ம கடையில கொண்டு வந்திட்டேன். இப்ப ஊரே இந்த சால்னாவுக்கு அடிமை" என்றார். அதற்கடுத்து பள்ளி கல்லூரிப் படிப்பிற்காக வெளியே போனபோது, இஸ்மாயிலைப் பார்ப்பது குறைந்து போயிருந்தது.

இடையில் விடுமுறையில் வந்திருந்தபோது, பையன் களோடு போய் கொஞ்சம் குடித்துவிட்டுக் கடையில் உரிமை யாய் வம்பிழுத்துக்கொண்டிருந்த போது, "எந்திச்சு வெளிய போடா குடிகார நாயே" என்றார் இஸ்மாயில். 'இல்லைண்ணே' என மேற்கொண்டு சொல்ல முயன்றபோது அந்த வார்த்தையை மறுபடியும் சொல்லிவிட்டு கழுத்தில் கை வைத்துத் தள்ளினார். பையன்கள் மத்தியில் எனக்கு அவமானமாகப் போய்விட்டது என்பதால், நானும் அவரது நெஞ்சைப் பிடித்துத் தள்ளியபோது, அவர் பக்கத்தில் இருந்த எச்சில் இலைச் சட்டியின் மேல் விழுந்தார். குப்பையில் கிடந்த கிழிந்த வாழை இலையொன்று அவரது கழுத்துக்குப் பக்கத்தில் ஒட்டிக்கொண்டது. அதைக் குனிந்து பார்த்தவர், எழுந்து ஓடிவந்து என் சட்டையைப் பிடித்துப் பின்னோக்கி இழுக்கவே, அவரது கையோடு போனது அது. கடும் கோடையே ஆனாலும், உடலில் இருக்கும் தேமல் காரண மாகச் சட்டையில்லாமல் திறந்தேமேனிக்கு என் வீட்டில்கூட நின்றதில்லை, அது என் வழக்கமும் அல்ல. என் பள்ளி சிநேகிதி ஒருத்தியும் கூட்டத்தில் நின்று இதைப் பார்த்த வாறிருந்ததைக் கண்டேன். ஆங்காங்கே குளத்தில் படர்ந் திருக்கிற பாசியைப் போல என்னுடலில் பரவியிருந்த சிவப்புத் தேமல் திட்டுகள் எரிந்தன. ஓடிப்போய் இஸ்மாயிலின்

இடுப்பில் பலத்தைத் திரட்டி மிதித்தேன். அடுப்பிற்குள் இருந்து விறகுக் கட்டை ஒன்றை உருவிக்கொண்டு என்னை நோக்கி ஓடிவந்த போது, என் நண்பர்கள் அவரைச் சூழ்ந்து தூக்கித் தரையில் போட்டு அமுக்கினார்கள். அவரது உடல் மண்ணில் கிடத்தப்பட்டது.

என் சித்தப்பா ஒருத்தர் கூட்டத்தில் இருந்து முன்னேறி வந்து இஸ்மாயிலைப் பார்த்து, "துலுக்கப் பயலுக்கு அவ்வளவு ஏத்தம் வந்திருச்சோ" என்றார். பக்கத்தில் நின்ற இப்ராஹீம் அண்ணன், "சின்னப்புள்ளை சண்டைக்கு எதுக்குப்பா மார்க்கத்தை இழுக்கற?" என்றார். "எங்க பையனைக் கொல்றதுக்கு அவன் வருவான். எங்க கையி பூப்பறிச்சிக்கிட்டு நிக்குமா? இந்தச் செய்தி மட்டும் எங்க அண்ணனுக்கு போகட்டும். இந்த இஸ்மாயில் என்ன ஆகப் போறான்னு பாருங்க. ஒழுங்கா அவனை மன்னிப்பு கேட்கச் சொல்லுங்க மாமா" எனக் கடையின் முன்நின்று பாக்கெட் சாராயம் அடித்த போதையில் அலறி, இஸ்மாயிலின் சட்டையைப் பிடிக்கத் துடித்துக்கொண்டிருந்தார் சித்தப்பா.

கடையின் கல்லா பக்கத்தில் நின்று உடலில் இருந்த மண்ணைத் துடைத்துக்கொண்டே "எவன் கால்லயும் என்னால விழ முடியாது. போடா மயிரேன்னு கும்பிட்ட சாமியையே தூக்கிப் போட்டுட்டு வந்தவன் நான்" எனச் சொல்லிவிட்டு என்னை முறைத்து நின்றார் இஸ்மாயில். கடைசியாய் இஸ்மாயிலின் முறைக்கிற கண்களைத்தான் பார்த்தேன். அதுவே அவருடைய ஞாபகமாகவும் என்னுள் தங்கியது.

அந்தச் சண்டை பெரியளவு பிரச்சினையாக ஆகும் எனத்தான் ஊரில் எல்லோரும் நினைத்தார்கள். இரண்டு தரப்பும் அதை நோக்கித் தன்னைத் தயார்செய்யவும் தொடங்கியது. ஆனால் அப்பா எல்லோரையும் அமைதியாக இருக்கச் சொல்லிவிட்டு, "தொழில் நடத்துற இடத்தில எவனாச்சும் போயி குடிப்பானா? அது என்ன ரெகார்ட் டான்ஸ் ஆடற எடமா?" என்றார். எல்லோரும் அமைதியாய் அவரவர் வேலையைப் பார்க்கப் போய்விட்டார்கள். "மாடு எந்நேரமும் எதையாச்சும் மேய்ஞ்சுகிட்டே இருக்க மாதிரி இதையே அசை போட்டுக்கிட்டு இருக்காத" என்றார் அப்பா என்னிடம். இஸ்மாயில் ஏதாவது செய்துவிடுவான் எனப் பாட்டியொருத்தி மட்டும் நீண்ட காலம் பயமுறுத்திக்

கொண்டே இருந்தாள் வீட்டில்.

அதற்குப் பிறகு இஸ்மாயிலின் திசைப் பக்கமே தலைவைத்துப் படுக்கவில்லை. அவர் ஞாபகம் வந்தாலே சால்னாவைப் போல உறைப்பாய் அவர் மீதான வெறுப்பும் எழும். “இனிமே குடிச்சிட்டு இந்தப் பக்கம் வராதீங்கடா” என எளிமையாக அன்றைக்கு மன்னித்து விட்டிருக்கலாமே அவர்? அதற்கான வாய்ப்பிருந்தும் அவ்வாறு செய்யவில்லை யெனில், அம்மனநிலைக்குப் பின்னால் இருந்தது எது? சில நேரங்களில் இப்படி யோசிக்கவும் செய்திருக்கிறேன். இவ்வா றெல்லாம் சுற்றிச் சுற்றி யோசிக்கும் இயல்பு தொழில் நிமித்தமாகவும் வந்து என்னோடு ஒட்டிக்கொண்டது.

என்னுடைய பையனுக்கு மொட்டையடிக்கப் போனபோது ஊரில் சந்தனக்கூடுப் பெருவிழா என்றார்கள். எனக்கு அதைப் பற்றி எல்லாம் ஒன்றுமே தெரியவில்லை. இஸ்மாயில்தான் இது மாதிரியான இஸ்லாமிய விழாக்களை ஊரில் இப்போது ஒருங்கிணைக்கிறார் என்றார்கள். அவரது பெயரைக் கேட்கும் போது அப்போதும் எரிச்சல் வந்தடங் கியது. ஆனால் இரவு விளக்கொளியில் சப்பரம் மாதிரி ஒன்றினை, மல்லிகைப் பூச்சரத்தைப் போர்வை போலப் போர்த்தித் தூக்கிக்கொண்டு போன காட்சி ரம்மியமாக இருந்தது.

அத்தரும் மல்லிகையும் கலந்த மணம் அந்தப் பகுதியையே நிறைத்தபோது எல்லோருமே மகிழ்ச்சியாக இருந்தார்கள். நானுமே அன்றைக்கு அந்தப் புகைமூட்டத்திற்கு நடுவே உற்சாகமாக உணர்ந்தேன். அதற்கடுத்து அவரைப் பற்றிய தகவல்கள் எதுவும் என் காதில் வந்து சேரவில்லை. வழிபாட்டு இடம் சார்ந்த சில மதச் சண்டைகளில் அவர் பெயரைச் சம்பந்தப்படுத்தி, அப்பாவுக்கு உடல்நிலை சரியில்லை எனப் போனபோது சொன்னார்கள்.

அதற்குச் சில மாதங்களுக்கு முன்பு எங்களது தரப்பில் ஒரு பையன் இஸ்லாமியப் பெண்ணைக் காதலித்திருக்கிறான். அதை எதிர்த்து இஸ்மாயில் அவரது மார்க்கத்து ஆட்களோடு எங்களது குடியிருப்பிற்கு வந்து சலம்பிச் சென்றதாகவும் சொன்னார்கள். சிறுசண்டை மூள்வது போல உருவான சூழலைப் பொம்பிளையாட்கள் எல்லோரும் சேர்ந்து தடுத்து நிறுத்தி இருக்கிறார்கள். இஸ்மாயில் சில சிக்கல்களோடும் அறியத் தொடங்கினார் ஊரில். அதையெல்லாம் அறிந்து

கொள்ள விரும்பாமல் வேறொரு திசையில் நான் தலை தெறிக்க ஓடிக்கொண்டிருந்தேன்.

இஸ்மாயிலின் முகத்தை என் நினைவில் இருந்து அழிக்கவே என் உள்மனமும் சொன்னது. உக்கிரமான அந்த வெயில் காலத்தில் கடை வாசலில் வெறும் மேனியோடு நின்றது வடுவாகவே என்னுள் தங்கியிருந்தது. அந்தக் காட்சி நினைவிற்கு வரும்போதெல்லாம் நெஞ்சில் ஒரு அழுத்தம் வந்து போகும் எனக்கு. ஒருநாள் கையில் கிடைத்தால் அவருக்குத் தக்க பாடம் புகட்ட வேண்டும் என நண்பன் ஒருத்தனிடம் அப்போது சபதமும் செய்திருந்தேன்.

கோப்பின்படி, எங்களுடைய ஊரில் இருந்து அவர் எப்படி எப்போது அருப்புக்கோட்டைக்குப் போனார் என்கிற தகவல் எனக்குப் பிடிபடவே இல்லை. எங்களுடைய உள்ளூர் உளவாளியை அழைத்து அந்தத் தகவல்களைத் திரட்டித் தரச் சொன்னேன். அவன் அதுகுறித்து எனக்குத் தொலைபேசியில் குறுகிய நேரத்திற்குள்ளாகவே விரிவாகச் சொன்னான். அருப்புக்கோட்டையில் உள்ள தீவிரக் குழுவொன்று அவரைக் குறிவைத்துச் செயல்பட்டு அவர்கள் பக்கம் இழுத்திருக்கிறார்கள். வந்துபோக செலவுக்குக் கையில் காசு கிடைத்த வகையிலும், இஸ்மாயிலுக்குமே அங்கே உலவுவது பிடித்திருந்திருக்கிறது.

ஊக்கமான இளைஞர்களை அடையாளம் கண்டு அவர்களிடம் கொண்டுபோய் விடவேண்டும் என்பதே அவருக்கான பணி. அவரை நோக்கி வந்த இளைஞர்களுக்கும் அவர் வரப் போக கைச்செலவை வாங்கித் தந்து ஊரில் முக்கியத்துவத்தையும் ஏற்படுத்தித் தந்தார். அவர்களுக்குள் வாட்ஸ் அப் குழுவொன்றும் அமைக்கப்பட்டு அதற்குள் தீவிர கருத்துகளைப் பேசிக்கொண்டிருந்தனர். வந்துபோனால் தங்கிக்கொள்ளும்படி சின்ன வீடொன்றையும் இஸ்மாயி லுக்கு எடுத்துக் கொடுத்திருக்கிறார்கள்.

நல்லபடியாக எல்லாமும் போய்க்கொண்டிருந்தபோது, திடீரென அந்தக் குழுவில் இஸ்மாயில் வேறு மாதிரியாக நடந்துகொள்ளத் தொடங்கி இருக்கிறார். “நான்தான் இந்தக் கூட்டத்திற்குத் தலைவன். என் கையில் இருக்கும் இளைஞர் களைக் கொண்டு முக்கிய நகரங்களைத் தாக்கி அழிக்கப் போகிறேன். எனக்குப் பொட்டி வந்துவிட்டது. எல்லோரும் என் தலைமையில் ஒன்றிணையுங்கள்” என்றெல்லாம் பேசத்

தொடங்கி இருக்கிறார். ஒருகட்டத்தில் எல்லோரையும் ஒருமையில் அசிங்க அசிங்கமாகத் திட்டியிருக்கிறார்.

குழுவின் ரகசியக் கூடுகைகள் பற்றிச் சம்பந்தமே இல்லாத பலருக்கு அவர் பார்வேட் செய்திகளை அனுப்பி இருக்கிறார். அது பலப்பல கைகளுக்கும் பரவியிருக்கிறது. அந்தக் குழு அவரைத் தொல்லையாகக் கருதி அவரிடம் இருந்து தொடர்புகளைத் துண்டித்துக்கொண்டது. அந்தக் குழுவின் வாட்ஸ் அப்பிலும் அவரைத் தடைசெய்து வைத்தனர். அவருடனான தங்களுடைய எல்லா அடையாளங்களையும் தடயமின்றி மறைத்துக்கொண்டனர். கோபமான இஸ்மாயில் தனக்கென ஒரு குழுவைத் தொடங்கத் திட்ட மிட்டு இளைஞர்களிடம் பேசிக்கொண்டிருந்த போதுதான், எங்களுடைய விசாரணை வலைப்பின்னலில் சிக்கினார்.

அவர் அந்த வாட்ஸ் அப் குழுவில் எழுதிப் பகிர்ந்த வாசகங்களை எல்லாம் அந்தக் கோப்பில் குறித்திருந்தார்கள். அவரது தாக்குதலின் இலக்கில் உலகின் பெரிய நகரங்கள் பலவும் இருந்தன. பழுப்படையத் தொடங்குகிற கட்டத்தில் இருக்கிற இளமஞ்சள் நிறத்தில், ஏதோவொரு புத்தகத்தில் இருந்து கிழிக்கப்பட்ட, சில நகர வரைபடக் காகிதங்கள்கூட அவரிடம் இருந்தன. புரோட்டா கடை போட்டிருந்த இஸ்மாயில் அதையெல்லாம் எவ்வாறு அறிந்தார் என்பதில் எனக்கு வியப்பு மேலிட்டது. அவரது சொந்த வீட்டுப் புகைப் படங்கள் எனச் சிலவற்றை அதில் இணைத்திருந்தார்கள். மேற்கூரை உதிர்ந்து சிதிலமான வீட்டின் முன்னே அமர்ந்து அவரது மனைவி தலையில் முக்காடு ஒன்றைப் போட்டு, பாத்திரம் கழுவுகிற காட்சியைப் புகைப்படம் ஒன்றில் பார்த்தேன்.

என்னிடம் தொலைபேசியில் உளவு சொன்னவனை அழைத்து, "ஏதாச்சும் சம்பாதிச்சிருக்காரா?" என்றேன். "அது தெரியலைங்கய்யா. ஆனா அவரு சம்சாரத்தையும் பொண்ணையும் பார்த்தா பஞ்சப் பராரியாத்தான் தெரிய றாங்க. மூக்கு காதிலகூட ஒரு பொட்டுத் தங்கம் இல்லை. அதில மூத்த பொண்ணு சமீபத்தில தவறிடுச்சாம். இவரும் சண்டை சச்சரவில வீட்டைவிட்டு வெளியேறிட்டாரு" என்றான். இந்தத் தகவல்களை எல்லாம் அவன் என்னுடைய விசாரணை அதிகாரிகளிடம் சொல்லவே இல்லை என்பதையும் அறிந்தேன். ஊருக்குள் அதுவரை குரலை உயர்த்திப்

பேசிக்கொண்டிருந்தவர், எங்களுடைய ஆட்கள் விசாரணைக்குத் தூக்கிய போதிலிருந்து கப்பென வாயை மூடிக்கொண்டார் என்று சொன்னார்கள். நீண்ட விசாரணையில் அந்த ஒற்றை வரியை மட்டும் திரும்பத் திரும்பச் சொல்லிக்கொண்டிருந்தாராம்.

தன்னைப் பற்றிய தகவல்கள் எதையுமே சொல்ல மறுத்திருக்கிறார். பின்னர் அவரோடு அலைந்துகொண்டிருந்த இன்னொருத்தரைப் பிடித்து மூட்டைப்பூச்சியைப் போல நசுக்கி விசாரணை செய்த பிறகே, இஸ்மாயில் பற்றிய தகவல்கள் தெரிய வந்திருக்கின்றன. அதற்குப் பிறகுதான் அந்தக் கோப்பு என்னிடத்தில் மெருகேற்றம் கோரி வந்தமர்ந்தது. இன்னும் உக்கிரமான விசாரணைகள் எதுவும் தொடங்கப்படவில்லை. கத்தரிவெயில் காலம் என்பதால், அன்று எல்லோருமே சோர்வாக இருந்தார்கள் என்பதும் ஒரு காரணம்.

இந்தச் சிறப்புப் பிரிவைப் பொறுத்தவரை எந்த எளிய சந்தேகத்தையும்கூட மிச்சம் வைக்காமல் அலசி ஆராய்வோம். கடந்து மறைகிற எலியின் வால் நுனியைக்கொண்டே அதன் முழு உருவத்தை நினைவில் திரட்டும் பூனையாகத்தான் வளர்க்கப்பட்டிருக்கிறோம். சின்ன அசிரத்தைகூட மிகப்பெரிய ஆபத்தில் கொண்டுபோய் விட்டுவிடும் என்பதால் மோப்ப நாயைவிட ஒருபடி மேலாக. அதுவும் நாங்களும் ஒன்றெனக்கூடச் சில சமயங்களில் தோன்றும்.

ஒரு சின்னத் தவறுக்குக்கூடத் தயவு தாட்சண்யம் கிடையாது இங்கே. கொஞ்சம் அசந்தாலும் இவ்வமைப்பு, தலைகுப்புறத் தள்ளிவிடும் வாழ்வை. அதற்கப்புறம் மீதிக் காலத்தில் வழக்கு, நீதிமன்றம், பணிநீக்கம் என அல்லாடிக் கொண்டிருக்க வேண்டும் என்பதால், இங்கே மற்ற துறைகளைக் காட்டிலும் கவனம் அதிகம். சந்தேகத்தின் சிறு வாய்ப்பைக்கூடக் குற்றத்திற்கு வழங்கிவிடுவோம். கோட்டைத் தொட்டால் மட்டுமல்ல, கோட்டிற்கு அருகில் வந்து நின்றால் கூட இங்கே குற்றம்தான். இந்த அமைப்பில் அதுவரை நான் இவ்வாறான விஷயங்களில் சறுக்கியதே இல்லை. இந்த வருட குடியரசு தின அரசுப் பதக்கம்கூட எனக்குக் கிடைக்க வாய்ப்பிருந்தது.

நீண்ட நேரமாக அவரைப் பற்றி யோசிப்பது அயர்ச்சியை உண்டு பண்ணியது. கூடவே, விசாரணையை

முடிப்பதற்குக் குறைவான நேரமே இருந்தது. அடுத்து வரும் அதிகாரிகளிடம் அவரை ஒப்படைக்க வேண்டும். எழுந்து அவர் இருந்த அறையை நோக்கி நடந்து போனேன். குனிந்து தன் பெருவிரல் நகத்தைப் பிய்க்க முயன்றுகொண்டிருந்தவர், என் அசைவைக் கண்டதும் நிமிர்ந்து பார்த்துவிட்டுத் திரும்பவும் குனிந்துகொண்டார்.

என் பொறுப்பில் இருக்கிற வழக்கின் வழக்கமான விசாரணை முறையைத் தொடங்கினேன். என்னோடு கடைசிப் படிநிலையில் இருந்த காவலன் ஒருத்தனும் உடனிருந்தான். நான் அமைதியாகக் கேட்ட எந்தக் கேள்விக்கும் அவர் பதிலளிக்கவே இல்லை. தலையைக் குனிந்து மௌனமாகவே அமர்ந்திருந்தார். இடையில் குரலை உயர்த்திக் கேள்வியைக் கேட்டபோதும், அவர் குனிந்தே இருந்தார். என் பக்கத்தில் நின்ற காவலன் எரிச்சலுற்று, “ஒப்பன ஓழி. அதிகாரி கேட்கறாரு. ஊமை மாதிரி ஆக்டா கொடுக்கிற. நெஞ்சில இருக்க பாலைக் கக்க வச்சிருவேன்” என என்னுடைய அனுமதி இல்லாமலேயே ஓங்கி அவருடைய நெஞ்சில் மிதித்தான். சுவரோடு நெருங்கிப் போய் அமர்வதற்கு முன் என் கண்களை உற்றுப் பார்த்து விலகினார் இஸ்மாயில். கழுத்தில் கடிவாங்கிய எலியைப் போலத் துடித்து ஒடுங்கியது அவர் பார்வை.

அவனைப் பார்த்து முறைத்தவுடன் திருப்பி உதைக்கத் தூக்கிய காலைக் கீழே போட்டான். வெளியில் போய் நிற்குமாறு அவனுக்குச் சைகை காட்டினேன். அவன் வெளியே போன பிறகும் உள்ளே எட்டிப் பார்த்துக்கொண்டிருக்கிறான் என்பதை என் முதுகு உணர்ந்தது. நகர்ந்து அவர் முன்னால் போய் நின்றேன். வெற்று மேலோடு அமர்ந்திருந்த அவர் என் பூட்ஸ் கால்களை உற்றுப் பார்ப்பது தெரிந்தது. அவரது தலைக்கு மேல் இருந்து “தங்கப்பாண்டி” என்றேன். ஒரு வெண் செம்பருத்திப்பூ மலர்வதைப் போல நிமிர்ந்து என்னைப் பார்த்தார். நொடிக்கும் குறைவான நேரம் அந்தக் கண்களில் ஒரு மலரொளி வந்துபோய் அடங்கியதைப் பார்த்தேன். உணர்வெதையும் வெளிக்காட்டாத என் கண்களைக் குறுகுறுவெனப் பார்த்துவிட்டு, முகத்தை உடனடியாக இறுக்கமாக மாற்றியபின், “ஜிகாத் வந்திரும். உங்க நகரத்தைக் கைப்பத்தாம விடமாட்டோம்” என்று சொல்லிவிட்டு மீண்டும் தலையைக் குனிந்துகொள்வதற்கு முன்பு அவரது

இதழோரம் சிரிப்பொன்று வழிந்தோடி மறைந்ததைக் கவனித்தேன்.

அந்த அறையைவிட்டு வேகமாக வெளியேறி, என்னுடைய மேசையில் அமர்ந்து அவரது கதையைக் கோப்பில் கோர்வையாக எழுதிக் கையொப்பம் இட்டு பொறுமையாய்ச் சிகப்பு நாடாவால் கட்டி முடித்தேன்.

ஏதோ உள்ளுக்குள் உந்துதல் உணர்வெழவே, மோப்ப நாயைப் போல அறைச் சன்னலை நோக்கிப் போனேன். வெளியிலிருந்து அத்தரும் மல்லிகையும் இணைந்த மணம் என் அறைக்குள் நுழையத் தொடங்கியது.

6
மானு மோராஸ்

"இந்த ஊரிலேயே பேரழகி என ஒருத்தியைக் காட்டு கிறேன். எப்பாடுபட்டாவது அவளை எனக்கு இரையாக்கி விடு" என ரெகார்டோவிடம் சொன்னபோது, உடனடியாக அவன் "மானு மோராஸ்" என்றான். அதுவொரு கெட்ட வார்த்தை என்பது எனக்கு உடனடியாகவே புரிந்தது. "இதுதான் எனக்கு வேலையா?" என அவன் அடுத்த வாக்கியத்தைச் சொன்ன பிறகே அவ்வார்த்தையின் மிகக் கெட்ட அர்த்தத்தை விளங்கிக்கொண்டேன். ரெகார்டோ இப்படித்தான் எப்போது பார்த்தாலும் இந்த வார்த்தையை அடிக்கடி எச்சிலைப் போலத் துப்பிக்கொண்டே இருப்பான். இந்தியாவில் அம்மாவைக் குறிக்கும் வசைச்சொல் போல அது கடுமையானதாக இருக்கக்கூடும் என எண்ணிக்கொண்டேன்.

ஆஸ்திரேலிய தொண்டு நிறுவனம் ஒன்றின் களப்பணி ஆற்றும் பொறுப்பில் இருக்கும் நான், முதன்முதலாக ரெகார்டோவை நண்டு வளர்ப்பு மையம் ஒன்றில்தான் சந்தித்தேன். ஆஸ்திரேலிய நாட்டு நிதியுதவியுடன் உள்ளூர் மீனவர்களுக்குக் காயல் நண்டு வளர்க்கும் பயிற்சியை அளிக்கும் திட்டம் அது. கடலும் ஆறும் சந்திக்கும் முகத் துவாரமான காயலில்தான் இந்நண்டுகள் உயிர்வாழும். காயலில் இருக்கும் அலையாத்திக் காடுகளின் அடியில் இவை கூட்டமாய்க் கொடுக்குகளை ஆட்டியபடி ஊறிக்கொண் டிருக்கும். அந்த இடத்தில் நண்டுக் குஞ்சுகளை வாங்கி செயற்கையாகப் பொரிக்கச்செய்து அவற்றை வளர்க்க வேண்டும்.

வெளிநாடுகளில் அவற்றிற்கு நல்ல வரவேற்பு இருப்ப தால் அவற்றை ஏற்றுமதி செய்து உள்ளூர் மீனவர்களின் வாழ்வாதாரத்தை மேம்படுத்த அந்தத் தன்னார்வ அமைப்பு

வேலை செய்துகொண்டிருந்தது. அந்த அமைப்பின் தலைவி பிரிட்டிஷ்காரி. என்னைவிட ஐந்து வயது மூத்தவள். நேரிடை யாகவே எப்போது அறைக்கு வருகிறாய் எனப் பலதடவை கேட்டுவிட்டாள். உடல் கொதிக்கப் படுத்தபடி யோசித்தும், அவளது முகத்தின் கன்னத்துச் சதையில் இருந்த அதிகப்படி யான சுருக்கம் என்னை எழுச்சிகொள்ள வைக்கவில்லை. ஆனால் முகத்திற்குக் கீழுள்ள அவளது உடல் என்னைப் புத்துணர்ச்சி கொள்ளச் செய்தது. முகத்தை மட்டும் விட்டுவிட்டு ஒட்டுமொத்த உடலையும் எப்படி அணைத்துக் கொள்வது என்கிற தீவிர சிந்தனையில் இருந்தேன்.

அவளது முகத்தை மறந்துவிட்டு, சில நேரங்களில் படுக்கையில் புரண்டிருக்கிறேன். உச்சத்தை அடைகிற வேகத்தில் கடைசி நிமிடத்தில் முகம் அவசியமாக இருக்கிறது என்பதை உணர்ந்தேன். தனியான சந்தர்ப்பங்களில் அவள் என்னை மெல்ல உரசும் போது, வேண்டாம் என்று மறுத்த தில்லை. அவளது முகத்தைப் பார்க்காமல் நானும் உரசிக் கொள்வேன். என்றைக்காவது ஆத்திர அவசரத்திற்குத் தேவைப்படுவாள் என்கிற மாதிரி நண்டை வலையிலேயே வைத்திருந்தேன். அவளுக்குமே அது போதுமானதைப் போலவும் பட்டது எனக்கு.

இரண்டு கொடுக்குகளையும் விரித்து ஒரு புல்டோசர் நடந்து வருவதைப் போல நடந்துவந்த அந்தப் பச்சை நண்டை அப்படியே முதுகிற்குப் பக்கத்தில் பிடித்துத் திருப்பிப் போட்டு, தனது பெருவிரலால் அதன் வயிற்றை மிதித்தான் ரெகார்டோ. நண்டு தனது கூர்கொடுக்குகளை வானை நோக்கி ஆட்டியது. பின்னர் சணல் கயிற்றால் அதன் கொடுக்குகளைக் கட்டி, முதுகோடு சேர்த்துக் கோர்த்து மண்ணில் போட்டான். நண்டு அப்போதும் அசைந்துகொண்டிருந்தது. ஆனால் அதன் உலகம் மனிதனின் கால் சுற்றளவிற்குச் சுருங்கிவிட்டது. ஒவ்வொரு நண்டாய் இப்படி அவன் கட்டும் வேகத்தை வியந்து பார்த்தேன். “கொடுக்குதான் ஆபத்து. மத்தபடி பயனுள்ள உயிர்” என்றான் விநோதமாகப் பார்த்துக்கொண் டிருந்த என்னிடம்.

உள்ளூரில் கொஞ்சம் படித்த ரெகார்டோ, தட்டுத் தடுமாறி சுமாரான ஆங்கிலம் பேசிவிடுவான். அவனுக்கு அந்தத் தீவு தேசத்தின் மேல்மட்ட அரசியல்வாதிகள் வரை நல்ல தொடர்பு இருந்தது. ஆனால் யாரிடமும் அவன்

கையேந்தி நின்றதில்லை என்பதையும் பார்த்திருக்கிறேன். அவனுடைய அப்பா சுதந்திரப் போராட்டத் தியாகிக்கான பென்சன் வாங்கிக்கொண்டிருக்கிறார். அதனாலேயே என்னவோ நாட்டுக்கு எதிரான தீவிரமான திட்டங்கள் எதிலும் பங்கெடுத்துக்கொள்ளவே மாட்டான். ஒருதடவை ஆமைக்கறி வேண்டுமெனக் கேட்டபோது, "ஐ.நா அதைப் பிடிப்பதற்குத் தடைசெய்திருக்கிறது அல்லவா? அப்புறம் ஏன் எங்கள் நாட்டில் மட்டும் அதைப் பிடிக்கச் சொல்லுகிறாய்? இல்லாமல்பட்டவர்கள் என்றால் இளக்காரமா?" என்றான் தீவிரமான குரலில்.

அதற்கடுத்து அவனோடு அந்த மாதிரி விஷயங்களைப் பேசுவதை நிறுத்திக்கொண்டேன். ஒருதடவை இந்தியாவில் இருந்து மிகப் பெரிய எண்ணெய் நிறுவனம் அந்த நாட்டில் காலூன்ற விரும்பி என் வழியாகத் தொடர்புகளைத் திரட்டச் சொன்னார்கள். அது பெரும் பணம் ஈட்டும் திட்டம் என்பதால் ரெகார்டோவிடம் நைச்சியமாகப் பேசிப் பார்த்தேன். "என்றைக்காவது இப்படி எங்களது மண்ணை உறிஞ்ச ஆட்கள் கிளம்பிவந்து அதில் வெற்றியும் பெறத்தான் செய்வார்கள். அதை என்னால் தடுக்க முடியாது என்பது தெரியும். ஆனால் அப்படியொரு வேலையில் என் கை இருப்பதை நான் அனுமதிக்க மாட்டேன். இந்த மண்ணில் இருந்து எடுத்து உண்டிருக்கிறேன்" என்றான்.

இதுபோன்ற வேலைகளில் நானுமே கத்துக்குட்டிதான் என்பதையும் ரெகார்டோ அறிந்திருந்தான் என்பதால், என்னை விலக்கமாகக் கருதவில்லை. என்னுடைய கனவுகள், திட்டங்கள் எல்லாவற்றையும் அவனிடம் விவரித்திருக்கிறேன். அவனுக்குமே அப்படியானவை இருக்கின்றன என்பதால் என்னோடு அதிக நெருக்கம் காட்டி, அவனது உள் வளையத் திலும் இணைத்துக்கொண்டான். என்னுடைய நிறுவனத்தின் புராஜெக்ட்களில் அவன் இலாப நோக்கம் தாண்டி எனக்காகப் பங்கெடுத்தான். நானுமே அவனுக்கு நியாயமான வழிகளில் பணம் வருவதற்கு வழிவகைகள் செய்து கொடுத்தேன். அந்த வகையில் எங்களுக்குள் நல்ல புரிதல் இருந்தது. அவன் வழியாக தேத்தூம் மொழியை நான் கற்கவும் செய்தேன்.

நேவல் மலையின் உச்சியில் இருக்கும் கிராமம் ஒன்றில் அடிப்படை வசதியை மேம்படுத்தித் தரும் பணி ஒன்றை

எங்களது நிறுவனம் மேற்கொண்டது. அங்கே இரண்டு மாதங்கள் நான் போய்த் தங்கியிருந்து அந்தப் பணிகளை ஒருங்கிணைத்து முடித்துக் கொடுக்க வேண்டுமென நிறுவனம் கோரியது. இப்பணியைச் சிறப்பாக முடித்துக் கொடுத்தால் மலேசியாவில் ஊதிய உயர்வுடன் இன்னொரு புராஜெக்ட் என்றார்கள். என்னால் தனியாகப் போக முடியாது என்பதால் ரெகார்டோவையும் உடன் அழைத்துச் செல்ல நிறுவனத்தின் சிறப்புப் பிரிவு அனுமதி தந்தது.

அதற்கு முன்னே நான் அப்படியான மலைகளில் ஏறியதே இல்லை. எங்களூரில் மலை என்று சொல்லி சிறியதொரு குன்றே இருந்தது. சிறு குன்றில் ஏறியவனை அம்மலையுச்சி ஈர்த்தது. நகரின் சூப்பர் மார்க்கெட்டிற்கு என்னை அவனுடைய வெள்ளை ஆம்னி வேனில் அழைத்துப் போனான் ரெகார்டோ. ஒரு மாதத்திற்குத் தேவையான மளிகைப் பொருட்களை வாங்கி அடுக்கிக்கொண் டிருப்பதைப் பார்த்த ரெகார்டோ, "எங்களுடைய நாட்டில் யாரையும் பசியோடு இருக்க அனுமதிக்க மாட்டோம். இப்படி நீ வாங்கிக் குவிப்பது உன்னுடைய அவநம்பிக்கையைக் காட்டுகிறது" என்றான்.

அதை அவன் சீண்டடப்பட்டவன் வெளியிடும் மூச்சுக் காற்றைப் போலத் தீவிரமான குரலில் சொன்னதால், பட்டும் படாமல் சில பொருட்களை மட்டும் எடுத்துக்கொண்டு விரைந்தேன். அவனுக்கும் எனக்கும் தரமான விஸ்கி பாட்டில் களையும் போகிற போக்கில் பொறுக்கிக்கொண்டேன். அந்த வகையில் அவனுக்குமே மகிழ்ச்சிதான் என்பதைச் சிப்பி போல் ஒளிர்ந்த தன்னுடைய வெண்பற்களைக் காட்டிச் சிரித்தபோது உணர்ந்துகொண்டேன். எதிர்பார்த்ததைவிட உயர்ந்து பெருகிக்கொண்டே இருந்தது மலை. ஒருகட்டத் திற்கு மேல் ஆம்னி வேன் மூலமாகச் செல்ல முடியாது என்றார்கள். அங்கேயே ஒரு வீட்டில் நிறுத்திவிட்டு மேலும் இரண்டு மலைகளைக் கடந்து நடக்க வேண்டும் என்று சொன்ன போதுதான் முதன்முறையாக எனக்குள் அவநம்பிக்கை பீறிட்டது. என்னால் ஏறவே முடியாது என அக்கணத்தில் உணர்ந்தேன்.

அந்த வேலையை உதறிவிடலாம் என்றுகூட அந்த நேரத்தில் தோன்றியது. அதை ரெகார்டோவிடம் சொல்லவும் செய்தேன். "இந்த உச்சிக்கே இப்படியா? உலகத்தில் இது

மாதிரி பல உச்சிகள் இருக்கு. மலைக்கு உன்னை ஒப்புக் கொடுத்திட்டு சும்மா வேடிக்கை பார்த்துக்கிட்டு மட்டும் நட. அது உன்னைக் கைப்பிடிச்சு மேல தூக்கிட்டுப் போயிடும்" என்றான் பதிலுக்கு. ஏனோ அந்த நேரத்தில் அவனுடைய குரலைவிட அதை அவன் சொன்னவிதம் எனக்கு உத்வேகமாக இருந்தது. முதல் மலையைத் தாண்டுவதற்கு முன்பே எனக்கு மூச்சு முட்டிவிட்டது. மிச்சமிருந்ததைத் தவழ்ந்தே கடந்தேன். கடைசி அடியை எடுத்து அந்த மலையுச்சியில் வைத்தபோது வெண்மேகக் கூட்டமொன்று என்னைக் கடந்து போனது. முகத்தில் சில்லென்ற ஓர் உணர்வு.

உச்சியை முத்தமிட்டுவிட்டேன் என்கிற பெருமிதம் என் நெஞ்சில் பரவியதை உணர்ந்தேன். எழுந்து ஆசுவாசப்படுத்திவிட்டு, உச்சியில் இருந்து பள்ளத்தைப் பார்த்து என்னை நானே வியந்துகொண்டேன். இத்தனை உயரத்தை நானா ஏறி வந்தேன்? என் மனநிலையை ரெகார்டோவும் உணர்ந்து, என்னை ஊக்கப்படுத்தும்படியான பல சொற்களை உதிர்த்துக்கொண்டிருந்தான். நானொரு நிலைக்கு வந்தபிறகு ரெகார்டோவை அணைத்துக் கட்டிக்கொண்டேன். இந்த உலகத்தில் எதையும் என்னால் செய்ய முடியும் என அக்கணத்தில் உணர்ந்தேன்.

அன்றைய இரவு எங்களுக்குத் தங்க ஒதுக்கப்பட்டிருந்த குடில் வாயிலில் நெருப்பு மூட்டி எல்லா ஏற்பாடுகளையும் செய்து வைத்திருந்தார் ஊர்த்தலைவர். அவர் தேசச் சண்டையில் பங்கெடுத்ததற்கான பதக்கத்தைத் தன்னுடைய தோளில் கிடந்த சால்வையில் அணிந்திருந்தார். பொது இடங்களில் புழங்குகையில் இவ்வாறு குத்திக்கொள்வது அவர்களுடைய வழக்கம் என அறிந்துகொண்டேன். அவ்வாறு அணிவதை அவர்கள் பெருமையாகவும் கருதினார்கள். அந்தப் பதக்கத்தை வருடியபடி அந்த இரவில் அந்த நாட்டின் முழுக் கதையையும் என்னிடம் சொன்னார் அந்த ஊர்த்தலைவர். அந்தக் கதை ரெகார்டோவிற்கு ஏற்கனவே தெரிந்திருந்தது என்பதால் அவன் எழுந்து குச்சிகளை எடுத்துவந்து நெருப்பை அணைய விடாமல் மட்டும் பார்த்துக்கொண்டிருந்தான். அந்தக் காட்சியே ஒரு உருவகம் போல எனக்குத் தோன்றியது.

கடுமையான மலையேற்றம், தரமான விஸ்கி போதை இணைந்த இலயத்தில் அந்தக் கணப்பிற்கு அருகிலேயே

தூங்கிவிட்டேன். குளிரடிக்கிற உணர்வே இரவுத் தூக்கத்தின் இடையே ஏற்படவில்லை. நிலவும் நட்சத்திரங்களும் ஒளிர்ந்துகொண்டிருந்த நள்ளிரவில் விழித்துப் பார்த்தபோது அப்போதும் ஊர்த்தலைவர் அமர்ந்து கணப்பை அணைய விடாமல் நெருப்பு மூட்டிக்கொண்டிருந்தார். அந்தத் தூக்கத்திலும் பதற்றம் வந்துவிட்டது எனக்கு. எல்லோரையும் தொந்தரவுக்கு உள்ளாக்குகிறேன் என என்னை நானே கடிந்துகொண்டு, எழுந்து, தட்டுத்தடுமாறிக் குடிலுக்குள் போய்ப் படுத்தேன். அங்கே ரெகார்டோ குறட்டைவிட்டுத் தூங்கிக்கொண்டிருந்தான்.

காலையில் எங்களுக்கு ஊர்ப் பொதுமுனையில் கூட்டம் இருந்தது. ஏதோ தேவகுமரன் மண்ணில் இறங்கி வந்ததைப் போல அந்த மக்கள் என்னை நடத்துவதைக் குடிலின் வாயிலில் கால் வைத்த நேரத்திலிருந்து புரிந்து கொண்டேன். வயதில் பெரியவர்கள்கூட மண்டியிட்டு வணங்கினார்கள். பெண்கள் வணங்கிவிட்டு வெட்கப்பட்டுக் கொண்டு எதிரே இருந்த எதுவோ ஒன்றின் பின்புறம் மறைந்தார்கள். குழந்தைகளை மட்டுமே பக்கத்தில் பார்க்க முடிந்தது. மற்ற எல்லோருமே ஒருவகையில் விலகி தொண்ட னிடுவதைப் போலவே என்னைச் சுற்றிப் போர்த்தினார்கள்.

அவர்களுக்குக் கல்வி, சுகாதாரம் என அடிப்படை வசதிகளிலேயே நிறையத் தேவைகள் இருந்தன. என்னுடைய செல்போனை வியப்பாக வாங்கித் தொட்டுத் தடவிப் பார்த் தார்கள். ரெகார்டோ நான் பேசியதை எல்லாம் தேத்தூம் மொழியில் விரிவாக அவர்களுக்குப் புரிய வைத்தான். நானுமே இடையிடையே தேத்தூம் மொழியில் சில வாக்கியங் களைப் பேசினேன். அப்போதெல்லாம் பெண்கள் மத்தியில் இருந்து சிரிப்பலை வந்தடங்கியது. அந்தக் கூட்டத்தில் ஒரு பெண் மட்டும் எனக்குத் தனித்துத் தெரிந்தாள். அதிகம் போனால் இருபது வயது இருக்கலாம். ஆனால் இடுப்பில் ஒரு குழந்தையைத் தாங்கி இருந்தாள். வெள்ளை பனியனுக்குப் பின்னே இரண்டு திரண்ட மார்புகள் குலுங்கிக்கொண் டிருந்தன. அப்படி உருண்டையாய் ஒன்றுதிரண்ட மார்புகளை அதற்கு முன் நான் பார்த்ததே இல்லை என்பதையும் அக்குறுகிய நொடிகளில் உணரவும் செய்தேன். என்னை அந்தப் பெண் கூர்ந்து பார்த்ததைப் போல இருந்ததால் சட்டென என் பார்வையை விலக்கியும் கொண்டேன்.

இறுதியாக ஊர்த்தலைவர் அந்த மக்களிடம் பேசுகை யில், ஊரை உயர்த்த வந்திருப்பதாக எல்லாம் மிகையாகச் சொன்னதைக் கேட்கையில், கூச்சமாக இருப்பதைப் போல உடல்மொழியைக் கூட்டத்திடம் வெளிக்காட்டினேன். காட்டுக் கோழியொன்றை முழுவதுமாக வறுத்து பெரிய அரிசிச் சோற்றில் ஊறுகாய் மாதிரி ஒரு திரவத்தைப் பிசைந்து பச்சைக் கீரையொன்றுடன் சாப்பாடு தயார் செய்திருந்தார்கள். எல்லோரையும் கவனித்துப் பார்த்தேன், யாருமே அங்கே பெருந்தீனி உண்ணவில்லை. பிறகு இதைப் பற்றி ரெகார்டோ விடம் கேட்டபோது, "எங்களுடைய தேசத்தில் போர் நடந்துகொண்டிருந்த போது மிகப்பெரிய உணவுப் பஞ்சம் ஏற்பட்டது. அதனால் மக்கள் பிறருக்கும் உணவு வேண்டும் என்று சொல்லி அரைவயிறு மட்டும் வலுக்கட்டாயமாகச் சாப்பிட்டார்கள். இப்போது சுதந்திரம் கிடைத்த பிறகும் அந்தப் பழக்கம் எங்களைத் தொடர்கிறது. வானம் பெரிதாகி விட்டது. வயிறு மட்டும் இன்னமும் ஒரு பறவையைப் போலச் சுருங்கியே இருக்கிறது" என்றான்.

முதல்நாள் கூட்டத்தில் நான் பார்த்த பெண்ணின் வயிறுமே அவ்வாறே இருந்தது. அவளது வயிறு உள்ளொடுங்கி இரு மார்புகள் விண்ணென முன்னோக்கித் தள்ளி நின்றன. இந்தியாவில் சிலைகளில் மட்டுமே இவ்வாறான காட்சியை அதற்குமுன் கண்டிருக்கிறேன். இரண்டாவது தடவை இந்தக் காட்சியை நான் பார்த்தபோது அவள் ஊர்த்தலைவரின் வீட்டின் பின்புறம் நின்றிருந்தாள். அப்படி உற்றுக் கவனிப்பதை அவளுமே உணர்ந்திருந்தாள் என்பதை அவளுடைய அங்கத்தின் மெல்லசைவுகளில் உணர்ந்தேன். ரெகார்டோ எனக்குப் பின்னால் நடந்து வருகிற சத்தத்தைக் கேட்டவுடன் பார்வையை விலக்கி, ஊர்த் தலைவரைத் தேடினேன்.

முதல்கட்ட உதவிப் பொருட்கள் வந்து சேர்ந்துவிட்ட தகவலை அவரிடம் சொல்லப்போன போதுதான் இந்தக் கணநேரத் தரிசனம் கிடைத்தது. அவர் எங்களுக்கு பானகம் எடுத்துவரச் சொன்ன போது, அந்தப் பெண் அறையில் இருந்து வெளியே வந்தார். 'ஏமி' என எனக்கு அவளை அறிமுகப்படுத்தினார் ஊர்த்தலைவர். அவருடைய மனைவி யவள் என்பதை அப்போதுதான் அறிந்துகொண்டேன். அப்போது எனக்குச் சற்றே ஏமாற்ற உணர்வு எழுந்தது.

அவளுமே என் கண்களைச் சந்திக்காமல் ஒரு பூனையைப் போல நடந்து வெளியேறி என் இருப்பை உறுதிசெய்தாள்.

திரும்பப் போகையில் என் மௌனத்தைக் கவனித்தபடி நடந்து வந்தான் ரெகார்டோ. நானுமே எந்தச் சந்தேகத்தையும் வழங்கிடாதபடி தீவிரமாக வேலையைப் பற்றி யோசிப்பது போல என் தொலைபேசியை எடுத்து அடிக்கடி நோண்டிக் கொண்டு நடந்து போனேன். பிறகு பல சந்தர்ப்பங்களில் அவளைப் பார்த்தேன். தனியாக இருக்கும் சமயங்களில் அவள் தள்ளியே இருந்தாள். ஆனால் சிலரை நிறுத்திப் பேசிக் கொண்டிருக்கையில் மட்டும் கூட்டத்தோடு வந்து கலந்து கொண்டாள்.

ஆர்வமாக என் உதடுகளையே கூர்ந்து பார்த்து நான் பேசுவதைக் கேட்டுக்கொண்டிருப்பாள். அத்தகைய சமயங்களில் நான் அவளுடைய மார்புகளை நோட்டம் விடுவேன். ஒருதடவை அவளது குழந்தை அவளது சட்டைப் பித்தான்களைக் கழற்றி அவளது மார்பில் கைவிட்டுத் துழாவிய போதும், அதை அறியாமல் என் உதடுகளையே பார்த்துக் கொண்டிருந்தாள். அவள் குழந்தையில்லாமல் வந்து நிற்கிற போது எனக்கு உற்சாகம் தொற்றிக்கொள்ளும். என்னை யாராவது பார்க்கிறார்களா என்கிற உணர்வின்றிக்கூடச் சில சமயங்களில் அவளை வெறித்துப் பார்த்திருக்கிறேன். காட்டு மரங்களிடையே நுழைந்து வளைந்து போகும் காற்றைப் போல என் கண்கள் சுழலும்.

அவளைச் சந்திக்க வேண்டும் என்பதற்காகவே அடிக்கடி இப்படிக் கூட்டத்தைக் கூட்டிப் பிரசங்கம் செய்வது எனக்கு வழக்கமாகிப் போனது. ரெகார்டோ அதை அறிந் திருப்பானா என்கிற குறுகுறுப்பும் எனக்கிருந்தது. உயரதிகாரி என்பதால் பிரசங்கம் எங்களது பிறப்புரிமை என்பதில் யாருக்குமே கேள்வி இருக்காது என்கிற எண்ணம் எனக்கு ஆசுவாசத்தைத் தந்தது. அடிக்கடி ஊர்த்தலைவர் நானிருக்கிற இடத்திற்குத் தேடிவந்து மண்டியிட்டு வணங்கிப் போவார். "அவர் கடவுளுக்கு அடுத்து உதவி பண்ற உனக்குத்தான் இப்படி மண்டியிட்டுக் கும்பிடறார்" என்றான் ரெகார்டோ ஒருதடவை. அவர் இருக்கிற சமயத்தில் மறந்தும் நான் எதையும் வேடிக்கை பார்ப்பதில்லை. கூர்மையாக அவரோடு மட்டுமே என் கவனத்தைக் குவித்திருப்பேன். ஏனெனில் கண்களைச் சுருக்கி உற்றுப் பார்த்துப் பேசும் வழக்கமுடைய

மனிதர் அவர்.

அன்றைக்கு அவர் வந்தபோது, வரவிருக்கும் பொருள், பண உதவிகள் பற்றிய காகிதத்தை அவரிடம் நீட்டினேன். உடன் இருந்த ரெகார்டோ, இவ்வளவு பெரிய உதவி இந்தப் பிராந்தியத்தில் வேறு யாருக்குமே கிடைத்ததில்லை என்று அவரிடம் உரத்த குரலில் சொன்னான். அகமகிழ்ந்த அவர், விரைவில் விருந்தொன்றைத் தயார் செய்வதாகச் சொன்னார். அங்கே நானிருந்த குறுகிய காலகட்டத்தில் அவளிடம் நல்ல பார்வைகளைச் சம்பாதிப்பதற்காகச் சுற்றிச் சுற்றிப் பணியாற்றி னேன். இரவுகளில் அவளை நினைத்தால் உடல் மதமதப்பாக இருந்தது. வலுக்கட்டாயமாக வேறு பெண்களின் மீது கண்களைச் செலுத்திப் பார்த்தேன். எங்கும் மனநிறைவு எனக்குக் கூடிவரவில்லை. எண்ணங்கள் அவளது உதட்டுச் சுழிப்பை மட்டுமே சுற்றி வந்தன. அந்தக் காட்டில் அவளைப் பல மறைவிடங்களில் நிறுத்தி, கற்பனையிலேயே பலமுறை கூடிப் பார்த்தேன்.

அங்கு வந்து ஒன்றரை மாதங்கள் கடந்திருந்தன. இன்னும் பதினைந்து நாட்களில் இம்மலையைவிட்டு இறங்க வேண்டும் என்கிற நினைப்பே எனக்கு வேப்பம் பட்டையைப் போலக் கசப்பாக இருந்தது. மூக்கு முட்ட அன்றைக்குக் குடித்திருந்த ரெகார்டோவிடம் மெல்லப் பேச்சுக் கொடுத்தேன். “ஊர்த்தலைவர் வயசானவரு. ஆனா அந்தப் பொண்ணு சின்ன வயசா இருக்கே. எப்படி?” என்றேன். போதை விலகியவனைப் போலத் தெறித்து வெறித்து என்னையே பார்த்தான். பின்னர் சிகரெட்டை அணைத்து விட்டு என் கண்களைப் பார்த்து, “ஊர்த்தலைவரின் மனைவி சின்னப் பெண்ணோ பெரிய பெண்ணோ.. ஆனால் அவள் எங்களுடைய தாய். ஏனெனில் அவர் எங்களுடைய தந்தை. எல்லோருமே இதை இங்கே விதியைப் போலப் பின்பற்று கிறோம். இந்த மண்ணில் கால் வைத்த உனக்குமே அவ்வாறு தான். கொடுக்கு இருப்பதாலேயே நண்டின் காலைக்கூடக் கட்டுகிறோம். சுதந்திரமாய் இருப்பவர்களுக்குப் பொறுப் புண்டு” என்றான். குற்றவுணர்வுடன் கண்களைத் தாழ்த்திக் கொண்டேன். அதற்கடுத்து என் முதுகிற்குப் பின்னால் ரெகார்டோவின் கண்கள் தொடர்வதைப் போலவே எனக்கொரு எண்ணம் இருந்தது.

அவனுக்கு வேறு வேலைகள் கொடுப்பதைப் போல

வேறு திக்கில் அனுப்பிவிட்டேன். ஆனாலும் அவனது பார்வை உறுத்தல் எனக்குள் இருந்துகொண்டே இருந்தது. இறுதியாய் அவர்களுக்கான உதவிப் பொருட்களை வழங்கி விட்டு மலையிறங்குவதாகத் திட்டம். அடுத்ததாக மலேசியா வில் நடைபெறவுள்ள ஒன்றரை வருடப் புராஜெக்டிற்கு உடனடியாகக் கிளம்ப வேண்டும் எனச் செய்தி ஒன்றையும் அலுவலகம் அனுப்பியிருந்தது. அதுவும் ரெகார்டோவிற்கு நன்றாகத் தெரியும். மலேசியா போய்ச் சேர்ந்த பிறகு அங்கே அவனை அழைத்துக்கொள்வதாக வாக்கும் கொடுத்திருந்தேன். அதனால் கொஞ்சம் மிகையான பணிவுடன் அவன் என்னிடம் நடந்துகொள்வதைப் போலக்கூட எனக்குத் தோன்றியது. ரெகார்டோ கீழே போய் தேவையானவற்றை எடுத்துக்கொண்டு மீண்டும் மலையேறி வந்து என்னை அழைத்துப் போவதாகத் திட்டமிட்டு, அதன்படி ரெகார்டோ கிளம்பிப் போனான். அதுவரையில் பீடித்திருந்த ஒன்றி லிருந்து விடுபட்டுவிட்ட உணர்வை அடைந்தேன். யானைக் காதைப் போலவிருந்த பெரிய இலையொன்று காற்றில் ஆடுவதை வேடிக்கை பார்த்தேன்.

என்னுடைய குடிலில் அமர்ந்திருந்த போது, ஊர்த் தலைவர் வந்து தன் வீட்டுக்கு வருமாறு அழைத்தார். கையில் விஸ்கி போத்தலுடன் அவருடன் கிளம்பிப் போனேன். எனக்கு முயல் ஒன்றை வறுத்து வைத்திருந்தார். அவருடைய பதக்கத்தை வருடியபடி பழங்கதையை எனக்குச் சொல்லிக் கொண்டிருந்தார். அவள் என் பார்வையில் படுகிற தோரணை யில் அப்பக்கம் சுற்றுவதை அறிந்தே இருந்தேன் என்றாலும், அவர் இருக்கிறார் என்பதால் அந்தப் போதையிலும் கவனத்தைச் சிதறவிடாமல் இருந்தேன். ஏனோ அன்றைக்கு அவர் அதிகமாகக் குடித்தார். சில தடவை தடுத்துக்கூடப் பார்த்தேன்.

என் பேச்சைக் கேட்கும் நிலையைத் தாண்டியிருந்தார். தன் பதக்கம் தாங்கிய தோள்துணியை மண்ணில் கீழே போட்டுவிட்டு, வெறிகொண்டு குடித்தார். ஆனால் ஒரு வார்த்தை மீறிப் பேசி என்னோடு சண்டையிடவில்லை. என் அமைதியையும் அவர் அனுமதித்தார். அந்த நெருப்பின் நடனத்தைப் பார்த்துக்கொண்டே முழுப் போத்தலையும் கையில் தூக்கி வாயில் கவிழ்த்துச் சப்பிக் குடித்தார். நினைவு தடுமாறி அவர் கால்நீட்டி நெருப்பின் தடத்தில் விழுந்து

உறங்கத் தொடங்கினார். அவரைத் தட்டி எழுப்பிப் பார்த்தேன். அவரால் காலையில்கூட எழுந்திருக்க முடியுமா என்கிற சந்தேகம் அப்போது எழுந்தது.

எந்தத் திட்டமும் இல்லாமல் அவரது குடிலை நோக்கி நடந்தேன். என் வருகையை எதிர்பார்த்திருந்தவள் போல, அமைதியாய் கையில் ஒரு குவளையை ஏந்தி நின்றாள். தயக்கத்தோடு அருகில் இருந்த சுவரில் சாய்ந்துகொண்டேன். அதிக முறை கற்பனைகளில் நிகழ்த்திப் பார்த்த நெருக்கம்தான் அது என்ற போதிலும், அப்போது படபடப்பாக இருந்தது. என் மூச்சுக்காற்று எனக்கே நன்றாகக் கேட்டது. அவளிடம் எந்த மொழியில் பேசுவது என்கிற குழப்பம் அப்போது எழுந்தது. எங்களுக்கு இடையில் காற்று கடந்துபோனதைத் துணியாடலில் உணர்ந்தேன்.

தட்டுத்தடுமாறி தேத்தும் மொழியில், "அவரை என்ன செய்வது?" என்றேன். ஒன்றும் செய்ய வேண்டாம் எனச் சைகை செய்துவிட்டு குடிலின் பின்பக்கம் அவள் நடந்து போனபோது, பின்னாலேயே தொடர்ந்தேன். இடுப்பு உயர மர மேசை ஒன்றின் மீது ஏறிப் படுத்தாள். கால்களை நீட்டி, கைகளை விரித்து, உதட்டைச் சுழித்து, என்னை வாவென அழைத்தாள். அதுவரை இருந்த தயக்கங்களை மீறி அவள் மீது துள்ளி ஏறிப் படுத்து அவளது மார்பில் முகத்தைப் புதைத்துக்கொண்டேன். என் முதுகிற்குப் பின்னே நெருப்பின் நடனம் தொடர்ந்தது.

பெருமூச்சடங்கி எழுந்து அவளது முகத்தைப் பார்ப்பதைத் தவிர்த்து, வேகமாக உடைகளை அணிந்து குடிலைச் சுற்றிக்கொண்டு ஓடிவந்து பார்த்தேன். ஊர்த் தலைவர் அப்போதும் அசந்து உறங்கிக்கொண்டிருந்தார். என் குடிலுக்குத் திரும்பிவந்து மேலும் குடித்து அதை மறக்க விரும்பினேன். ஆனாலும் நாவில் சுவையாய் ஒரு இனிப்பு நீடித்தது. அதை விரைவில் விஸ்கியின் கசப்பு அலைபோல் எழுந்து மூடியது.

அடுத்த நாளே நாங்கள் திரும்பிக் கிளம்பிப்போக வேண்டியிருந்தது. அதிகாலை எழும்போது சோர்வு அதிக மாக இருந்தது. "என்ன நேத்து ரெண்டு பேரும் பயங்கர குடியோ? அவரும் கீழே நம்மோட வர்றாரு. மினிஸ்ட்டரீல அவரும் ஒரு கையெழுத்து போடணுமாம்" என்ற ரெகார்டோ வின் பார்வையைத் தவிர்க்க விரும்பினேன். கீழே

இறங்குகையில் இருவரிடமுமே குறைவான சொற்களில்தான் பேசினேன். ஆனால் ஊர்த்தலைவர் என்னோடு சகஜமாகப் பேசிக்கொண்டிருப்பது போலத் தோன்றியது.

எல்லோரும் இயல்பாய் அந்த மலையைவிட்டு இறங்கி நகரத்தை அடைந்த உணர்வு அங்கே மேலோங்கியது. மறுநாள் விமானத்தில் மலேசியாவிற்கு நான் பெட்டி, படுக்கைகளுடன் கிளம்பும்போது, அந்த ஊர்த்தலைவரும் விமான நிலையத்திற்கு வந்திருந்தார். ரெகோர்டோவையும் அவரையும் சேர்த்துப் பார்த்தபோது கண்களைத் தாழ்த்திக் கொண்டேன். எனக்கு லைட்டர் ஒன்றை வாங்க ரெகார்டோ சென்றிருந்த இடைப்பட்ட நேரத்தில் ஊர்த்தலைவர் என்னுடைய கையில் காகிதமொன்றைத் திணித்தார். தூரத்தில் இருந்து ரெகார்டோ அதைப் பார்த்த மாதிரிக்கூடத் தோன்றியது எனக்கு. பின்னர் நிமிர்ந்து தன் முகத்தில் அப்போது அவர் காட்டிய பாவத்தை என்னால் புரிந்து கொள்ளவே முடியவில்லை. நிச்சயம் சிரிப்பில்லை அது. ஆனால் வெறுப்புமில்லை. அதைத் தாண்டிய வேறொன்று இருந்தது அதில். என்ன அது? ரன்வேயில்கூட துரத்தியது அதன் அர்த்தம்?

விமானத்தில் ஏறி அமர்ந்தவுடன் அந்தக் காகிதத்தை விரித்துப் பார்த்தேன். தேத்தூமில் எழுதப்பட்ட ஒற்றை வரி இருந்தது.

”மலையிலிருந்து யாரையும் பசியோடு கீழிறங்க நாங்கள் அனுமதிப்பதில்லை.”

7

லலிதாம்பிகை

பெசண்ட் நகர் மின் மயானத்தில் பார்த்த சிலைதான் அதுவென்பது அம்மோன நிலையிலும் எனக்குத் துலக்கமாக நினைவில் இருந்தது. பாதித் தூக்கத்திலும் இருந்தேன் அப்போது. அதற்கு முன் இந்தப் பெயரை அந்த நிறத்தில் யோசித்ததே இல்லை. கன்னங்கரிய மார்பிள் கல்லில் செதுக்கப்பட்ட பூரணமான சிலை. கையில் குழந்தை யொன்றை ஏந்தியிருந்தது. கழுத்தில் மட்டரகமான பச்சை நிறத்தில் பாசி மணிமாலை தவழ்ந்தது. நெற்றியில் நாணயம் அளவிற்குச் சிவந்த பொட்டு.

கையில் இருக்கிற குழந்தையின் முகத்தில் புன்னகை தென்பட்டது. லலிதாம்பிகையின் முகத்தை நெருக்கத்தில் பார்க்கக் கண் கூசியது. அடர்த்தியாய் மயானப் புகை மணத்தை என்னுள் உணர்ந்தேன். அந்தச் சிலையின் இடுப்புப் பகுதியை நோக்கிக் கண் போன போது அங்கே வாழைத் தண்டு அளவில் வெந்நிற ஒளியைப் பார்த்தேன், பிறப்புறுப்பு இருக்குமிடத்தில். பாசிமணிகளை நெருக்கமாகக் கோர்த்த மாலை போலவோ, மணம் கமழும் மல்லி மொட்டுகளைப் போலவோ மயக்கம் தந்தன. சட்டென அக்காட்சி எனக்குத் திகட்டிவிட்டது. அந்த நேரத்தில் சஞ்சனாவை நினைத்துப் பார்க்க அச்சமாகவும் இருந்தது. அசூயையை மனம் முழுக்கப் பரப்பிய அக்காட்சி திரும்ப வந்துவிடக் கூடாதென ஏங்கி னேன். அக்காட்சியில் இருந்து விடுபட்டு ஒரு சிகரெட்டைப் பற்ற வைத்தேன்.

கடந்த ஞாயிற்றுக்கிழமை சஞ்சனா இரவு ஒரு மணிக்கு எனக்குத் தொலைபேசி செய்த போது, நான் நன்றாக விழித்து தான் இருந்தேன். ஆனால் பொய்யாக அவளிடம் தூக்கக் கலக்கத்தில் இருப்பதாகக் காட்டிக்கொள்ளலாமா என

யோசித்தேன். அவள் அதையெல்லாம் சட்டையே செய்ய மாட்டாள் என்பதை அறிந்தும் வைத்திருந்தேன்.

இரண்டாவது தடவை அழைத்தால் எடுக்கலாம் என அனிச்சையாகத் தோன்றியது. அவளைப் பற்றிய எண்ணங்கள் தன்னியல்பாய் உற்பத்தியாகின. அவளைப் பொறுத்தவரை எதிரே தெரிகிற சுவர்கூட ஒரு காதே. எதை நோக்கியும் வார்த்தைகளை விசிறி அடித்தபடியே இருப்பாள்.

“உன்னுடைய வார்த்தைகள் சில சமயம் சாக்கடையில் கிடக்கிற துருப்பிடித்த பிளேடினைப் போல. அவை என் தொண்டைக் குழியைத் தினமும் அறுக்கின்றன” எனக் குறுஞ் செய்தி அனுப்பிய நாளொன்றில்தான் எனக்கும் அவளுக்கும் பெருஞ்சண்டை மூண்டது. வழக்கமாகப் பிரிவை நோக்கிச் சண்டைகள் போகாது. “இல்ல. நீ என்னைப் பத்தி என்ன நினைக்கிறங்கறது உன் மனசில இருக்கு. அதான் வார்த்தை களா வருது. நீ அடியாழத்தில என்னை வெறுக்கிற”. சஞ்சனா வெடித்து அழுதாள். வழக்கமான அவளுடைய போர்க் குரல்கள் மட்டுப்பட்டிருந்தன. அடங்கிய குரலில், ஆனால் கூர்மையாய் வார்த்தைகளை விசிறி அடிக்கத் தொடங்கினாள். காதுகளில் ஓங்கி அறை விழுந்து மூளை வீங்கியதைப் போல உணர்ந்தேன்.

சஞ்சனாவின் இயல்பு அது. எதையும் அவளால் சமாதானமான நிதானமான மொழியில் முன்னெடுக்க முடியாது. எப்போது வேண்டுமானாலும் வெடிக்கக் காத்திருக்கிற குண்டைப் போல மூர்க்கமாகவே எதையும் அணுகுவாள். அவள் தன்னைச் சுற்றி இருக்கிற தவறுகளை எல்லாம் குற்றமாகப் பார்த்தாள். தன்னைக் கேள்விகளுக்கு அப்பாற்பட்டவளாகக் கொண்டுபோய் நிறுத்தினாள். அந்தக் கோட்டைத் தெரியாத்தனமாகத் தாண்டினால்கூட ஒரு மூர்க்கமான நாயைப் போலக் கடிக்க வந்தாள். எந்நேரமும் யாரையாவது தண்டிப்பதை சமீபமாக இரசிக்கவும் தொடங்கி இருந்தாள். துக்கத்தில் இருக்கிற போதுதான் அவள் அதிஉற்சாகமாக இருந்தாள். அதனாலேயே தன்னை அவ்வாறாகவே எண்ணிக்கொண்டாள்.

“அது என் நேச்சர். எதையும் சத்தமா சொல்றது. எதையும் என்னால மாத்திக்க முடியாது. இருந்தா இரு. இல்லாட்டி உனக்கு ஏத்த மாதிரி பிள்ளையா பார்த்திட்டுப்

போ. எப்டீ பேசணும்னு எல்லாம் எனக்கு க்ளாஸ் எடுக்காத. உனக்கு ஷார்ப்னஸ் பத்தாது. கெட் லாஸ்ட்" என்றாள் கடைசிச் சண்டையில்.

சஞ்சனாவை நான் கல்லூரியில் பார்த்தபோது அவள் இவ்வாறில்லை. எதற்கெடுத்தாலும் உணர்வுகளின் உச்சத்தில் தான் அப்போதும் இருந்தாள் என்றாலும், தோளில் கரம் போட்டுவிட்டால், உடனடியாகவே தணிந்துவிடுவாள். பல நேரங்களில் அப்படிக் கோபம் அடைந்ததற்கு நெஞ்சின் ஆழத்தில் இருந்து வருத்தங்களையும் தெரிவித்திருக்கிறாள். ஆனால் இப்போதெல்லாம் வருத்தங்கள் தெரிவிக்கிற பழக்கத்தையும் விட்டிருந்தாள். தன்னை முன்னிலைப்படுத்தி ஒரு புகைமூட்டத்தை உருவாக்குகிறாள் என்பதை அறிகிற நுண்ணுணர்வை இழந்திருந்தாள். அவளது கேட்கும் திறன் கொஞ்சம் கொஞ்சமாக மட்டுப்பட்டது. ஒருகட்டத்தில் அவள் தனக்குக் காது இருப்பதையே மறந்துபோனாள். வார்த்தைகளை முரசறைந்து முன்னோக்கிப் போனாள். எவருடைய தயவும் தனக்குத் தேவையில்லை என்கிற உச்சாணியில் அமர்ந்தாள். கையறு நிலையை அகமார அவள் விரும்பினாள்.

அவளை அவளுடைய தாயாராலும் கட்டுப்படுத்த இயலவில்லை. சஞ்சனாவின் அம்மாவும் அவளைக் கண்டு பயந்தார். மனதளவில் அவர் தன்னுடைய மகளைக் கைவிட்டிருந்தார். அவள் எடுக்கிற எல்லா முடிவுகளுக்கும் தலையை மட்டும் ஆட்டிவிட்டு அவளிடமிருந்து தப்பித்து ஓடுகிற முனைப்பிலேயே இருந்தார். அவர்கள் இருவருக்கும் இடையிலான உறவு கண்டங்கத்தரியைப் போலக் கசந்திருந்தது.

சஞ்சனா ஒன்றாம் வகுப்பு படிக்கையில் அவளுடைய அப்பா இறந்து போனார். அதற்கடுத்து இன்னொரு திருமணம் செய்துகொள்ளாமல் தன்னை வளர்த்தெடுத்த அம்மா குறித்து கல்லூரிக் காலங்களில் பெருமையாய்க் கதை சொல்வாள். எந்தப் புள்ளியில் அவள் இப்படி நேர் எதிராக மாறினாள் என்பதை என்னால் கணிக்க முடியவில்லை.

சின்ன வயதில் அவளுடைய அம்மா அலுவலகம் சென்ற பிறகு, சஞ்சனாவிற்குத் தொலைபேசி ஒன்றே கதி. அவள் தன் பால்யத்தில் நேரத்தைக் கொல்ல எதையாவது யாரிடமாவது பேசியபடியே இருந்தாள். ஆனால் அதற்கு நேர்

எதிரான சத்தங்கள் இல்லாத உலகத்தில் இருந்து வந்தவன் நான். சோற்றுக்கு இல்லாமல்கூட கிடந்திருக்கிறோம். ஆனால் சண்டை சச்சரவுகளே வீட்டில் நடந்ததில்லை. கொசுக்கள் தங்களுக்குள்ளே பேசிக்கொள்வதைப் போல, சத்தமே இல்லாமல் எதையும் பேசித் தீர்த்துக்கொள்வோம்.

சஞ்சனாவோடு எதற்கெடுத்தாலும் நித்தமும் கட்டிப் புரண்டு சண்டை போட வேண்டியிருந்தது. அடிக்கடி மூச்சு முட்டுவதைப் போல உணர்ந்தேன். அவள் என்னை வேண்டாம் என்று சொல்லிக் கிளம்பிப் போன நாளில் கொஞ்சம் ஆசுவாசமும் அடைந்தேன். பறவையொன்றைக் கூண்டிலிருந்து விடுவிக்கிற காட்சி ஒன்று நினைவில் வந்தது. யார் யாரைப் பறக்க விடுவது?

என்னிடமிருந்து பிரிந்த மூன்று மாதங்களில் அவளுக்குப் பிரதீப்போடு உறவு ஏற்பட்ட போது, வீம்பிற்காகத்தான் அவள் அப்படிச் செய்வதாகத் தோன்றியது. ஒருவகையில் அவள் திரும்பி என்னை நோக்கி வரமாட்டாள் என்பதில் எனக்குத் திருப்தியும் இருந்தது. கொஞ்சம் கொஞ்ச மாக அவளை மறக்கத் தொடங்கினேன். கொஞ்சநாள் வேறு எந்தப் பெண் சகவாசமும் தேவையே இல்லை என்கிற அளவிற்கு சலிப்படைந்து இருந்தேன். சுயமைதுனங்களில்கூட சஞ்சனாவிற்கு இடமில்லை.

அவளுடைய அம்மாவின் ஒப்புதலோடுதான் பிரதீப் போடு திருமணம் நடந்ததாக நண்பர்கள் வட்டத்தில் பேசிக் கொண்டார்கள். அதெப்படி நல்ல புத்தியை அவர் சொல்லிக் கொடுக்காமலா இருந்திருப்பார்? கேட்டிருக்காது அவளுக்கு. அவள் யாருமே எதுவுமே என்னைக் கேட்கக்கூடாது என்கிற உச்சியில் போய் உளமார நின்றாள். கடவுள்கூட அவளுலகத் தில் இல்லை. பிறகு யார் பேச்சைத்தான் கேட்பாள்? அவளே அவளுக்குள் கேட்டால்தான் உண்டு. அந்தத் திருமணம் நடந்தபோது, மூணாறில் அறை எடுத்து நான் விடிய விடியக் குடித்துக்கொண்டிருந்தேன். நெஞ்சிலிருந்து கசப்பும் புளிப்பு மாய் கோழை வாந்தியாய் வெளியேறிக்கொண்டிருந்தது. நெஞ்சைப் போர்த்தி கசப்பு எரிந்து பரவியது.

அதுவரை திரண்ட அத்தனையையும் நான் கக்கி முடித்த பிறகு சஞ்சனாவை மறந்திருந்தேன். அவளுடைய பார்வையில் படாத இடங்களில் உலவத் தொடங்கினேன். அவ்வப்போது

சஞ்சனா குறித்து உப்புக்கரசலைப் போல, வாந்தியெடுக்கத் தூண்டுகிற நமைச்சல் செய்திகளைக் கேட்பேன். உதட்டிற்குப் பக்கத்தில் இரத்தக் காயத்தோடு பிரதீப்பை ஒரு தடவை காஸ்மோபாலிடன் கிளப்பில் வைத்துப் பார்த்தேன்.

விஷயத்தை விசாரித்தபோது அதிர்ச்சியாய் இருந்தது. எந்நேரமும் எதையாவது பேசிக்கொண்டே இருக்க வேண்டும் என்கிற இக்கட்டான நிலையில் சஞ்சனா இருக்கிறாளாம். இவனால் பேசி மாளவில்லை என்பதால் உதட்டில் காயம் பண்ணித் தப்பித்துக்கொண்டானாம், தற்காலிகமாக. கேட்ட போது, ஒரு வார்த்தை சஞ்சனா குறித்து அவனிடம் சொல்லியிருக்கலாமோ என்கிற குற்றவுணர்வு எழுந்தது. சொல்லி இருந்தால் அவனுமே பெருமைக்காக அந்தத் தங்கக் குண்டூசி கொண்டு குத்துவதையே விரும்பி இருப்பான். சஞ்சனாவிடம் மிதமிஞ்சிய பணம் இருந்தது. சும்மா சொல்லக் கூடாது. வெறுப்பில்லாத சமயங்களில் அவள் யாரையும் ஒரு குழந்தையைப் போல போஷிப்பாள்.

எனக்கே நகம் வெட்டிவிட்டு, உணவை ஊட்டி விடுவாள். கன்னத்தில் குழந்தையைப் போல விடாமல் சத்தம் போட்டு முத்தங்கள் கொடுத்துக்கொண்டிருப்பாள். மெல்ல நகர்த்தி மலையுச்சிக்கு அழைத்துப் போய், அங்கே இருந்து பொத்தெனக் கீழே தள்ளிவிடுவாள். குத்திக் கிழிக்கிற வார்த்தைகள் வழிகிற பெரும்பாறையில் மோதிச் சிதறிக் கீழே வந்து விழுவோம்.

“அதெப்படி கீழே விழுந்தா உதட்டில ப்ளேட வச்சு வெட்டுனாப்பில காயம்? அவளுக்கு யோசிக்கத் தோணாதா?” என்றான் நண்பன் ஒருத்தன்.

பிரதீப்பின் மிச்சம் இருக்கும் வாழ்வு குறித்து நான் அனுதாபம் கொண்டேன். “அவள் அதையெல்லாம் புரிஞ்சுக் கிற கட்டத்தைத் தாண்டிட்டா. வன்மத்தை ரசிக்க ஆரம்பிச் சிட்டா. அவளுக்குத் தோனறது மட்டும்தான் கரெக்டு, அதுதான் சரின்னு நம்ப ஆரம்பிச்சுட்டா” என்றேன் அவனிடம் பதிலுக்கு.

அவன் போன பிறகு சஞ்சனா குறித்து யோசித்தேன். அவள் ஒரு சாவையோ தற்கொலையையோ நெருக்கத்தில் பார்க்காமல் ஓய மாட்டாள் என்று தோன்றியது. அப்போதா வது தன்னை நோக்கி அவள் கேள்வி கேட்பாளா? அவள்

ஒருபோதும் திரும்பி வரப்போவதில்லை என்பதை நினைக்கையில், கசப்பு நெஞ்சில் பரவியது.

அவளை நெஞ்சோடு அணைப்பதைப் போல நினைத்த போது, ஊடாக உதட்டில் இரத்தக் காயத்தோடு பிரதீப் காட்சியாக வந்து நின்றான். அந்த வீட்டில் யார் முதலில் சாவார்கள் என்கிற சிந்தனை வந்த போது என் மீதே வெறுப்பு படர்ந்தது. நானில்லாமல் அவள் நன்றாக வாழ்ந்துவிடக் கூடாது என என் ஆழ்மனம் விரும்புகிறதா?

அவளைப் பற்றி எதுவும் எண்ணாமல் இருப்பதே சிறந்தது என்கிற முடிவிற்கு வந்துசேர்ந்தேன். அவள் நினைவிற்கு வருகிற சமயங்களில், எனக்குத் தொடக்கத்தில் அவள் செய்த நற்காரியங்களை எண்ணிக்கொள்வேன். அவளைப் பற்றிய நேர்மறையான செய்திகளை எண்ணங்களில் திரட்டப் போராடுவேன். அவ்வப்போது வெறுப்பு தலைதட்டினாலும், வலுக்கட்டாயமாக இனிப்பை அவளது நினைவுகளின் மீது தூவத் தொடங்கினேன். பிறகு அதுவே அவள் குறித்த என் நினைப்பின் இயல்பாகவும் மாறிப் போனது.

இப்படியான தருணம் ஒன்றில், நெகிழ்வின் உச்சத்தில் அவளோடு பேசலாம் எனத் தொலைபேசியைத் தற்செயலாக எடுத்தேன். வேதாளத்தை மரத்திலிருந்து பிய்த்து முதுகில் ஏற்றாதே என்கிற சிந்தனையும் கூடவே வந்தது. முற்றிலும் அது நான் திட்டமிடவே செய்திராத சிந்தனை. அதுதான் என் இயல்பா? அதையா அவள் சுட்டிக்காட்டினாள்? இந்தச் சிந்தனை அவளோடு இருந்த காலத்தில் வந்திருந்தால் எவ்வளவு நன்றாக இருந்திருக்கும்?

பிரதீப்போடு ஒருநாள் அவளைக் கையாள்வது குறித்து மனம்விட்டுப் பேச வேண்டுமென எண்ணிக்கொண்டேன். வேப்பம் பழத்திலிருந்து எழும் இனிப்புச் சுவை நாக்கில் படர்ந்தது. அவளைத் திரும்பப் பார்க்கிற நாள் அதுவாகவே அமையட்டும் எனக் காத்திருந்தேன். அவளைக் கல்லூரிக் காலத்தில் பார்த்த சஞ்சனாவாக திரும்பவும் நெஞ்சில் ஏந்த வேண்டும் என்கிற ஆவல் எழுந்தது. ஏதோ ஒரு நம்பிக்கை யோடு பிரதீப்பை அவளோடு இருத்தி வைத்து வலுக்கட்டாய மாக யோசித்தேன்.

பத்து நிமிட இடைவெளிக்குப் பிறகு சஞ்சனாவின்

தொலைபேசி அழைப்பு மீண்டும் வந்தது. இரையாய் அகப்பட்ட மானொன்றைப் போல உள்ளம் ஒருகணம் ஒடிந்து அதிர்ந்தது. நீண்ட இடைவேளைக்குப் பிறகு, அவளது குரலைக் கேட்பது குறித்த பதற்றமே முந்தி நின்றது அப்போது. கவனமாக அழைப்பை உயிர்ப்பித்து, காதைக் கொடுத்தேன். இந்தக் குறுகிய இடைவெளியில் மரணங்கள் பலவற்றை நெருக்கத்தில் பார்த்துவிட்டேன். அதனால் அவளை வாரியணைத்து வாடி இராசாத்தி எனச் சொல்லத் தயாராய் உள்ளுக்குள் ஒரு குரல் உழற்றிக்கொண்டிருந்தது.

“ஏன் ரெண்டாவது தடவை கூப்ட மாட்டேன்னு நெனைச்சியா?” என்றாள் எடுத்த எடுப்பில். அவள் கூர்மை யாய்த் தாக்கப்பட்டவளைப் போல உணர்ந்து விட்டாள் என்பதை என் அனுபவத்தில் உணர்ந்து கவனமாகப் பேசத் தொடங்கினேன்.

அவள் குரலில் பதற்றம் இருந்தது. அவள் சொல்ல வரும் விஷயத்தைவிட, கணக்குத் தீர்த்துக்கொள்ள வேண்டும் என்கிற அவளுடைய முனைப்பே முன் நின்றது. விசிற வார்த்தைகளை அந்தரத்தில் தேடிக்கொண்டிருந்தாள். அந்த நேரத்தின் அழைப்பின் நோக்கம் என்னவாக இருக்கக்கூடும் என நான் எண்ணத் தொடங்கினேன்.

“சஞ்சனா, ஏதாச்சும் பிரச்சினையா? முதல்ல அதைச் சொல்லு. அப்புறமா ஆற அமர என்னைக் குத்தலாம். எங்க போயிடப் போறேன்?” என்றேன்.

“ஆமாம் சரிதான். ஆனால் உன்னைக் குத்துவதற்கு நான் யார்? என் அதிகாரங்கள் போய்விட்டன. உன்னைக் குழந்தையைப் போல் பார்த்துக்கொண்டேன். நீ எனக்கு பைத்தியப் பட்டத்தைக் கட்டினாய். உன்னைத் தவிர எல்லோருமே சமநிலை குலைந்தவர்கள்தான் உனக்கு. நீ குத்திக் காட்டுவதற்காக சம்பவங்கள் நடைபெற வேண்டும் என வேண்டிக்கொள்பவன்”. அவள் நீட்டித்துக்கொண்டே போனாள்.

ஊரடங்குக் காலத்தின் ஆம்புலன்ஸ் உறுமல்களை ஏற்கெனவே நிறையப் பார்த்திருந்ததால், அவசர அழைப் பொன்றை எப்போதும் அறிந்திருந்தேன். “அம்மாக்கு உடம்பு எப்டீ இருக்கு? பிரதீப் எங்க இருக்கான்?” என்றேன் அவசரமாக. “அவனைப் பற்றி ஒரு வார்த்தைகூட என்னிடம்

பேசாதே. அவன் உன் உளவாளி. மானம் கெட்டவன்'' என்றாள்.

"கடைசி வரை உன் அம்மாவிற்கு என்ன ஆனது என்பதைச் சொல்லவே போவதில்லை. அப்படித்தானே?'' என்றேன் சலிப்பாய்.

"அம்மாவுக்கு கோவிட் பாஸிட்டிவ். மூச்சு திணறுது'' என்றாள்.

"சி டி ஸ்கோர் என்ன? ஆக்சிஜன் லெவல் என்ன?'' எனப் பரபரத்தேன்.

"நீ எப்ப டாக்டருக்கு படிச்ச? நீ ஒரு அடிமுட்டாள்'' என இளித்துக்கொண்டாள். அமுதமான மனநிலையில் இதைச் சொன்னாள் என்பதை உணர்ந்ததும் எனக்கே சிரிப்பு வந்துவிட்டது. இறுதிச் சிரிப்பு அதுவாக இருக்குமோ எனவும் தோன்றியது. நான் பரிதாபமாக அவள் குறித்து எண்ணியபடி அமைதியாக இருந்தேன்.

அவள் அமைதியாகப் பெருமூச்சு விட்டபடி அந்தப் பக்கத்தில் இருந்தாள். அந்த அமைதியைக் குலைத்துவிடக் கூடாதென நானும் கவனமாகக் காத்திருந்தேன்.

"உடனடியா ஒரு ஐ சி யூ பெட் வேணும் அம்மாவுக்கு'' என்றாள்.

நான் அவளுக்கு போனில் கட்டளை பிறப்பிக்கத் தொடங்கினேன். ஆம்புலன்ஸ் வசதி? அவள் எல்லா முயற்சிகளையும் செய்து முடித்திருந்தாள். டிராவல்ஸ் ஒன்றில் காருக்கு சொல்லி இருந்தாள். அவளை உடனடியாக ராயப்பேட்டை அரசு மருத்துவமனைக்கு விரையச் சொன்னேன். "சஞ்சனா இது ஆற அமர செய்ற காரியம் இல்லை. சட்டுனு ஆக்ட் பண்ணனும். உன் கணக்கைத் தீர்க்கிற நேரமில்லை இது'' என்றேன்.

"குத்திக் காட்டுறீயா?'' என்று சொல்லிவிட்டு அமைதி யானாள். ஒருவழியாய் அவளையும் அம்மாவையும் காரில் கிளப்பி இருந்தேன். அவர்களை ராயப்பேட்டைக்கு விரையச் சொல்லிவிட்டு, நான் வேறு மருத்துவமனைகளில் ஆக்சிஜன் படுக்கைகளைத் தேடத் தொடங்கினேன்.

எழுந்து விளக்கைப் போட்டு செயின்ரெமி போத்தலில் இருந்து திரவத்தைக் கண்ணாடித் தம்ளரில் நிரப்பிக்கொண்

டேன். அதை இரசித்துக் குடித்தபடி நான் ஒவ்வொரு மருத்துவமனையாக அழைத்துப் பேசத் தொடங்கினேன். ஒவ்வொரு இடத்திலும் இல்லை என்று மறுத்துக்கொண்டே இருந்தார்கள். பல மருத்துவமனைகள் தொலைபேசி அழைப்பைக்கூட ஏற்கவில்லை.

இடையில் ராயப்பேட்டையில் இருந்து சஞ்சனா அழைத்திருந்தாள். "ஒழுங்கா சொல்ல மாட்டீயா? இங்க நீ சொல்ற பேர்ல யாருமே இல்லை. அவங்க இங்க ட்ரீட் மெண்ட் தர மாட்டாங்களாம். ஓமந்தூரார் ஹாஸ்பிட்டலுக்கு கிளம்பிப் போகச் சொல்றாங்க" என்றாள். சொல்லும் போதே அவளுக்கும் மூச்சு வாங்குவதைப்போல இருந்தது. அவளுக்கும் கோவிட் இருப்பதற்கான சாத்தியங்கள் அதிகம் என்பதையும் உணர்ந்தேன்.

ஆனால் அதை வெளிப்படையாகக் கேட்கப் பயமாக இருந்தது. அவளைக் கிளம்பி ஓமந்தூரார் போகச் சொன்ன போது, அந்தப் பக்கத்தில் அமைதியாக இருந்தாள். இரண்டா வது தடவை அதை அழுத்திச் சொல்ல வேண்டியிருந்தது.

"அப்ப நீ கிளம்பி வர மாட்ட?" என்றாள் கூர்மையான குரலில். நான் ஏன் போக வேண்டும் என்கிற எதிர்ப்புணர்வு எழுந்தது முதலில். பிரதீப்புடைய பொறுப்பு அது என எண்ணினேன். ஆனால் அவள் அப்படிக் கருதவில்லை என்பது போலப் பேசத் தொடங்கினாள்.

"இந்த நேரத்தில நான் உன் இடத்தில இருந்தா கிளம்பி ஓடி வந்திருப்பேன். சொல்லிக் காட்டறதுக்காக சொல்லலை. உனக்கு உடம்பு சரி இல்லாதப்ப ஐ சி யூ வாசல்லயே கெடந்தவ. ஒன்னுக்குமே வொர்த் இல்லை" என்ற போது என்ன பதில் பேசுவதெனத் தெரியாமல் அமைதியாக இருந்தேன்.

"அன்பைக்கூட வலுக்கட்டாயமா கேட்டு கேட்டா வாங்குவாங்க? அதெல்லாம் தானா வரணும்" என்றாள். நான் வலுக்கட்டாயமாக எழுந்து சட்டையைப் போட்டேன். அப்போது ஓமந்தூரார் மருத்துவமனையிலும் கோவிட் நோயாளிகளைச் சேர்ப்பதில்லை எனச் சொல்லி ராஜீவ் காந்தி அரசு மருத்துவமனையை நோக்கிப் போகச் சொன்னார்கள்.

என் காரை எடுத்துக் கிளப்பி அவளோடு பேசியபடி ஓட்டிக்கொண்டு போனேன். நான்கு சர்ஜரி மாஸ்க் போட்டு

அதற்கு மேல் என் நைண்ட்டி பைவ் மாஸ்க் ஒன்று போட்டிருந்தேன். சானிடைசரை அடிக்கடி பயன்படுத்தும் பழக்கத்திலும் இருந்தேன் அப்போது. கார் கண்ணாடிகளை அவசரமாக இறக்கிவிட்டேன். பூட்டியிருந்தால் அச்சமாக இருந்தது.

கோவிட் மரணங்கள் பலவற்றை நெருக்கத்தில் பார்த்துவிட்டதால் மரண பயம் என்னையும் தொடர்ந்தது. இந்த ஊரடங்கு முழுவதும் வீட்டை விட்டே வெளியேற வில்லை. சகலமும் வீட்டிற்குள்ளே இருந்தது. “தெருத் தெருவா இப்டீ தனியா நாய் மாதிரி சுத்துவ அப்படீன்னு ஒருதடவை சொன்ன. அது நல்லா ஞாபகம் இருக்கு எனக்கு” என்றாள். “உன் ஆணவம் வேறு எப்டீதான் அடங்கும்” என்றேன் எதையும் யோசிக்காமல்.

“அப்ப அது நடக்கணும்னு உனக்கு வேண்டுதல்” எனச் சொல்லிவிட்டுத் தொலைபேசி அழைப்பைத் துண்டித்தாள்.

அப்படியே திரும்பிப் போய்விடலாமா என யோசித்தேன். அப்படிப் போகக் குற்றவுணர்வு தடுத்தது. வெளியில் நின்றாவது பார்த்துவிட்டு வரலாம் என அவளைத் திரும்பி அழைக்காமல் ராஜீவ்காந்தி மருத்துவமனை நோக்கிப் போனேன்.

தூரத்தில் அவள் நகத்தைக் கடித்தபடி நின்றிருந்தாள். கார் டிரைவர் எந்தவிதப் பாதுகாப்பு உபகரணங்களும் இல்லாமல் பரிதாபமாக நின்றார். இருகரம் நீட்டி வாவெனச் சொல்லவில்லையே தவிர, அவள் தூரத்தில் இருந்து விழிகளால் இறைஞ்சியபடி இருந்தாள்.

தூரத்தில் நடந்து போன போதே, அவளை மாஸ்க் அணியச் சொன்னேன். ஆனால் அதைக் கேட்காதது போல அவள் திரும்பிக்கொண்டாள். அப்படியே திரும்பிப் போய் விடலாமா என எரிச்சலும் வந்தது. எதற்காக என் உயிரைப் பணயம் வைக்க வேண்டும்? இவ்வளவு நாள் ஆண்டு அனுபவித்த பிரதீப் எங்கே போனான்? நான் தள்ளி நின்றேன் அவர்களிடம் இருந்து. அதை உணர்ந்தே இருந்தாள் அவளும்.

“நீ ஸ்போர்ட்ஸ்மேன்ங்கறதால இந்த உதாரணத்தை சொல்றேன். அதுவும் இந்த நேரத்தில. என் நேரம் உன்ட்ட எல்லாம் பேச்சு கேட்கணும். இந்தக் கையால எவ்ளோ அள்ளிக்கொடுத்திருப்பேன்” என்றாள் சத்தமாக.

"எதையோ சொல்ல வந்தாய்?" என மடைமாற்றினேன். அப்படியே இன்னொன்றிற்குத் தாவிவிடுவது அவளது இயல்பு. ஒருவேளை அது அவளுடைய பலம்தானா? நீரையும் நெருப்பையும் எப்படி ஒரே குச்சியில் ஒருசேரக் கட்டிப்போட முடியும்? பாதாளத்தில் விழுந்து விழுந்து எழுவது அவளுக்கு வேண்டுமானால் இரசிக்க உகந்ததாக இருக்கலாம். எனக்கென்ன தலையெழுத்தா? இந்நேரம் அந்த உறவில் இருந்திருந்தால் என் குருவி இதயம் வெடித்திருக்கும் என்று தோன்றியது.

"பிட்ச்ல பந்தை பாக்குறது மட்டும்தான் மேனுவல். மத்தது எல்லாமே ஆட்டோமெட்டிக். அதுவா வரணும். உனக்கு என் மேல அதுவா வரவே இல்லை எதுவும். ஆனா எனக்கு அப்படி வந்திருக்கு" என்றாள் எதையோ திரட்டிச் சொல்கிறாள் என்ற உணர்வோடு.

அவளுடைய அம்மாவைக் காரில் இருந்து இறக்க முடியாமல் போராடிக்கொண்டிருந்தார் ட்ரைவர். பார்க்கப் பாவமாக இருந்தது. அவரிடம் உண்மையைச் சொல்லியிருந்தால், ஐந்து ரூபாய் துணி மாஸ்க்காவது போட்டுக்கொண்டு வந்திருப்பார்.

அவரது பாதுகாப்பு குறித்து அவள் யோசிக்காமல் இருந்தது பற்றி நினைக்கையில் வெறுப்பு எழுந்தது. "எப்பயுமே ரோட்டில போறவனா நானான்னு கேட்டா, நீ என்னைக் கைவிட்டிருவ" என முன்பு ஒருதடவை அவள் கேட்டது நினைவிற்கு வந்தது. ஏழையென்றால் இளக்காரம் அவளுக்கு. "நடு வீட்ல வச்சாலும் நாய் நடுத்தெருவிற்குத் தானே போகும்" என்றுகூட வெறுப்பில் ஒருதடவை சொல்லி இருக்கிறாள்.

"இப்ப எவ்ளோ காசு குடுத்தாலும் ஹாஸ்பிட்டல் கிடைக்காது" என்றேன்.

"நீ ஐசியூல கெடந்தப்ப அந்தக் காசுதான காப்பத்துச்சு" என்றாள் உடனடியாக.

என்ன செய்வது எனத் தெரியாமல் நான் தள்ளி நின்று டிரைவருக்கு கட்டளைகள் இட்டுக்கொண்டிருந்தேன். அங்கு உலவிய மனிதர்களில் பலர் எந்தவிதப் பாதுகாப்பு உபகரணங்களையும் அணியவில்லை என்பதைப் பார்த்தேன். அன்பு அப்படி ஓட வைத்து விடுகிறது. என்னை ஓடவிடாமல் தடுப்பது எது?

சஞ்சனா ஓடிப்போய் அவளுடைய அம்மாவின் காலைத் தூக்கி தள்ளுவண்டியில் வைக்கப் போராடினாள். அவளுடைய அம்மாவால் எழுந்து நிற்கவே முடியவில்லை. காலையில் இருந்து வாந்தியாம் என்றான் ட்ரைவர். இங்கிருந்து அப்படியே திரும்பிப் பார்க்காமல் ஓடிவிட வேண்டும் அல்லது தள்ளி நிற்காமல் களத்தில் குதித்துவிட வேண்டும்.

உடனே அங்கிருந்து நகர்ந்து தள்ளிப்போய் ஒரு சிகரெட் குடித்தேன். போய்விடலாமா? உள்ளே எட்டிப் பார்த்துவிட்டுப் போய்விடலாம் என மெல்ல விலகி நின்று பார்த்தேன். அவளுடைய அம்மாவை இன்னும் காரிலிருந்து இறக்கி வைக்க முடியவில்லை. காரில் சரிந்து அலங்கோல மாகக் கிடந்தார் அவர். என்னையறியாமல் அவர்களை நோக்கி நடக்கத் தொடங்கினேன். காருக்குப் பின்புறமாய்ப் போய் நின்றபோது, “நிதானமா ஒரு சிகரெட் குடிச்சிட்டீல்ல? உனக்கு அந்த வாய்ப்பிருக்கு. எனக்கு இல்லை” என்றாள்.

என்ன பதில் சொல்வது என விளங்காமல் அவளுடைய அம்மாவின் காலைக் கையால் தொட்டேன். சஞ்சனா மாஸ்க்கை எடுத்து அணிந்துகொண்டாள். மூவரும் சேர்ந்து அவளை நாற்காலியில் அமர வைத்தோம். இயற்கையாகவே நைந்து போயிருந்தாள் அவளுடைய அம்மா. சஞ்சனா குறித்த அச்சமும் எழுந்தது அப்போது. அவளுடைய அன்பெல்லாம் நிபந்தனைகளுக்கு உட்பட்டது மட்டுமே. வெறுப்பில் இருக்கையில் அவள்தான் மனமுவந்து சாகச் சொல்வாள். அப்போது அவளுடைய கண்களைப் பார்க்க வேண்டும், நன்றாக இரசித்து ருசித்துச் சொல்வாள் அதை.

நாற்காலியை அவள் தள்ளிக்கொண்டு போகையில், பின்னாலேயே போனேன். கோவிட் சிறப்பு வார்டு என்கிற பெயரில் ஒதுக்கப்பட்டிருந்த இடம் முழுக்க மனிதர்கள் கிடத்தி வைக்கப்பட்டிருந்தனர். ஆக்ஸிஜன் குறைபாட்டால் ஒரு இளைஞனுக்குக் கைகால் விறைத்துக்கொண்டு நின்றது. அவனது காலடியில் வாயில் நுரைதள்ள ஒரு மத்திய வயதுப் பெண் வயிற்றைக் கவ்விப்பிடித்து உருண்டுகொண்டிருந்தார். சஞ்சனாவின் அம்மாவிற்கு அங்கும் இடம் இல்லை என மறுத்துவிட்டனர். வேண்டுமானால் ட்ரிப்ஸ் ஏற்றி முதலுதவி செய்ய மட்டும் ஒத்துக்கொண்டனர். அங்கேயும் ஆக்சிஜன் தட்டுப்பாடு.

அவர்களை உள்ளே அனுமதித்துவிட்டு, வெளியே வந்து நின்றேன். சைக்கிளில் வைத்து விற்று வரும் டீயை வாங்கிக் குடிக்க நினைத்தேன். ஆனால் முகக் கவசத்தை அந்த இடத்தில் கழற்ற அச்சமாக இருந்தது.

இடையில் தொலைபேசி செய்து தனக்கு சார்ஜர் வேண்டும் என்றாள் சஞ்சனா. "உள்ள கொண்டுவர்றதுக்கு அவ்ளோ பயமா? ஏன் நான் இல்லை? உலகத்தில எந்த மூலையில போய் நுழைஞ்சாலும் கோவிட் வரணும்னா வரும். கெஞ்சிக் கெஞ்சிதான் உனக்குத் தோன வைக்கணுமா?" என்றாள்.

கொண்டுபோய் தள்ளி நின்று நீட்டினேன் அதை. அவள் ஒன்றும் சொல்லாமல் வாங்கிக்கொண்டாள். மறுநாள் மதியம் அவளை அழைத்த போது, வேறு ஹாஸ்பிட்டலுக்கு மாறிவிட்டதாகச் சொன்னாள். அடிக்கடி அழைத்து நிலவரத்தைக் கேட்டுக்கொண்டேன். அவள் என்னைத் தள்ளி வைக்க முயல்வதை உணர்ந்தேன்.

"எந்த ஹாஸ்பிட்டல்?" என்ற போது, "ஏன் கிளம்பி வந்து அணைச்சுக்கப் போறீயா?" என்றாள்.

"அம்மாவுக்கு இப்ப ஆக்சிஜன் லெவல் எப்டீ இருக்கு? லங்க்ஸ் டேமேஜ் என்ன நிலையில இருக்கு?" என்றேன் மேனுவல் தோரணையில்.

"அவங்களுக்கு வாழ்றதில உள்ள விருப்பம் போச்சு போல. நைட்டெல்லாம் மாஸ்க்கைக் கழட்டிப் போட்டிர் றாங்க. கையைக் காலைக் கட்டிப் போட்டும் பார்த்தாச்சு" என்றாள். பிறகு இணைப்பை அவளே துண்டித்துவிட்டாள். என்னுடைய அழைப்புகளையும் அந்த நாள் முழுக்கப் பொருட்படுத்தவே இல்லை.

யாரிடமாவது விசாரித்து நேரே போய் நிற்கலாம் எனத் தோன்றியது. இடையில் ஒரு குறுஞ்செய்தி மட்டும் அனுப்பி இருந்தாள். "ஐ சி யூவில் அம்மாவின் உடல் ஆக்சிஜனை எடுத்துக்கொள்ளவில்லை. உடலெங்கும் கொப்புளங்கள். நான் ஒரு முடிவு எடுத்தாக வேண்டும்."

என்ன முடிவு? மறுநாள் அவளே அழைத்தாள். "நாளை மறுநாள் காலை பெசண்ட் நகர் மின் மயானத்தில் சொல்லி வைக்க முடியுமா?" என்ற போது, "ஏன்? எதற்கு? எதையும் சொல்லிவிட்டுச் செய்ய மாட்டாயா? " என்றேன் கடுமையாக.

"மேனுவல் வாழ்க்கையில் சொல்வதற்கு என்ன இருக்கிறது?" என்றாள். இந்த நேரத்திலுமா என எனக்கு எரிச்சல்தான் வந்தது.

"சாவுக்காச்சும் தைரியமா கிளம்பி வருவீயா" என்றாள் தொலைபேசி செய்து. "உன்ட்ட எதுவுமே சாதாரணமாப் பேச முடியாது" என்று மட்டும் சொல்லிவிட்டு உடனடியாகக் கிளம்பினேன்.

கையில் மாலை ஒன்றை இடுக்கிக்கொண்டு, இன்னொரு கையில் அஸ்தியை எடுக்க மண்சட்டி ஒன்றை ஏந்தி நின்றாள். அந்தச் சூழ்நிலையில் அப்படி அவளைப் பார்த்தபோது அழுகை முட்டிக்கொண்டு வந்தது. ஆனாலும் ஒட்டிப்போய் நிற்க முடியவில்லை. அவள் வா வாவெனப் பார்வையால் இறைஞ்சிக்கொண்டிருந்தாள். தள்ளிப் போய் நான் நின்று கொண்டேன்.

அந்த உடல் இறக்கப்படுவதை எட்டி நின்று பார்த்தேன். அவள் தனியாகப் போய் காரியங்கள் செய்து திரும்புவதைத் தூரத்தில் நின்று பார்த்தபோது, இடையில் அவள் என் கண்களைச் சந்திக்கவே இல்லை என்பதை உணர்ந்தேன். நின்றுகொண்டிருந்த இடத்தில் தற்செயலாகத் திரும்பிப் பார்த்த போதுதான் அங்கிருந்த லலிதாம்பிகை சிலையை முதன்முறையாகப் பார்த்தேன். கொஞ்ச நேரம் அதை உற்றுப் பார்த்துக்கொண்டிருந்தேன்.

அஸ்தியோடு திரும்பி அவள் காரில் ஏறி அமர்ந்து விட்டு, "அம்மாவோட லைப் சப்போர்ட்ட அகற்ற வேண்டிய முடிவு எடுக்க வேண்டியிருந்தது. இருந்தாலும் அவங்க ரெம்ப பட்டிருவாங்கன்னு சொன்னாங்க. அதான் எடுத்திட்டேன். ஹேப்பியா இருக்கட்டும் அவங்க. உன் வேண்டுதலும் பலிச்சிருக்கும்" என்று சொல்லிவிட்டுக் கிளம்ப எத்தனித்தாள்.

நான் அமைதியாக அவளைப் பார்த்து நின்றுகொண்டிருந்த போது, "இப்ப கூர்மையா ஏதாச்சும் சொல்லி என்னைக் குத்தி கிழிக்கணுமே? ஏன் வார்த்தை வரலியா?" என்றாள். ஒன்றும் பேசாமல் கிளம்பு எனச் சைகை காட்டினேன். வானை நோக்கி நிமிர்ந்து பார்த்த போது, மின் மயானத்தில் உயர் கூண்டின் வழியாக வெளியேறிய புகை தன் போக்கில் சித்திரங்களை வரைந்தது. தனியாக லலிதாம்பிகை சிலைக்கு முன்னால் நிற்கப் பயமாக இருந்தது.

அங்கிருந்து ஓடி வீட்டிற்கு வந்து ஒரு மணி நேரம் குளித்தேன். இனியொரு தடவை அந்தச் சிலையைப் பார்க்கப் போகவே கூடாதெனத் தோன்றியது.

கனவு நிலையில் கடைசியாய்க் காட்டிய சித்திரத்தில் இருந்தது பாசி மணியா மல்லி மொட்டா என்கிற குழப்பம் எதுவரை எனக்கு நீடிக்கும்?

8

ஹோட்டல் கே

ஒருமணி நேரத்தில் திரும்பவும் அழைக்கிறேன் எனப் புதிய எண்ணொன்றில் இருந்து முகுந்த் நாராயணி சொன்ன போது, அமர்ந்திருந்த நாற்காலியில் இருந்து துள்ளினேன். அப்படி எழுந்த போது, விமானம் தரையிலிருந்து எழும்பு வதற்கு முன்பு சப்தமிடுவதைப் போல, ஷ்ஹஹக் என எல்லோ ருக்கும் கேட்கும்படியான உறுமல் கேட்டதாகப் பிற்பாடு அலுவலக நண்பன் ஒருத்தன் சொன்னான்.

அவனிடமிருந்து அழைப்பு என்றதுமே ஆர்வ மிகுதி யில் நானே அப்படிச் சப்தமிட்டிருக்கிறேன் போல. நெஞ்சளவு கேபின் இருக்கிற என்னுடைய அலுவலகத்தில் ஏதோ துக்கச் செய்தி வந்துவிட்டது என என்னை எல்லோரும் திரும்பிப் பார்த்தார்கள். ஆனால் என்னுடைய முகத்தில் உற்சாகத்தை யும் துள்ளலையும் கண்டதும், மறுபடி அவரவர் வேலையைப் பார்க்கத் தொடங்கினர்.

என்னுடைய எல்லா நண்பர்களுக்கும் அந்தத் தகவலை அழைத்துச் சொல்ல அலுவலக வாயிலை நோக்கி ஓடினேன். போகையில், "என்ன ப்ரோ மகிழ்ச்சியா இருக்கீங்க. மாமியார் செத்துட்டாங்களா" என்றான் எப்போதும் எடக்காகப் பேசும் நண்பனொருத்தன். "அப்டீ நடந்தா படுக்கப் போட்டு உன் வாயில ரெமி மார்ட்டின ஊத்தறேன்" எனச் சொல்லிவிட்டுக் கடந்தேன். முகுந்திடம் பேசிய பின்னர், மற்றவர்களிடம் சொல்லிக் கொள்ளலாம் எனப் பிற அழைப்புகளைத் தள்ளிப் போட்டேன்.

முகுந்த் செத்துவிட்டான் எனத்தான் எங்கள் நண்பர்கள் குழாமில் நம்பிக்கொண்டிருந்தோம். அவன் வங்கக் கடல் வடகிழக்குக் காற்றைப் போல, எந்த நேரத்தில் எங்கே குவிந்து சுழன்றபடி மையமிட்டிருப்பானெனக் கணிக்கவே முடியாதள

விற்கு இருந்தான். யாராவது ஒருத்தருக்கு எங்கிருந்தாவது அழைத்துப் பேசுகையில் மட்டும்தான் அவன் அங்கிருக்கிறான் என்பதை எல்லோரும் அறிந்துகொள்வோம்.

கல்லூரிக்குப் படிக்க வருகையிலேயே, அவனுடைய அம்மா அகாலமாகச் செத்துப் போயிருந்தார். யாருடைய துணையும் இல்லாமல் கல்லூரியில் சேர வந்திருந்தவன், விண்ணப்பத்தில் தந்தையின் கையெழுத்து என இருந்த இடத்தை அவனே கோழி புழுவிருக்கிற குப்பை மண்ணைக் கிளறுவதைப் போல ஒயிலாக நிரப்பியதைத் தள்ளி நின்று என் கண்ணால் பார்த்தேன். அப்போது சிறு பதற்றமுமின்றித் திரும்பி என்னைப் பார்த்துக் கண்ணடித்தது இன்றைக்கும் நினைவில் இருக்கிறது. வெள்ளை வட்ட முகத்தில் பெண்களுக்கு இருப்பதைப் போலப் புருவங்கள் நேர்த்தியாகத் திருத்தி வரையப்பட்டிருந்தன.

நாங்களெல்லாம் பூனைமயிரைத் தடவிக்கொண்டிருக்கையில், அப்போதே அவனுக்கு மீசை கமலஹாசனுக்கு இருப்பதைப் போல நன்றாகத் தடித்து வளர்ந்திருந்தது. முழுக்கைச் சட்டையை முழங்கைக்கு மேலே திருகி முறுக்கி விட்டிருந்தான். மேலிரு பட்டன்களைக் கழற்றி விட்டிருந்த அவனுடைய நெஞ்சில் கறுப்புக் கயிறொன்றில் கோர்க்கப்பட்ட தேள் வடிவ சில்வர் நிற டாலர் தொங்கியது. அரவிந்த் சாமிக்கு ரௌடி வேடம் போட்டதைப் போல இருந்த அவன் எல்லா வகைகளிலும் எங்களைவிடப் பெரிய பையனாக இருந்தான். அவனுடைய ஆங்கிலத்தைப் புரிந்துகொள்ளத் தடுமாறி நாணுகிற எங்களுடைய ஆசிரியர், அதை மறைத்துக் கொள்ளும் பொருட்டு, பாடம் நடத்திக்கொண்டே நகர்ந்து வந்து முகுந்தின் தோள்பட்டையை அழுத்திவிடுவார்.

பெரும்பாலானவர்கள் அவனுடைய பெயரை முகுந்த் நாராயணன் என அவசரத்தில் வாசிக்கும் போது, சட்டென கையைத் தூக்கி அடிக்கப் போகிற பாவனை செய்து விட்டு, "ரீட் ப்ராப்பர்லி. நாராயணி" என அவசரமாகச் சொல்கிற முகுந்த், அவனுடைய அம்மா பெயரைப் பின்னொட்டாக வலிந்து சேர்த்துக்கொண்டான். அவனுடைய பிறந்தநாளுக்கு கல்லூரி விடுதிக்கு முகுந்தின் அப்பா வந்திருந்த போது, அறையை விட்டு வெளியே வரவேயில்லை. உயரதிகாரிகளுக்கே உரித்தான உடல்மொழியில் கனவான் போலத் தோற்றமளித்த அவர், அப்போது மழைக்காலம் என்பதால்,

சாரலில் நனையாமல் இருக்க ஊதா நிறக் குடையைப் பிடித்தபடி மரமொன்றின் அடியில் இருந்த பெஞ்ச்சில் நீண்ட நேரமாக அமர்ந்திருந்தார். லீகூப்பர் செருப்பணிந்த அவருடைய கால்களில் மழைநீர் சொட்டுச் சொட்டாய் விழுந்துகொண்டிருந்த காட்சியை, அதற்கு நேரெதிராக இருந்த மூன்றாம் எண் அறையிலுள்ள ஜன்னல் வழியாக, அதில் தொட்டுப் படர்ந்திருந்த சிவப்புக் காகிதப் பூமர மறைப்பினூடாக முகுந்த் ஹேஷ் புகைத்தபடி, குற்றவுணர்வின் சிறுசாயல்கூட இல்லாமல் பார்த்துக்கொண்டிருந்தான். எதைப் பற்றியும் கவலைப்படாமல் ஓங்கி அடித்து விடுவான் என்பதால் யாரும் அதுகுறித்து அவனிடம் வாய் திறக்க வில்லை.

துணிந்து ஒருத்தன் சொன்னபோது, “டேய் உதை வாங்கப் போற. கொஞ்ச நேரத்தில பாரு. மார்ட்டின் ஹால்ல இருந்து பொண்ணு ஒருத்தி நடந்து போகட்டும். மக வயசுன்னுகூட பார்க்காம பிக்கப் பண்ணிக் கூப்ட்டுப் போயிடுவாரு” என்றான் முகுந்த். அதைக் கேட்டவுடனேயே அவரைப் போய்ச் சந்தித்தே ஆகவேண்டுமென எனக்குள் உற்சாகம் பீறிட்டது.

ப்ரெஞ்ச் லோபில் இருந்து வாங்கிக்கொண்டு வந்த கேக் பொதியை என்னிடம்தான் கொடுத்தார் அவர். கூடவே ஒரு வெள்ளைக் கவரை கையில் திணித்துவிட்டு, “கவர்ல காசு இருக்கு. யார்ட்டயாவது விசாரிச்சு அவங்கம்மாவுக்கு அமாவாசை திதி கொடுக்கச் சொல்லிடு தம்பி” எனச் சொல்லி விட்டுப் பதிலை எதிர்பார்க்காமல் நடந்து போனார். வெள்ளையில் சிகப்பு நிறக் கோடு போட்ட சட்டை போட்டிருந்த அவர் நடக்கையில், முகுந்தைப் போல வலது தோள்பட்டை இறங்கியிருந்தது. செம்மண் மழைச் சாலையில் நடந்த அவரது முதுகில் செருப்பு விசிறிய சிறுமண் துகள்கள் ஒட்டின.

அந்தச் சம்பவத்திற்குப் பிறகு அவனுடைய தந்தையை நாங்கள் எந்தச் சந்தர்ப்பத்திலும் திரும்பப் பார்க்கவில்லை. முகுந்தின் குணமறிந்து அவனது குடும்பம் குறித்த கதைகளை நாங்கள் யாரும் கேட்கவுமில்லை. அவனுடைய அம்மாவின் அகால மரணமே, போதை தலைக்கேறி அவன் தனக்குத்தானே தலையிலடித்துப் புலம்பியதன் வழியாகத்தான் தெரியவும் வந்தது.

ராகிங்கிற்கு பயந்து அவனது அறையில்தான் பத்துக்கும் மேற்பட்டோர் அடைந்து கிடப்போம். மூத்த மாணவர்கள் அவனது அறையைத் தட்டி எட்டிப் பார்க்க அச்சம் கொண்டிருந்தனர். ஏனெனில் முகுந்த் அறையில் பளபளக்கிற, கிளிமூக்கினைப் போல நுனி வளைந்த கத்தியொன்று இருந்தது. எங்களில் சிலருக்குக் கல்லூரிக் கட்டணத்தைக் கூடச் செலுத்தினான் என்கிற வகையில் எல்லோருக்கும் பெருமதிப்புண்டு அவன்மேல். பிரம்ம ராட்சதனைப் போலச் சாப்பிட்டு ஓங்குதாங்காக இருந்து, எங்களையெல்லாம் எல்லா வகைகளிலும் தம்பிகள் போலப் பார்த்துக்கொண்ட அவனுக்கு உடன்பிறந்தவர்கள் உண்டா என்பதுகூட எங்களுக்குத் தெரியாது.

அவன் அறையில் சாக்பீஸ் துண்டால் சுயமுன்னேற்ற வாசகங்களை ஆங்காங்கே எழுதிப் போட்டிருப்பான். "முதல்வனாயிரு அல்லது முதல்வனோடிரு" என்கிற வாசகம் மட்டுமே இப்போது எனக்கு நினைவில் இருக்கிறது. எப்போதாவது மடைதிறந்து அவன் பேசுகையில் புதுப் புதுத் தகவல்கள் வந்து விழுந்தபடியே இருக்கும். அதில் மருந்திற்கும் கூட அவனது சொந்த வாழ்க்கை குறித்தவை இருக்காது.

கல்லூரி இறுதியாண்டு முடித்ததும் காணாமல் போன அவன், சில ஆண்டுகள் கழித்து லெக்ஸஸ் காரில் போயிறங்கி எங்களோடு படித்த பாலசுப்பிரமணியனைப் பார்த்திருக்கிறான். 'செலவுக்கு வைத்துக் கொள்' எனச் சொல்லி இருபதாயிரம் ரூபாய் பணத்தைத் தந்திருக்கிறான். கூடவே 'நண்பர்களுக்குக் கொடு' எனப் பத்தாண்டுப் பழமையான சிவாஸ் ரீகல் மதுபானப் புட்டிகள் ஐந்தைத் தந்தும் சென்றிருக்கிறான்.

நாங்கள் எல்லோரும் கூடி அதைக் குடிக்கையில், அவனது தொலைபேசிக்குப் பாசம் பொங்க அழைத்தபோது அது அணைத்து வைக்கப்பட்டிருந்தது. பல சந்தர்ப்பங்களில் இதையே செய்தான் அவன். யாரையாவது போய்ப் பார்த்து பணத்தைத் தந்துவிட்டுப் பிறகு காணாமல் போய்விடுவது. சங்கரின் தங்கை கல்யாணம் என்பதை அறிந்து, அவன் வீட்டில் இல்லாத சமயத்தில் போய் பெற்றோரிடம் பணத்தைக் கொடுத்துவிட்டு வந்திருக்கிறான் முகுந்த். சொளையாக மூன்று இலட்சம் ரூபாய் கொடுத்தவன் அந்தத் திருமணத்திற்கு வரவே இல்லை. யாரிடமாவது பேசி

எல்லோருடைய எண்களையும் எப்படியோ சேகரித்து விடுகிறான். சிலருக்கு அவன் வங்கிக் கணக்கில் பணத்தைப் போட்டுவிட்ட கதையும் நடந்தது.

அவன் தன்னைக் கர்ண மஹாபிரபு கணக்காக நினைத்துக்கொள்கிறான் என நாங்கள் எல்லோரும் பேசிக் கொள்வோம். யாரிடமும் நிறுத்தி நிதானமாக அவன் பேசிய தாகத் தகவல்களே இல்லை. ஒன்று பேசுவதில்லை, அல்லது ஓரிரு வார்த்தைகள் பேசிவிட்டு தொலைபேசி இணைப்பைத் துண்டித்து விடுவது என அவன் ஒரு கண்ணாமூச்சி ஆட்டம் ஆடிக்கொண்டிருந்தான் என்றாலும் யாருக்கும் அவன் மீது வெறுப்பு எழவில்லை.

“அவன் எல்லோரையும்விட ஒருபடி மேலே இருக்கிற செண்டிமெண்டல் இடியட். ஆனால் இல்லாத மாதிரி நடித்து அட்டென்ஷன் சீக்கிங் செய்கிறான்” என மனோகரன் சொல்வதில் நியாயம் இருப்பதாகவே எனக்குத் தோன்றியது. எப்படியும் மாதத்தில் ஒருதடவையாவது எந்த வழியிலாவது அவன் குறித்த கதை நண்பர்கள் குழாமில் புழங்கிவிடும். அவன் தொலைபேசி அழைப்பிற்கு ஏங்கிக் கிடந்தோம் என்று சொன்னாலும் அதிகப்படியானதாக அது இருக்காது.

இடையில் சிலகாலம் யாருடனும் தொடர்பு இல்லாமல் வழக்கம் போலக் காணாமல் போயிருந்தான். விக்னேஷ் முக்கியமான பணியில் நானிருந்த போது அழைத்து, உடனடி யாக ஸ்டார் ஸ்போர்ட்ஸில் ஒளிபரப்பாகிய கிரிக்கெட் போட்டியொன்றைப் பார்க்கச் சொன்னான். சலித்துக் கொண்டே தொலைக்காட்சியை உயிர்ப்பித்துப் பார்த்த போது, கேலரியில் இந்தியாவின் முன்னணி மதுபான ஆலை உரிமையாளருடன் அமர்ந்து பேசியபடி போட்டியைப் பார்த்துக்கொண்டிருந்தான். செம்பட்டைச் சாயம் தோய்க்கப் பட்டுத் தோள்பட்டை வரை வளர்ந்திருந்த முடியை அடிக்கடி ஈறு உருவுவதைப் போல விரல்களால் கோதினான். அதுகுறித்த ஆச்சரியங்கள் எதுவும் மற்றவர்களைப் போல எனக்கு எழவில்லை. இதைவிட பெரிய உச்சங்களில் எல்லாம் அமர்வதற்குண்டான திறமைகள் அவனிடம் இருப்பதை அறிவேன்.

அந்தக் காட்சிக்குப் பிறகு முகுந்த் குறித்த கதைகள் எதுவும் நண்பர்கள் குழாமில் பரிமாறப்படவில்லை. வெவ்வேறு சமயங்களில் அவன் அழைத்த பல எண்களைத்

திரும்பவும் தொடர்புகொண்ட போது, அவை அனைத்தும் அணைத்து வைக்கப்பட்டிருந்தன. கிட்டத்தட்ட மூன்று வருடங்களாக அவன் குறித்துச் சிற்றெறும்பிற்கு இணையான துரும்புச் செய்திகூடக் கிடைக்கவில்லை.

அரசியல் செல்வாக்கு கொண்ட அசோக் முன்னெடுப்பில் கல்லூரியில் இருந்து அவனுடைய ஆவணங்களை வாங்கி அதிலுள்ள முகவரிக்கு ஆளனுப்பிப் பார்த்தோம். முகுந்தின் அப்பா விஸ்வநாதன் இரண்டு ஆண்டுகளுக்கு முன்பு தூக்கிட்டுத் தற்கொலை செய்துகொண்டிருந்தார். முதுகில் மண்துகள் படத் தளர்வாக அவர் நடந்து சென்ற அந்தக் காட்சி எனக்கு நினைவிற்கு வந்தது. அப்போதுதான் அந்த விஷயம் அங்கு போன நண்பனுக்குத் தெரியவந்தது. "நல்லாதான் நடமாடிக்கிட்டு இருந்தாரு. ஒத்தைப் பையன் செத்துட்டான்னு எங்கருந்தோ தகவல் வந்திச்சு. அயர்ன் பண்ணுறவரு பொண்டாட்டிகிட்ட, இனிமே வாழ்ந்து என்னாகப் போகுதுன்னு சொல்லிக்கிட்டு இருந்தாராம்" எனப் பக்கத்து வீட்டுக்காரர் சொல்லி இருக்கிறார். அதைக் கொண்டே அந்த முடிவிற்கு நாங்கள் வந்தும் சேர்ந்திருந்தோம்.

முகுந்திடம் இருந்து இரண்டு மணி நேரம் கழித்து வீடியோ தொலைபேசி அழைப்பு வந்த போது, பேசுவதற்கு வசதியாக சத்தமில்லாத உயர்ரக மதுவிடுதியில் போய் அமர்ந்திருந்தேன். அவனது வீடியோ தொலைபேசி அழைப்பைப் பெருவிரலால் வலதுபுறம் இழுத்து உயிர்ப்பிக்கையில் என்னுடைய கைகள் நடுங்கின என்பதால், இன்னொரு கையால் தம்ளரில் இருந்த விஸ்கியை கவிழ்த்துக்கொண்டேன்.

"என்ன சிங்கிள் மால்ட்டா" என எடுத்த எடுப்பில் அவன் கேட்ட போது, அவனது முகத்தைக் கவனிக்க மறந்திருந்தேன்.

"இருடா இரு. முதல்ல உன்னை நல்லா உத்துப் பாத்துக்கிறேன்" எனச் சொன்னவுடன் அவன் கல்லூரிக் காலத்தில் செய்வதைப் போல உதடு பிரிக்காமல் முறுவல் புரிந்தான். அவ்வாறு அவன் செய்கையில் அவனது கண்கள் கேலி பாவனை தாங்கிச் சுடர்விடும் எப்போதும். அந்த அழைப்பில் கருவளையம் போர்த்திய அவனுடைய கண்கள் சோர்ந்திருந்தன. பார்க்கச் சகிக்காமல் கண்களை விலக்கிச் சுற்றிலும் நோட்டம் விட்டபோது, அது ஒரு அறைதான்

என்பது நிச்சயமாகத் தெரிந்தது. நீல வண்ணம் பூசப்பட்டிருந்த சுவரில் படங்கள் எதுவும் மாட்டி வைக்கப்பட்டிருக்கவில்லை என்பதால் நிச்சயமாக அது ஹோட்டலாக இருக்காது.

எதுவும் பேசத் தோன்றாமல் அவனையே திரும்பவும் பார்த்தபடி இருந்தபோது, "இது என்ன இடம்னு சொல்லு பார்க்கலாம்" என்றான் முகுந்த்.

"உனக்கு என்ன ஆச்சு? உன்னை இப்படி நான் பார்த்ததே இல்லை" என்றேன்.

'இரு' என்பதைப் போலச் சைகை காட்டிவிட்டு, கண்ணாடித் தம்ளரில் இருந்த மதுவைத் தூக்கி வாயில் கவிழ்த்தான். தொலைபேசியைத் தணித்து அருகில் இருந்த, க்ளென் மொராஞ்ச் பாட்டிலைக் காட்டியபோது அதில் கால்வாசி மது மட்டுமே மிச்சமிருந்தது.

"இப்போது எங்கிருக்கிறாய். எதற்காக இப்படி எல்லோரையும் அல்லாடவிட்டு பைத்தியக்காரத்தனமாக நடக்கிறாய்" என்றேன்.

"நான் பாலியில் இருக்கிறேன்" என அவன் தலையைக் குனிந்தபடி சொன்ன போது, அந்த ஊர் எங்கே இருக்கிறது என உடனடியாகக் குழப்பம் வந்துவிட்டது எனக்கு.

நெஞ்சிலிருந்து எக்கிக் காற்றை வெளியே தள்ளி ஏப்பம்விட்டவன், "சக்தி, இன்னைக்கு நான் கொஞ்சம் மனசு விட்டு பேசணும் உன்ட்ட. ஏன் எதுக்குன்னு கேட்டு பேசற மனநிலையை கெடுத்திடாத. ரெம்ப நேரம் உன்ட்ட பேசவும் முடியாது" எனச் சொன்ன போது வார்த்தைகள் குழறின. சட்டென மொழியை மாற்றிய அவனால் ஆங்கிலத்தில் மட்டுமே இயல்பாகப் பேச முடிகிறது என்பதையும் அந்தக் கணத்தில் உணர்ந்தேன்.

வேறு ஒரு ஆளாய் அங்கே அமர்ந்திருந்தான் என்பதை உடனடியாகவே கண்டுகொண்டதாலும், அவன் எப்போதாவதுதான் இப்படி மனம்விட்டுப் பேசப் பிரியப்படுவான் என்பதாலும் அவனுக்குக் காது கொடுக்க உடனடியாகத் தீர்மானித்தேன். அவன் அழைப்பு வந்த அதிர்ச்சியில் எனக்குமே பேசுவதற்கான வார்த்தைகள் ஒன்றுகூடி அமையவில்லை. அவனுடைய அப்பாவின் மறைவுச் செய்தி அவனுக்குத் தெரிந்திருக்குமா அல்லது இப்போது சொல்ல

லாமா பிறகு சொல்லலாமா என்கிற குழப்பம் சூழ்ந்திருந்தது என்னை.

"நான் இருப்பது ஹோட்டல் கே" என்ற முகுந்திடம், "அது எங்கே இருக்கிறது?" என்றேன் அவசர அவசரமாகத் துரத்தி அவனைப் பிடிக்கிற தொனியில்.

"இது ஒரு சிறைச்சாலை" என அவன் சொல்லிவிட்டுச் சிரித்தபோது எனக்குக் குழப்பமாகி விட்டது.

இந்தியாவிலுமே சிறையில் சட்டவிரோதமாகத் தொலைபேசி உபயோகிக்கிறார்கள் என்பது தெரிந்திருந்த போதிலும், இப்படி முழு பாட்டிலை வைத்துக்கொண்டு சரக்கடிப்பதெல்லாம் நடக்காத காரியம். முகுந்த் பொய் சொல்கிறானா என உடனடியாக யோசித்த போது, அதுமாதிரி சொல்கிற ஆளல்ல அவன் என்பதும் உறைத்தது.

அவன் தொலைபேசியை வெளிப்புறக் காட்சிகளுக்கான அமைப்பில் மாற்றிவிட்டு, சுற்றியிருப்பவற்றைக் காட்டத் தொடங்கினான். கம்பிக் கதவிற்கு அந்தப் புறம் விரிந்து கிடந்த புல்வெளியில், சுற்றுலா மையத்தில் வீற்றிருப்பதைப் போல பல்வேறு நாட்டினர் குவிந்து அமர்ந்திருந்தனர். தூரத்தில் ஒரு டென்னிஸ் மைதானம்கூட தெரிந்தது. அவன் என்னை ஏமாற்றுகிறான் என எண்ணிக்கொண்டிருந்த சமயத்தில், இயந்திரத் துப்பாக்கிகளைத் தோளில் தாங்கிய காவலர்கள் கைவிலங்கிட்ட ஆட்கள் சிலரைத் தள்ளிக்கொண்டு போன காட்சியைக் கண்டதும் எனக்கு மூச்சு வாங்கியது.

"முகுந்த் விளையாடாதே. எங்கே மாட்டிக்கொண் டிருக்கிறாய்? உன்னிடம் பேச விரும்புகிறேன். எதற்கும் ஒரு எல்லை இருக்கிறது. இது விளையாடுவதற்கான நேரம் இல்லை" எனச் சத்தமிட்டுவிட்டு, அவனது முகம் திரும்பவும் இணைப்பில் கிடைப்பதற்குக் காத்திருந்தேன்.

அதை மாற்றுகிற சமயத்தில் அங்கே கம்பிக் கதவைக் கனத்த இரும்பால் யாரோ தட்டுகிற சத்தமும் அவனது அறைக்குள் ஏதோ ஒரு பொருள் கீழே விழுந்த சத்தமும் கேட்ட பிறகு இணைப்பு துண்டிக்கப்பட்டது. உடனடியாகத் திரும்பவும் அழைத்துவிடக் கூடாது என்கிற எச்சரிக்கை உணர்வில் அவனது மறு அழைப்பிற்காகக் காத்திருந்தேன். அந்த இடைவெளியில் இணையத்தில் அவன் சொன்ன உள்ளீட்டுச் சொல்லைக் கொண்டு தேடினேன். பாலியில்

இரண்டு சிறைச்சாலைகள் இருந்தன.

நான் சற்றுமுன்னர் பார்த்த காட்சிகள் அடங்கிய சிறைச்சாலையின் பெயர்தான் ஹோட்டல் கே. உண்மையில் அதன் பெயர் கெரொபோக்கன் சிறைச்சாலை. இந்தோனேசியாவில் இருக்கிற அச்சிறைச்சாலை முழுக்கவும் போதைப் பொருட்கள் கடத்துபவர்களுக்காகப் பிரத்யேகமாகக் கட்டப்பட்டது. ஆஸ்திரேலியா, இந்தியா, மொராக்கா, பாகிஸ்தான், அமெரிக்கா, இலண்டன் என அத்தனை நாட்டவர்களும் அங்கே கைதியாக இருக்கிறார்கள். இந்தோனேசியா இஸ்லாமிய நாடு என்பதால், அங்கே போதைப் பொருட்கள் கடத்துவதும் விற்பதும் மரண தண்டனை விதிக்கப்படக்கூடிய குற்றம்.

இந்தியாவில் சமையலில் பயன்படுத்தப்படும் கசகசாவைத் தெரியாத்தனமாக எடுத்துப் போய் வளைகுடா நாடொன்றில் மாட்டிக்கொண்டவர்களைப் பற்றியும் படித்திருக்கிறேன். கசகசா விதைகளை மறுபடி முளைக்கப்போட்டு அதிலிருந்து ஓபியம் எடுத்துவிடுவார்கள் என்பதால்தான் அந்நாடுகள் அதைத் தடை செய்திருக்கின்றன. அப்படி மாட்டிக்கொண்டால் கொஞ்சம் தப்பிக்கவாவது வாய்ப்பிருக்கிறது. ஆனால் இந்தோனேசியாவில் போதைப் பொருட்களோடு சிக்கினால் இந்தியப் பிரதமரே போனாலும் காக்க முடியாது என்பது நன்றாகத் தெரிந்திருந்ததால், முகுந்த் விஷயத்தில் எனக்கு அச்சம் முட்டி நின்றது.

அச்சிறைச்சாலையில் இருக்கிற தொண்ணூறு சதவீதம் பேர் போதை மருந்து வழக்கில் சம்பந்தப்பட்டவர்கள். எழுநூறு பேர் இருக்கவேண்டிய சிறைச்சாலையில் கிட்டத்தட்ட இரண்டாயிரம் பேர்வரை இருக்கிறார்கள். போதை மருந்து விஷயத்தில் இவ்வளவு கெடுபிடிகளைக் காட்டும் அந்த நாடு, அந்தச் சிறைச்சாலை விஷயத்தில் ஊழல் மலிந்து செயல்படுவதை எல்லோருமே அறிவர்.

முகுந்த் இருக்கிற கெரொபோக்கன் சிறைச்சாலையிலேயே எல்லா வகை போதை மருந்துகளும் விற்பனைக்குக் கிடைக்கும் என்பதைப் படிக்கும் போதே அதிர்ச்சியாக இருந்தது. அச்சிறைச்சாலை அதிகாரிகள் அங்கே வரும் கைதிகளைப் பணம் காய்க்கிற மரமாகத்தான் பார்க்கிறார்கள். பணம் கொடுத்தால், பாலியல் தேவைக்குப் பெண்களைக்கூட அறைக்கு அழைத்துவர முடியும் என்று முன்னாள் சிறைவாசி

ஒருத்தர் எழுதியிருந்தார்.

பெரும்பாலும் இச்சிறைவாசிகளுக்கு உலகளாவிய போதை நெட்வொர்க் மூலமாகப் பணத்திற்குக் குறைவில்லை என்பதால் சகல வசதிகளும் அச்சிறைச்சாலைக்குள் செய்து தரப்படுகின்றன. அதனால்தான் அங்குள்ள உள்ளூர்வாசிகள் இந்தச் சிறைச்சாலையை லோக்கல் ஹோட்டல் கே எனச் சொல்கிறார்கள் என்பதை அறிந்துகொண்டேன்.

ஏதோவொரு உணர்வு உந்த, "முகுந்த் நாராயணி, கெரொபோக்கன் ட்ரக் கடத்தல்" என உள்ளீடு செய்து தேடினேன். வந்துவிழுந்த தகவல்கள் எவையும் எனக்கு உவப்பானவையாக இல்லை. நெஞ்சில் ஒரு அழுத்தம் வந்த தால் உடனடியாக இன்னொரு சுற்று மதுவை வரவழைத்துக் கவிழ்த்துக்கொண்டேன்.

இந்தியாவைச் சேர்ந்த முகுந்த் நாராயணி என்கிற எனத் தொடங்கியிருந்த அந்தப் பத்திரிகைச் செய்தியில் கைவிலங் கிட்ட அவனது புகைப்படம் இருந்தது. கடைசியாய்ப் பார்த்த அவனது நீளமுடி கத்தரிக்கப்பட்டிருந்தது. அந்தச் செய்தியின் படி அவனுக்கு இருபதாண்டு சிறைத் தண்டனை வழங்கப் பட்டிருந்தது. உலகப் புகழ்பெற்ற போதைக் கடத்தல் கும்பலான 'கிரெசண்ட் மூன்' வலைப்பின்னலைச் சேர்ந்தவன் எனவும் சொல்லப்பட்டிருந்தது. அவன் எந்த உச்சத்திலும் அமர்வான் என நினைத்திருக்கிறேன்தான். ஆனால், இதுமாதிரியான உச்சத்தை நாங்கள் கற்பனை செய்ததுகூட இல்லை அல்லது நான் நினைப்பது தவறா என்கிற சிந்தனையில் மேலும் அவன் குறித்த செய்திகளைத் துழாவிப் படித்தேன்.

சின் சான், லாரன்ஸ் லெகி ஆகிய இருவரும் அவன் தொடர்புடைய வழக்கில், இணைந்து கைது செய்யப்பட் டிருக்கிறார்கள். முகுந்தை அவன் தங்கியிருந்த ஹார்ட் ராக் ஹோட்டலில் வைத்துக் கைது செய்ததாகவும் அவனது சிறுநீரை பரிசோதித்த போது ஹெராயின் உட்கொண் டிருந்தது உறுதியானதாகவும் செய்தியில் போட்டிருந்தது. கூடவே அதிகப்படியாக உட்கொண்டதன் விளைவாக, கைதான சமயத்தில் அவனுக்கு 'ஹாலுசினேஷன் பாதிப்பு' அதிகப்படியாகவே இருந்ததாகவும் கைதுக் குறிப்பில் தெரிவிக்கப்பட்டிருந்தது. அவனது அறையில் கிடைத்த தடயங்களை வைத்துத் தேடியதில்தான் மற்ற இருவரும் நூறு

கிராம் ஹெராயினோடு கடற்கரைச் சாலையில் பிடிபட்டார் களாம். முகுந்த் அறையில் எதுவும் சிக்காததாலும் அவன் உட்கொண்டிருந்தது பரிசோதனையில் கண்டறியப்பட்ட தாலும் அவனுக்கு மட்டும் இருபதாண்டு சிறைத் தண்டனை விதிக்கப்பட்டிருந்தது. மற்ற இருவருக்கும் மரண தண்டனை அறிவித்தது, நீதிமன்ற மேல் முறையீட்டில் இருக்கிறது.

பணம் இருந்தால், வழக்கறிஞரை வைத்து அங்குள்ள நீதிமன்றத்தைச் சரிக்கட்டி தண்டனைக் குறைப்பைச் செய்து விட முடியும். ஆனால் முகுந்த் அதைச் செய்ய விரும்பவில்லை எனப் பிரிட்டிஷ் பத்திரிகையாளர் ஒருத்தர் தன்னுடைய கட்டுரையில் குறிப்பிட்டிருந்தார். எதற்காகத் தண்டனைக் குறைப்பு கோர முனையவில்லை எனத் தீவிரமாக யோசித்துக் கொண்டிருந்த போது, அவனுடைய அழைப்பு திரும்பவும் வந்தது.

“என்ன அதுக்குள்ள தேடிப் படிச்சிட்டியா” எனக் கேட்ட அவன் தலை தள்ளாடியது. மிச்சமிருந்ததையும் குடித்திருப்பான் போல. கண்கள் சொருக, இமைகளைக் கஷ்டப்பட்டு விரித்து அடிக்கடி அதைச் சிமிட்டியபடி இருந்தான் முகுந்த்.

“உண்மையைச் சொல், நீ ஹெராயின் கடத்தினாயா?” என்றேன்.

தலையைத் தூக்கிப் பார்த்த முகுந்த், “உன்னுடைய பிரச்சினையே எப்போதும் நீ எதிரில் இருப்பவனை எடை போட்டுக்கொண்டே இருக்கிறாய். உன்னுடைய ஜட்ஜ் மெண்ட்டை கேட்க உன்னை அழைக்கவில்லை” என்றான். அப்போது அவனுடைய கண்களை உற்றுப் பார்த்தபோது, அது கலங்கியிருப்பதைப் போல இருந்தது. அவனை எந்த நிலையிலும் அப்படிப் பார்த்தது இல்லை என்பதாலும் அவன் நுணுக்கமாக என் குணநலனை முகத்துக்கு நேராகச் சுட்டிக் காட்டிவிட்டதாலும் அமைதியாக அவன் சொல்வதைக் கேட்க மறுபடி மனதளவிலேயே தயாராகிவிட்டதைச் சொல்ல விரும்பினேன்.

“உன்னுடைய குழந்தைகள் எப்படி இருக்கின்றன? பாப்பாவின் பிறந்தநாளுக்கு நான்கூட பொம்மையொன்றை அனுப்பி இருந்தேனே” என முகுந்த் சொன்ன போது என்னை யறியாமல் என் கண்களில் நீர்வழிந்தது. அதைத் துடைத்தபடி, ‘ஆமாம்’ எனத் தலையாட்டினேன்.

அழுவதைப் பார்த்த அவனது கண்களும் நீர் வடிக்கத் தயாராகின. ஆனால் அதை மேல்நோக்கி உயர்த்தி பின்னர் இமைகளைச் சிமிட்டித் தன்னை அடக்கிக்கொண்டு மீண்டும் என்னைப் பார்த்த அவன், “டேய்.. இங்க என்ன ப்யூனரலா நடக்கு. எல்லாமே ஒரு அனுபவம்தான். வெளீல வந்ததும் மத்தவங்க மாதிரி நானும் ஒரு நல்ல புக் எழுதிடுவேன்” என்று சொல்லிவிட்டுச் சிரிக்க முயன்று தோற்றுப் போனான்.

அந்தச் சமயத்தில் அதைச் சொல்லிவிடலாம் என வாயெடுத்துப் பாதியில் அடக்கியதைப் பார்த்து, “என்ன சும்மா சொல்லு” என்றான் முகுந்த்.

“உன்னோட அப்பா. இல்லையில்லை நம்மோட அப்பா” எனத் தயங்கி இழுத்தேன்.

“ஆமாம். நான்தான் அவரைச் சாகச் சொன்னேன்” என பாட்டிலைச் சுவரில் எறிந்து உடைக்கிற தொனியில் சொல்லி விட்டுக் கண்களைக் குறுகுறுவென்று பார்த்து, தலையைச் சாய்த்து நெற்றியில் விழுந்த முடியை ஒருகையால் கோதி விட்டான். அவன் என்ன உணர்வில் அப்போது இருந்தான் என்பதை நிச்சயமாக என்னால் கண்டறிய முடியவில்லை. ஏற்கெனவே நுணுக்கமாக அவன் என்னைச் சுட்டிக்காட்டி விட்டதால் எதையும் எடைபோடாமல் அமைதியாக உற்றுப் பார்த்ததை அவனும் உணர்ந்துகொண்டது தெரிந்தது.

“ஒருநாள் நல்ல மனநிலையில் இருக்கையில் எல்லாக் கதையையும் சொல்றேன். இப்ப சொல்றதை மட்டும் கேட்டுக்கோ. பாவத்தைக் காது கொடுத்துக் கேட்கிற பாதிரியார் மாதிரி உன்னை நினைச்சுக்கோ. அந்தப் பாவனை உனக்கு ரெம்ப பிடிக்கவும் செய்யும் இல்லையா? எனக்குமே இதை இறக்கி வைக்கணும். நெஞ்சைப் பிடிச்சு அழுத்துது. கூடவே எனக்காக ஒரு உதவியும் பண்ணணும்” என்று சிதறிய தமிழில் சொன்ன முகுந்த் கண்களைத் துடைத்துவிட்டுப் பேச ஆயத்தமானான். ஒருநிமிடம் எனச் சைகை காட்டிவிட்டு தொலைபேசியோடு எழுந்து போய் எனக்கு இன்னொரு சுற்று மதுவை வாங்கிக்கொண்டு வந்து மறுபடியும் அமர்ந்தேன்.

“போதை, பாவம், கண்ணீர், லீகூப்பர் செருப்பு. ஊதாக் குடை, நல்ல காம்பினேஷன்” எனச் சொல்லி, புருவங்களைச் சுழித்து, ‘ப்ப்ப்ச்’ எனச் சத்தத்துடன் விரக்தியை வெளிப்படுத்தி னான் முகுந்த். சொல் என்பதைப் போல முன்னகர்ந்து

அமர்ந்து முகத்தைத் தீவிரமாக வைத்து அவனையே உற்றுப் பார்த்தேன்.

"வழக்கமாக நான் தங்கும் ஹார்ட் ராக் ஹோட்டலில் தங்கியிருந்தேன்" எனச் சொல்லிவிட்டு, நானேதும் கேள்வி கேட்கிறேனா அல்லது சொல்வதா வேண்டாமா என்பது போல இடைவெளி கொடுத்தான். "இல்லை முகுந்த், மனதளவிலேயே உன்னைக் குறுக்கீடு செய்ய விரும்பவில்லை. பரிபூரணமாகக் காதுகளைத் திறந்து வைத்திருக்கிறேன்" என்றேன்.

முழு இரத்த ஓட்டமும் முகத்திலேறி அவன் கண்களில் படபடப்பு பரவுவதை உணர முடிந்தது. தொலைபேசியை முகத்திற்கு வெகு அருகே பிடித்திருந்த அவன் அதைக் கொஞ்சம் நகர்த்தித் தள்ளிப் பிடித்து என் கண்களைச் சந்திக்காமல் வேறு எங்கோ பார்த்தபடி பேசத் தொடங்கினான். எதையும் சட்டெனத் திருஷ்டி கழிக்கிற பூசணியைப் போல உடைத்துப் பேசும் முகுந்தா இவன்?

"அன்றைக்கு ஹோட்டலில் இருந்த மேலாளர் சிறப்பு கவனிப்பு ஒன்று இருக்கிறது. இதுவரை பார்க்காத அனுபவ மாக அது அமையும். இருநூறு இலட்சம் பணம் தந்தால்..." எனச் சொல்லி நிறுத்திவிட்டு, "நம்மூர் பணத்தைப் போல நினைத்துக்கொள்ளாதே. ஒரு டாலருக்கு நம்மூர் எழுபது என்றால் அங்கே பத்தாயிரம் ரூபாய்" என்ற போது, 'தெரியும் மேலே சொல்' என்பதைப் போலத் தலையாட்டிவிட்டு, இந்திய மதிப்பில் எவ்வளவு வருமென மனதிற்குள் கணக்கிட்டேன்.

"கொஞ்சம் கூடுதலாகவே ஹெராயின் எடுத்திருந்தேன் அன்றைக்கு. அறையில் இரவு விளக்குகளை மட்டும் எரிய விட்டுப் படுத்திருந்தேன். கதவு வரை அந்த இரண்டு பெண் களை கொண்டுவந்து நிறுத்திவிட்டுப் போனான் மேலாளர். உள்ளே அந்தப் பெண்கள் வந்து நின்ற போது அசந்து விட்டேன். துளி வேற்றுமைகூட இல்லாத இரட்டையர்கள்" எனச் சொல்லி நிறுத்தினான் முகுந்த்.

அந்தக் காட்சியை நான் கற்பனையில் கொண்டுவந்து பார்த்தேன். "அச்சில் வார்த்தது மாதிரி இருந்தார்கள் இருவரும். இருவருக்கும் வித்தியாசம் என்று பார்த்தால், அவர்களே சொன்ன அடிப்படையில் தங்கைக்கு உதட்டில்

மச்சம் இருக்கும். அதைப் பார்த்ததும் உடனடியாக அதைக் கவ்விப் பிடிக்க எனக்குத் தோன்றியது. அங்கங்கள்கூட ஒரே வளைவு நெளிவில் இருந்தன. ஆனால் அக்காவிடம் இல்லாத ஒன்று தங்கையின் முகத்தில் இருந்தது. தங்கைக்காரி மசாஜ் மட்டுமே செய்வதாகவும், இஸ்லாத்திற்கு மாறிவிட்டதால் செக்ஸ் சர்வீஸ் விலக்கப்பட்டது என்றும் சொன்னாள். அக்கா மட்டுமே செக்ஸ் சர்வீஸுக்குத் தயாராக இருந்தாள். அக்கா ளோடு எனக்கு செக்ஸ் வைக்கத் தோன்றவே இல்லை. இருவரும் சேர்ந்து என் உடைகளைக் களைந்து மசாஜ் செய்தார்கள். தங்கைக்காரியின் மார்புகளைப் பிடித்த போது அக்காள் கையை எடுத்துக் கும்பிட்டு 'அப்படிப் பண்ணாதே' என்றாள். அவளது பனியனைத் தூக்கி மார்பை பக்கத்தில் கொண்டுவந்து காட்டி இதை வேண்டுமானால் எடுத்துக் கொள் என்றாள். தள்ளி அமர்ந்த தங்கையின் தொடையைத் தடவிக் கீழுடையை மேலே தூக்கினேன்'' எனச் சொல்லி விட்டு அமைதியாக மூச்சை இழுத்து வெளியே விட்டுத் தரையையே கொஞ்ச நேரம் உற்றுப் பார்த்துக்கொண் டிருந்தான் முகுந்த்.

பெருவிரலை ஆட்காட்டி விரலால் தடவி நீவிய அவன், தயக்கத்தைத் தாண்டி மறுபடியும் சொல்லத் தொடங்கினான். ''அவர்களுடைய கலாச்சாரத்தில் விபச்சாரம் விலக்கப்பட்ட தாம். வேறு வழியில்லாமல் அவள் தங்கையின் திருமண வாழ்விற்காகவும் குடும்பத்தின் நலனிற்காகவும் அந்தத் தொழிலில் ஈடுபடுவதாகச் சொன்னபோது எனக்கு எரிச்சலாக இருந்தது. 'எல்லா தேவடியாள்களும் இதே மாதிரிதான் சொல்கிறார்கள்' எனச் சத்தமாக நான் தமிழில் சொன்னது அவர்களுக்குப் புரியவில்லை. அவளிடம் என்னைத் திருப்திப் படுத்தினால் இன்னும் நிறையப் பணம் தருவதாகச் சொன்னேன். 'என்ன வேண்டும் உங்களுக்கு' என்று கேட்ட போது, திரும்பப் போகையில் எதிரே இருக்கும் ஹோட்டலில் தங்களுக்குப் பிடித்த உணவு ஐயிட்டத்தை வாங்கித்தர வேண்டுமென்றும் சொன்னாள்'' என அவன் சொல்லிக் கொண்டிருந்த போது குறுக்கிட்டேன்.

''நீ நினைத்தது நடந்ததா?'' என்றேன்.

''இருவருக்கும் 'ஜார்ஜியா ஹோம் பாயை' குளிர்பானத் தில் கலந்து கொடுத்தேன். நான்கு மணி நேரம் என்ன வேண்டுமானாலும் செய்துகொள்ளலாம் அவர்களை. அது

ஒரு ரேப் ட்ரக்" என்றவனிடம், "அதென்ன பெயரே வித்தியாச மாக" என்றேன்.

"தெரிந்து என்ன செய்யப் போகிறாய்? சில விஷயங் களைத் தெரிந்துகொள்ளாமலே இருப்பதும் நல்லதிற்குத்தான். பிஞ்சிலேயே பழுப்பது கனிக்கு நல்லதல்ல. அதற்கு மிகச்சிறந்த உதாரணம் நான்தான். என்னை மயக்க நிலையில்தான் கைதுசெய்து அழைத்து வந்தார்கள். அந்தப் பெண்களுக்கு என்ன ஆனது எனத் தெரியவில்லை" எனச் சொல்லிவிட்டு அமைதியாக இருந்தான் முகுந்த்.

அவனைச் சமாதானப்படுத்தும் விதமாக, "முன்பு நீ நினைத்தது சரிதான். எல்லா செக்ஸ் ஒர்க்கர்களும் சொல் வதற்கு இது மாதிரிக் கதைகளை வைத்திருக்கிறார்கள். அதில் புனைவிற்கான கூறுகளே அதிகம். அதனால் நீ தேவையில்லா மல் விஷயங்களைக் கலைத்துப் போட்டு எண்ணுகிறாயோ" என்றேன். விரல்களால் நெற்றிக்கு நடுவே தேய்த்தபடி இருந்த அவன், "இல்லை. நான் தொடர்ந்து அத்துமீறியபடி இருந்த போது, அந்தப் பெண்ணிடம் 'பொய் சொல்லாதே' என்றுதான் சொன்னேன். அவள் உண்மை என்பதைப் போல நெற்றிக்கூட்டில் இரு விரல்களைப் பொட்டிடுவதைப் போலக் குவித்துச் சொன்னாள். முழுமுற்றான உண்மை ஒன்றைச் சொல்லுகையில் என் அம்மாவும் அப்படித்தான் விரல் குவிப்பாள். அவள் என் அம்மாவைப் போலவே இருந்தாள் அப்போது. எவ்வளவோ விஷயங்களை செய்திருக்கிறேன். எனக்கு இது குற்றவுணர்வாக இருக்கிறது. ஒருவேளை அவர் களையும் கைது செய்துவிட்டார்களா என்பதும் தெரிய வில்லை" எனச் சொல்லி இடைவெளி விட்டான்.

'அம்மா' என வாய்விட்டு அரற்றிய அவன் என் கண் களைப் பார்க்காமல், "இந்தச் செயலுக்கு என்னுடைய அம்மா இருந்திருந்தால், என் முகத்தில் காறி உமிழ்ந்திருப்பாள். என்னுடைய அப்பாவின் மீது அப்படி உமிழ வாய்ப்பில்லா மல்தான் செத்தும் போனாள். அவரைப் போலவே நானும் என்பதை அவள் அறிந்தால் அவளது ஆத்மாகூட சாந்த மாகாது. நீ அவர்களைப் போய்ப் பார்த்து ஏதாவது கொடுத்து விட்டு வர வேண்டும். அவர்கள் நன்றாக இருக்கிறார்களா என்பது தெரிந்தால் மட்டும் போதும் எனக்கு. இங்கே லோக்கலில் இருப்பவர்கள் யாரையும் தொடர்புகொள்ளக் கூடாது என எனக்கு உத்தரவு. மீறித் தொடர்புகொண்டு

அவர்கள் எதுவும் சிக்கலில் மாட்டிக் கொள்ளக்கூடாது என்கிற பயமும் எனக்கு இருக்கிறது. பதிலாக ஊரில் இருக்கிற என்னுடைய வீட்டை நீ எடுத்துக்கொள். என் பழைய செய்கைகளை ஒப்பிட்டால் சிறு குண்டூசிதான் அது. ஆனால் இதயத்தில் அது தைக்கிறது" என்று சொன்ன போது கண்ணீர் கோடாய் அவனது கன்னத்தில் இறங்கியது.

"எவ்வளவு கொடுக்க வேண்டும்?" என்றேன்.

"தவறாக எல்லாம் சொல்லவில்லை. நீதான் நன்றாக எடை போடுவாயே? வீட்டின் மதிப்பு எதுவோ அதுதான் அதன் மதிப்பும்" என்றான்.

"பாவத்தின் எடை" என முணுமுணுத்துவிட்டு தொலை பேசியை அணைத்தான் முகுந்த். அவனுடைய வாழ்க்கையே ஹோட்டல் கேவை ஒத்ததுதான் என எனக்குத் தோன்றியது. அவனது கைதுக் குறிப்பில் தெரிவிக்கப்பட்டிருந்த ஹாலுசினேஷன் என்பதை அவன் காற்றில் வரைந்த காட்சி களோடு முடிச்சுப் போட்டு ஆராய்ந்தேன். உறுதிதோய்ந்த அவனது விவரிப்பின் வழியாக, மாயத் தோற்றக் காட்சிகள் என்கிற முடிவிற்கும் என்னால் நிச்சயமாக வந்துசேர முடியவில்லை. அவனாகச் சொல்கிற வரைக்கும் இதைப் பற்றி நண்பர்கள் யாரிடமும் வாய்திறக்கக் கூடாது என எனக்குள் சத்தியம் செய்துகொண்டேன். எவ்வளவோ செய்திருக்கிறான் அவன். ஆனாலும் இந்த விஷயம் மட்டும் அவனை ஏன் துன்பக் கடலில் தள்ளுகிறது எனத் தீவிரமாக யோசித்த போது, மனிதன் எந்த நேரத்தில் எதனால் உடைவான்? அறுத்தெறிய முடியாத சங்கிலி எவ்வாறு அவனைப் பிணைக் கிறது என்பதையெல்லாம் யாராலும் தீர்மானிக்கவும் முடியாது எனவும் தோன்றியது. எது எப்படியோ, ஏதோ ஒரு கண்ணி வழியாக அம்மா அவனைத் துரத்துகிறாள் என்பதை நினைக்கையில், தங்கக் கூண்டில் இருக்கிற கிளி என்கிற சித்திரம் கூடிவந்தது.

முகுந்தை அந்தக் கூண்டிலிருந்து விடுவிக்கும் பொருட்டு, அவனது வார்த்தைக்கு மதிப்பளித்து, அதே சமயம் நம்பிக்கையின்மையையும் தோள் பையைப் போலக் கக்கத்தில் இடுக்கிக்கொண்டு, கருடா விமானத்தில் போயிறங்கிய நான், நேரடியாகவே அவன் தங்கியிருந்த ஹோட்டலில் போய் அறையெடுத்தேன். பல அடுக்குக் கடுமையான பரிசோதனையை அடுத்தே நாட்டிற்குள் காலடி எடுத்து

வைக்கவே முடிந்தது. ஆனால் சிறைச்சாலைக்குள் சகலமும் கிடைக்கிற விநோதத்தை என்னவென்று சொல்ல? விமான நிலையத்தின் நடைபாதையில்கூடக் கலாச்சாரம் தகதகவென மின்னியது. அதற்கு அடியில் இருக்கிற பாதாள உலகம்தான் இந்த நாட்டையே உயர்த்திப் பிடித்துத் தாங்குகிறது எனச் சொல்லி எனக்கு நானே சிரித்துக்கொண்டேன். இந்த மாதிரி சந்தர்ப்பங்களில் பணம் பாயமுடியாத பாதாளங்களில்கூடப் புகுந்து வெளியேறி வந்துவிடும். பணம்தான் எல்லாமும் என்கிற இறுமாப்பையும் அது தலையில் கிரீடமாகச் சூடும்.

தன் பணி முடிந்து சென்றுவிட்டதால், சம்பவத்தன்று என்ன நடந்தது எனத் தனக்குத் தெரியாது என்றான் ஹோட்டல் மேலாளர். தவிர அவனுக்கு அப்படியொரு சம்பவம் நடந்ததாக நினைவிலேயும் இல்லை. 'ட்ரக் சம்பந்த மான கைது நடவடிக்கைகள் இங்குள்ள எல்லா ஹோட்டல் களையும் பொறுத்தவரை, நினைவுகொள்ளத்தக்க அளவில் லாத வெகு சாதாரணமான நிகழ்வு' என்றான். எத்தனை பூட்டுகளையும் அதைத் திறந்த சாவிகளையும் பார்த்திருப்பான் அவன்? ஆனாலும் தந்திருந்த மிகை பணத்தின் காரணமாக, முயன்று பாருங்கள் எனச் சொல்லி, என்னைத் திருப்திப்படுத்த வேண்டி, சில உள்ளூர்த் தொடர்புகளை ஏற்படுத்தித் தந்தான். அறை மேலாளர் அனுப்பித் தந்த ஆளோடு அந்த மாதிரி வேலைக்கு வரும் பெண்கள் இருக்கிற குப்பாங் நோக்கிப் பயணமானேன். "அப்படி ஒரு சம்பவமே இங்கு நடக்க வில்லை. இதெல்லாம் தேவையில்லாத விநோதமான வேலை. பணம் நிறைய வைத்திருப்பவர்களே இது மாதிரியான பைத்தியக்காரத்தனங்களில் ஈடுபடுகிறீர்கள். வயிற்றுப் பசியில் இருப்பவனுக்கு இதுமாதிரியான கேள்விகளுக்கு இடமே இல்லை" என்றான் மேலாளர் கிளம்பும் போதும். பணமும் தத்துவமுமே ஒட்டிப்பிறந்த இரட்டையர்கள் என எங்கோ படித்தது நினைவிற்கு வந்தது.

இந்தியக் குக்கிராமங்களைப் போல தென்னை மட்டை கள் வேயப்பட்ட குடிசை வீடுகள்தான் என்ற போதிலும், நேர்த்தியான வரிசையில் இருந்தன அவை. ஒவ்வொரு வீட்டி லும் சொல்லி வைத்தது போல, தொட்டிச் செடிகள் வாயிலில் அலங்காரமாக வைக்கப்பட்டிருந்தன. புதிய நிறுவனம் ஒன்றிற்கு ஆள் எடுக்கும் பணிக்காக வந்திருக்கிறோம் என்று சொல்லியிருந்தான் என்னோடு வந்திருந்த மர்ஸான். முகுந்த்

ஒப்படைத்திருந்த இரட்டையர்கள் என்கிற சாவி மட்டுமே என்னிடமிருந்தது. அதற்கான திறப்பு எங்கே இருக்கிறது என்பது எல்லோருக்கும் தெரிந்தே இருந்ததைப் போலத்தான், என் ஆழ்மனம் உணர்ந்தது. சிலந்தி துப்பிக் கட்டிய கூட்டிலிருக்கும் மெல்லிய இழை போலவான நம்பிக்கை ஒன்றும் வழிநடத்தியது என்னை.

சோர்வு தட்டுகிற நிலைக்கு வந்து சேர்ந்திருந்த போது, சில நொடிகளுக்கும் குறைவான நேரம், நெற்றிக்கு நடுவே பெருவிரலையும் ஆட்காட்டி விரலையும் சேர்த்துவைத்து நசுக்கி விலக்கிய, அந்தப் பெண்ணைத் தற்செயலாகக் கண்டடைந்தேன். அவள்தானா என்கிற தயக்கங்களோடு நெருங்கிப் போன போது, அந்த வீட்டில் அவளைத் தவிர வேறு யாரும் இல்லை என்பதை அறிந்தவுடன் தைரியமும் கூடிவந்தது. சட்டெனச் சூழலோடு ஒட்டிக்கொண்ட தயக்க மின்மையை நோட்டமிட்ட மர்ஸான் என்னை சகஜப் படுத்தும் விதத்தில், அங்கிருந்த கல்திண்ணையில் அமரவைத்து, "விருந்தினருக்குக் குடிப்பதற்கு ஏதாவது கொண்டுவா" என அந்தப் பெண்ணிற்குக் கட்டளையிட்டான். அது அவர்களுடைய கலாச்சாரச் செயல்பாடு போல.

கண்ணாடிக் குவளையோடு வந்து நின்ற அவளிடம், "உன் தங்கை எங்கே?" என்றேன் அவளுக்குப் புரிய வைக்கிற முனைப்பில்.

"நீங்கள் யார்? எதற்காகக் கேட்கிறீர்கள்?" என்றாள் தெளிவான ஆங்கிலத்தில். அவளுடைய தங்கை இருக்கிறாளா இல்லையா என்கிற குழப்பம் மறுபடியும் எழுந்து, இந்திய ஆழ்மன உள்ளுணர்வின்படி சுவரில் அவளது புகைப்படம் மாட்டப்பட்டிருக்கிறதா என என்னுடைய கண்கள் துழாவின.

தேடியது கிடைக்காமல் கண்களை விலக்கி, "உங்க ளிடம் கடன்பட்ட ஆள் அதைத் திருப்பித் தரச்சொல்லி என்னை அனுப்பி இருக்கிறார்" என்றேன்.

"எங்களுடைய கலாச்சாரத்தில் வழிப்பயணத்தில் நாங்கள் யாரிடமும் தனித்துக் கடன்படுவதில்லை. அனுபவங் களுக்கு மட்டுமே கடன்படுகிறோம்" எனச் சொல்லிவிட்டு, மர்ஸானைத் தனியாக அழைத்துக்கொண்டு போய் பேசினாள். இருவரும் போர்த்துகீசிய மொழியில் பேசிக்கொண்டார்கள். திரும்பி வந்தவள் அப்படி ஒரு சம்பவமே நடக்கவில்லை

யெனவும் அந்த ஆளைப் பார்த்ததே இல்லையெனவும் உறுதிபடச் சொன்னாள். மர்ஸானும் இணைந்து அவளுக்குத் தோதாய்ப் பேசத் தொடங்கியபோது முற்றிலும் தளர்ந்தேன்.

அந்நிய நிலமொன்றில் கைவிடப்பட்டுத் தர்க்கங்களுக்கு வார்த்தைகள் இல்லாமல் அமர்ந்திருந்த போது, மர்ஸானைத் தூரத்தில் இருந்து இன்னொருத்தர் அழைத்தார். அவன் கிளம்பிப்போன சமயத்தில், நாங்களிருவரும் தனித்திருந்த சந்தர்ப்பத்தைப் பயன்படுத்தி, அவளிடம் இறைஞ்சும் தொனியில் முகுந்த் சிறையில் மிதமிஞ்சிய குற்றவுணர்வில் தவிப்பதைச் சொல்லி, தாயும் தகப்பனும் இறந்த அவனது குடும்பப் பின்னணியை விவரித்து, அவனது அம்மா செய்வதைப் போல நெற்றிச் சுருக்கத்தில் விரல் வைத்துக் காட்டினேன். உணர்வுகள் எதையும் கடத்தாத அவளது விழிகள் என் முகத்தில் நிலைகுத்தி நின்றன.

அவளது காலடியில் இருந்த, நான் கொண்டுபோயிருந்த பணப்பையைத் திறந்து காட்டிய போது அவள் அதை எட்டிக் கூடப் பார்க்கவில்லை. திரும்பி வந்த மர்ஸான், "தேவையில்லாத பிரச்சினை வந்துவிடும் போலிருக்கிறது. விரைவில் நாம் கிளம்பிப் போவது நலம். எல்லோருமே அப்படி ஒரு சம்பவம் நடந்திருந்தால் தங்களுக்குத் தெரிந்திருக்கும் என உறுதியாகச் சொல்கிறார்கள். அடித்துப் போட்டால்கூடக் கேட்பதற்கு நாதியில்லை இங்கே. என்னோடு வந்திருப்பதாலும் உங்களுக்கு முக்கியமான ஆட்கள் சிபாரிசு செய்திருப்பதாலும் தப்பிக்கிறீர்கள் என்பதை நினைவில் வைத்துக்கொள்ளுங்கள்" என்றான் கறாராக.

ஜீன்ஸில் ஒட்டியிருந்த மண்ணைத் தட்டிவிட்டு, எழுந்து பணப்பையைத் தூக்கிக்கொண்டு மர்ஸானின் அடியொற்றி நடக்கத் தொடங்கினேன். முகுந்தை சந்திக்க ஹோட்டல் கேவிற்கு போகலாமா வேண்டமா என்கிற யோசனையோடு ஏறி அமர்ந்து, மர்ஸானிடம் காரை கிளப்பச் சொன்னேன்.

அவன் காரை நகர்த்தி இரண்டாவது கியரை போடுவதற்கு முன்பு, அவள் மர்ஸானைக் கூவி அழைத்தாள்.

"இவரை அனுப்பிவிட்டு திரும்பி வரும் போது, இரண்டு சிக்கன் ப்ரைட் ரைஸ் வாங்கிக்கொண்டு வா" என்றாள்.

"என்னிடம் பணம் இல்லை" எனப் பதிலுக்குக் கூவினான்.

"விருந்தாளியிடம் வாங்கிக் கொள்" என்று அவள் சொன்ன போது, மர்ஸான் திரும்பி என்னைப் பார்த்துச் சிரித்தான்.

அவள் நிற்கிற திசை நோக்கித் திரும்பி, அதன் கனம் குறித்து எடைபோடத் தொடங்கிய போது, என் காலிற்குக் கீழே ஊதாநிறப் புழுவொன்று ஊர்ந்துபோனது.

9

வைரம் பாய்தல்

ஒரு பணம் கண்ட திருட்டுப் பயலைப் போல, அடிக்கடி உள்ளங்கையை முகர்ந்து பார்க்கக் கூடாதெனத் தனக்குள் சொல்லிக்கொண்டான் வளன். ஆச்சி அந்தக் கதையை அவனுடைய சின்ன வயதிலிருந்து அடிக்கடி சொல்லிக்கொண்டிருக்கும். எதற்காக அவனிடம் அதைச் சொல்கிறது என யோசித்தும் இருக்கிறான். புதுத் திருடன் ஒருத்தன் கொள்ளையடிக்கப் போனானாம். ஒட்டடைக் குச்சியையொத்த தேகம் கொண்டவன், அரும்பாடுபட்டு ஓட்டைப் பிரித்து இறங்கியதில் ஒரேயொரு மூட்டை மட்டும் சிக்கியிருக்கிறது. வீட்டிற்கு வந்தவன் காடா விளக்கொளியில் அதை விரித்துப் பார்த்த போது, அதில் ஒரு பணம் மட்டும் இருந்திருக்கிறது. கூடவே கண்ணாடிச் சில்லுகளைப் போல ஏதோ சுருக்குப் பையில் முடிந்து பொதியப்பட்டுக் கிடந்திருக் கின்றன.

நன்றாகத் தெரிந்த அந்த ஒரு பணத்தைக் கண்டதும் அவனுக்குத் தலைகால் புரியவில்லை. பையைத் தூக்கித் தூரப் போட்டுவிட்டு, “என்ட்ட ஒரு பணம் இருக்கே. என்ட்ட ஒரு பணம் இருக்கே” என அரற்றிக்கொண்டே இருந்தானாம். அந்த இரவில் அவனது கட்டைக் குரல் சுவரில் மோதி, ஊரே கேட்கும்படி இரட்டித்து ஒலித்ததாம். காவல்காரன் வந்த போதுகூட அவன் “என்ட்ட ஒரு பணம் இருக்கே” எனத் தன்னை மீறிச் சொல்லிக்கொண்டிருந்தானாம். அவனைக் கைதுசெய்து போனவர்கள் கையோடு எடுத்துப்போன மூட்டையைப் பிரித்துப் பார்த்தால், அத்தனையும் விலை மதிக்க முடியாத முத்துக்களாம். “ஒரு பணம் கண்ட பயலுக்கு பூராம் முத்தும் புளிய முத்தா போச்சா” என்று சொல்லிக் கதையை முடிப்பாள் ஆச்சி.

ஒருவேளை பிற்காலத்தில் தான் இப்படி ஆவோம் என ஆச்சி முன்னுணர்ந்திருப்பாளோ என்று யோசித்த போது உடனடியாகச் சிரிப்பு வந்தது வளனுக்கு. பாம்படத்தைத் தராசைப் போல முன்னும் பின்னும் ஆட்டி, எளக்காரமாய் அதைச் சொல்லும் ஆச்சியை நினைத்தபடி அனிச்சையாகச் சுற்றிலும் நோட்டம்விட்டான். அவன் நின்றுகொண்டிருந்த முச்சந்தியில் கனி வியாபாரம் பரபரப்பாக நடந்துகொண் டிருந்தது. சுற்றுலா முடித்து மலை இறங்குகிறவர்கள் மொய்த்திருந்தனர். அங்கு அடர்த்தியாய் நின்றிருந்த தணக்கு, கும்ளா, கொணக்கு மரங்களைத் தாண்டிக் குதித்து, பட்டணம் மூக்குப்பொடி மணம் மட்டும் தனியாக நீந்தி வந்து அவனது நாசியை நிறைத்தது.

அது எப்போதும் துரத்தி வருகிற அவனுடைய ஆச்சியி னுடைய நினைவின் மணம் என்பதை அறிந்திருந்ததால், முன்பைப் போல, அதிர்ச்சியில் தலையைச் செம்மறி யாட்டைப் போலக் குலுக்கித் தும்மவில்லை அவன். ஆச்சி இருந்திருந்தால் கையில் மூக்கில் கிடப்பதையெல்லாம் விற்றாவது இதுமாதிரியான தொழிலில் அவன் ஈடுபடுவதைத் தடுத்திருப்பாள் என்பதை நினைத்த போது, அவனுக்குள் எருக்கம் பால் பிசினைப் போலக் குற்றவுணர்வு முட்டிக் கொண்டு பொங்கியது.

"புளுகாண்டி" என ஆச்சி அழைக்கையில் அவள் காட்டும் உதட்டுச் சுழிப்பு துல்லியமாக வளனுக்கு நினைவிற்கு வந்தபோது, நெஞ்சை அடைப்பது போல ஒரு எரிச்சல் வந்தது. இத்தனைக்கும் நெஞ்செரிச்சல் மாத்திரையை கால் சட்டைப் பையிலேயேதான் வைத்துக்கொண்டு திரிகிறான். கையிலிருந்த தண்ணீர் பாட்டிலில் வாய் வைத்துக் கொஞ்சம் உறிஞ்சியதும் அந்த எரிச்சல் மட்டுப்படத் தொடங்கியது. யாரும் பார்க்கிறார்களாவெனப் பார்த்துவிட்டு மீண்டும் உள்ளங்கையை எடுத்து மூக்கைச் சொறிவதைப் போல, மூச்சை இழுத்து முகர்ந்தான். அடர்த்தியான சந்தன மணம் நுரையீரல் குழாய் வரை பரவியது.

கைமுழுக்க எண்ணெய்ப் பிசுபிசுப்பு. எத்தனை கழுவி னாலும் சீக்கிரம் அது போகாது எனத் தண்டபாணி சொன்னது சரிதான் போல. அதுவரை அவன் கைமாத்துகிற பொருளைக் கையில் தொட்டதோ, பல நேரங்களில் கண்ணால்கூட பார்த்ததோ இல்லை. விற்கிறவனையும்

வாங்குகிறவனையும் தள்ளி நின்று தொடர்புபடுத்தி விட்டுப்போகிற இந்த வேலை எதிர்பாராத ஒரு சந்தர்ப்பத்தில் அமைந்தும் வந்தது வளனுக்கு. மற்ற தொழிலைக் காட்டிலும் அதிகப்படியாகக் கிடைத்ததால் இதிலேயே தங்கிவிட்ட அவனுக்கு மேல் இன்னொரு பெரிய கூட்டாளி இருக்கிறான்.

அவனுடைய கூட்டாளி வலது கை தொக்காக இருந்த வனைக் குமைய விடாமல் நன்றாகப் பார்த்துக்கொள்ளவும் செய்தான். கணக்கு வழக்குகளை மட்டும் ஒப்படைத்து வளனை நோக்கிப் பெரிய அளவிற்கு வம்பு வழக்கு வராமல் பார்த்தும் கொண்டான்.

தவிர்க்க முடியாத அவசரத்தின் பொருட்டு சரக்கை எடுத்துப் போக வளன் வரவேண்டியதாகப் போயிற்று. "நல்ல சந்தன வைரத்தோட எண்ணெய் கையில பட்டா காடே திரும்பிப் பார்க்கிற மாதிரி அப்படி மணக்கும். காட்டிலாகா ஆட்க காட்டுக்குள்ள போயிட்டு வர்றவன் அத்தனை பேரோட கையையும் அரிவாளையும்தான் மொதல்ல மோந்து பார்ப்பான். வாடை வந்திருச்சுன்னு வச்சுக்கோ அய்யோன்னா லும் முடியாது, ஆத்தான்னாலும் முடியாது. அடிச்சுத் தொவைச்சு ஈசலை மூட்டை கட்டி அள்ளிட்டுப் போற மாதிரி போயிருவான்" எனத் தண்டபாணி சொன்னதை நினைத்ததும் நடுக்கம் வந்தது. யாருக்கும் தெரியாமல் இந்த நடுக்கத்தை மறைக்கிற தோதில், வளனின் பிழைப்பு ஓடிக்கொண்டிருந்தது.

தண்டபாணி வருகிற வரை அங்கேயிங்கே என நகரவும் முடியாது. அந்த இடமொன்றும் அவனுக்குப் புதிதுமல்ல, ஆனாலும் முதன்முறையாக நேரடியாகக் கையில் சரக்கைக் கையாள்வதால் வருகிற பதற்றம் அது எனத் தன்னைச் சமாதானமும் செய்துகொண்டான். "ரெண்டாம் நம்பர் ஏவாரம்னு தெரிஞ்சுதான் செய்றோம். அங்க வந்து நொண்டி யடிச்சிக்கிட்டு இருக்கக்கூடாது. துணிஞ்சு எறங்கிடணும். நோகாம நொங்கையே எடுக்க முடியாது. முன்னூறு ரூவா கூலி கிடைக்கிற எடத்தில மூவாயிரம் வருதுன்னா கூடமாட சிக்கலையும் அது கூப்டுக்கிட்டு வரத்தான செய்யும்? இடுப்பையாட்டிக்கிட்டு கூப்ட்ட வொடனே வர்றதுக்கு லட்சுமி என்ன நம்ம வப்பாட்டியா? வந்தா மலை, இல்லாட்டி ஜெயிலு" என அந்த வியாபாரத்தில் பல மலைகள் ஏறி இறங்கிய முருகேசன் சொன்னதை நினைத்துக்கொண்டான்.

முருகேசனுக்கே தொழில் கற்றுக்கொடுத்தவன் தண்டபாணி. ரெண்டாம் நம்பர் தொழிலில் பதற்றங்கள் எதுவும் இல்லாமல் எப்படி ஓடியாடுவது என்பதைத் தண்டபாணியிடம்தான் எல்லோரும் கற்றுக்கொள்ள வேண்டும். "இந்தத் தொழிலுல பதட்டமும் பயமும் வந்திருச்சுன்னு வை. சீக்கிரமே வயசாயிடும். வெறும் வரட்டியத் திங்குறதுக்கா காடு மலைன்னு ஏறி எறங்குறது. காட்டுக் காத்தை உள்ளுக்குள்ள இருந்து சுவாசிக்கறவங்க எப்பயும் யானை மாதிரி பயக்காமத் திரியணும்" என்றான் ஒருதடவை 1848 சரக்கடிக்கையில்.

எவ்வளவு குடித்தாலும் தண்டபாணியின் மூக்கு முதுகு எல்லாமும் சகலத்தையும் வேவு பார்த்தபடியே இருக்கும். முதுகிற்குப் பக்கவாட்டில் இருக்கிற புதர்ச் செடி காற்றடித்து அசைந்ததாக மற்றவர்கள் சொல்கையில், சருகு மானொன்று கடந்து போனதாகத் தடத்தைச் சுட்டிக்காட்டுவான் தண்டபாணி. அவனுடைய அப்பா காலத்தில் இருந்து சந்தன மரம் வெட்ட அந்தச் சுற்று வட்டார மலைகளில் ஏறி இறங்குகிற தண்டபாணி, மற்ற ஆட்களைப் போல இல்லை. ஒருதடவை மலையேறிவிட்டால் குறைந்தது பத்து நாட்களா வது தங்கல் போட்டுவிட்டே வருவான். ஃபாரஸ்டர்களுக்குத் தெரியாமல் சமையல் சாமான்களைப் பாறைப் பொந்தில் ஒளித்துவைத்துக் கொள்வான்.

காட்டில் அவன் தனியாக அலைவது குறித்து வளன் கேட்டபோது, "எதிரே என்ன வருதுன்னு நமக்கும் தெரியும். எதிரே வர்றதுக்கும் தெரியும். ஒரட்டி தெம்புராயனுக்கு களியும் கருவாடும் கொடுத்துட்டா மிச்சத்தை அவம் பாத்துக்குவான். நம்ம நோக்கமெல்லாம் வைரம் பாஞ்ச கட்டை மட்டுந்தான். மத்த உசிரு இல்லையே? சோத்துக்கு தவுத்து வேற உயிர் எதையும் வலுக்கட்டாயமாக் கொல்லாம இருந்தாலே காடே உன்னைப் பத்திரமாப் பாத்துக்கும். வைரம் பாஞ்ச கட்டை ஒன்னும் லேசில தட்டுப்பட்டிராது. பாக்குற எல்லாத்திலயும் வைரம் இருந்திடவும் செய்யாது. பல காலம் அது வெயிலையும் பனியையும் தாங்கி உள்ளுக்குள்ள பொத்திப் பொத்தி மரகதக் கல்லு மாதிரி வளர்றது. எல்லாக் கண்ணுக்கும் அது தெரிஞ்சிடவும் செய்யாது. ஆத்மார்த்த மான தொழில்காரனுக்கு மட்டும்தான் வைரம் கண்ட வொடனே தட்டுப்படும். இங்க வைரம் பாஞ்ச கட்டைக்கு

மட்டும்தான் மதிப்பு. எல்லா மரத்துக்கும் அந்த அமைப்பு கூடியும் வந்திடாது. மத்ததெல்லாம் நீளமா வளந்திருந்தாலும் வெறும் குச்சிதான். சக்கைதான்'' என்றான் தண்டபாணி.

அவன் சொன்னதில் உள்ள உள்ளர்த்தங்களை ஆழமாக உள்வாங்கிய வளனுக்கு, அதை எல்லா இடங்களிலும் பொருத்திப் பார்க்கலாம் என்றும் தோன்றியது. தண்டபாணி ஒருமலையில் தங்கல் போட்டுவிட்டால், மத்தாட்களுக்கு ஒரு மரத்தை விட்டு வைத்திருக்க மாட்டான் என அந்தத் தொழிலில் இருப்பவர்கள் பேசிக்கொள்வார்கள். தண்டபாணி யோடு தொழில் தொடர்பில் இருந்த இந்த இடைப்பட்ட காலத்தில், ஒருதடவைகூட பிசிறுடைய சரக்கை அவன் கொண்டுவந்ததே இல்லை என்பதைக் கண்டிருக்கிறான் வளன். "இந்த தொழிலுல இருந்துக்கிட்டு வைரத்தோட பிசினு கைல ஒட்டாட்டி எப்டீ'' எனக் கேட்டு அந்தத் தடவை அவன்தான் வளனுடைய உள்ளங்கையை விரித்துத் தேய்த்துவிட்டான்.

வாயகன்ற வட்டக் கட்டையில் வைரம் பாய்ந்திருந் ததைக் காட்டினான். இரண்டரை அங்குலத்தில் படுக்கப் போட்ட சங்கைப் போலத் தோற்றமளித்த, அதனைச் சுற்றிலும் எண்ணெய்ப் பிசுபிசுப்பு மஞ்சள் படலமாய்ப் படர்ந்திருந்தது. அச்சங்கில் ஆழத் துளையிட்டுத்தான் சந்தன எண்ணெயை உறிஞ்சி எடுக்கிறார்கள். அந்த இரண்டரை அங்குலத்தைத் தேடித்தான் உலகெங்கும் காடு, மலை கடந்து ஓடுகிறார்கள் என நினைத்தவாறு வளன் எழுந்துகொண்ட போது, "வைரம் பாயாத கட்டையைத் தவிர வேற எதையும் தொடவே கூடாது. வீம்புக்கு சும்மா நிக்கறத வெட்டுறது பாவம்'' என்றான் தண்டபாணி.

அகிலாண்டேஸ்வரி துணை என மேலே எழுதப்பட்ட குட்டி யானை வருவது தட்டுப்பட்டவுடன் அமர்ந்திருந்த எல்லைக் கல்லில் இருந்து எழுந்து நின்ற வளனுக்கு, தண்டபாணியோடு முருகேசனும் ஜோடி போட்டு வருவது தெரிந்தது. வளனுக்கு அருகில் வண்டியை நிறுத்தியதும் முருகேசன் பின்னால் கூண்டுக்குள் தவ்வி ஏறினான்.

"எத்தனை கிலோ கட்டை'' கூட்டாளியிடமிருந்து வளனுக்கு தொலைபேசி வந்தது.

"எறநூத்தி நாப்பது கிலோ'' என்றான் வளன். தனது

தொலைபேசிச் சத்தத்தைக் குறைத்த வளன் வண்டியை ஓரமாக நிறுத்தச் சொல்லிவிட்டு, ஒன்னுக்கடிக்கப் போவதைப் போல தள்ளிப் போய் ஜிப்பை திறந்து விட்டு நின்றான்.

"பார்ட்டிகிட்ட அவனுகளை கூப்ட்டுப் போயிடாத. ஏதாச்சும் சொல்லித் தாக்காட்டி விட்டிரு. ரத்த ருசி கண்டிட்டா நம்மளைத் தாண்டிப் போயிருவானுக. அவனுங்க எதுவும் தெரியாத காட்டானுக மாதிரி இருக்கற வரைக்குந் தான் நம்ம பொழைப்பு ஓடும்" என்றான் கூட்டாளி கதிரேசன்.

வண்டியைத் தோட்டமொன்றினுள் நிறுத்திவிட்டு காசை எடுத்துக் கொடுத்து, டாஸ்மாக்கிற்கு இருவரையும் இன்னொரு வண்டி போட்டுக் குடிக்க அனுப்பினான் வளன். "எல்லார் பொழப்பும் ஓடணும்ல? பத்துக் கை நீந்தி சரக்கு போனாலும் அந்த பத்து கையும் சோத்துக்குத்தான நீளுது" என்றான் கிளம்பும் போது தண்டபாணி.

வளன் திரும்பி வந்தபோது, அவர்கள் வழக்கமாக வந்துபோகும் ராமலட்சுமி ஒயின்ஸ் பாரில், முருகேசன் மட்டும் தனித்திருந்தான். "மேல பெரிய சீவன் ஒன்னு வேட்டையில சிக்கிருக்கு. அறுத்துக் கூறு போட ஆளில்லாம கூப்ட்டதால தண்டபாணி பஸ்ல போயிக்கிறேன்னு கிளம்பிட்டான். எப்டீயும் நாளைக்கு சாயந்திரம் போலத்தான் மலையிறங்குவான்" என்ற போது, நல்லவேளையாகப் போயிற்று என வளன் நினைத்துக்கொண்டான். முருங்கை மரக் கோந்தைப் போலத் தண்டபாணியோடு எப்பவும் ஒட்டித் திரியும் முருகேசனோடு தனியாகப் பேசப் பல நாட்களாகவே காத்திருந்தான்.

கடைப் பையனுக்குக் காத்திருக்காமல் எழுந்து போய், பீரும் விஸ்கியும் வாங்கிக்கொண்டு வந்து டேபிளில் அமர்ந்த வளன், இரண்டு இரண்டாயிரம் ரூபாய் நோட்டை பைக்குள் இருந்து யார் கண்ணுக்கும் தெரியாமல் உருவி முருகேசனிடம் கொடுத்தபோது, புரியாமல் நிமிர்ந்து பார்த்த அவனது கறுத்த முகத்தில் மூக்கிற்கு அருகே மஞ்சள் மிக்சர் துணுக்கொன்று ஒட்டியிருந்தது.

"வச்சுக்கோ. தண்ணி அடிச்ச பெறவு கொடுத்தா போதையில தந்தேன்னு சொல்லுவ. உனக்குத் தரணும்னு ரெம்ப நாளா தோணிச்சு" என்றான் வளன். பணிவாகக் கைகளில் ஏந்தி கண்ணில் ஒற்றிக்கொண்ட முருகேசனுக்கு,

குடியைவிடத் தீனிதான் அதிகமும் பிடிக்கிறது என்பதைக் கண்ட வளன், "ஈரல் ப்ரை வாங்கித் தின்னு பாரு. இங்க நல்லா இருக்கும்" என்றான்.

"பேசாம ரூம் போட்டு இன்னைக்கு நைட் இங்க இரு. நாளைக்கு கருக்கல்ல எந்திருச்சு கெளம்பிடு" என்றான் முருகேசன்.

"ரூம்ல இருந்து என்ன செய்ய? அங்கயும் போயி குடிக்கத்தான போறோம். ஒடம்பெல்லாம் சூடா இருக்கு. மசாஜ் பண்ண ஆள்க கெடைப்பாங்களா" என்றான் வளன்.

முருகேசன் யோசித்துவிட்டு, "குத்தாலம் பக்கம் மாதிரில்லாம் இங்க கெடைக்க மாட்டாங்க" என்றான்.

"காசு கொஞ்சம் கூடுதலா குடுத்திடலாம். யார்ட்ட யாவது பேசிப் பாரு" என்று சொல்லிவிட்டு அவனுடைய கண்களைக் கூர்ந்து பார்த்து மேஜையினை விரல்களால் சத்தமிடத் தட்டினான்.

"ஆமா நானே கேட்கலாம்னு இருந்தேன், அடிக்கடி இங்க வந்து போறீயே, ஆத்திர அவசரத்துக்கு ஒதுங்க என்ன பண்றன்னு" என்று சொல்லிய முருகேசன் தன்னுடைய தொலைபேசியை எடுத்து எண்களை நோண்டத் தொடங்கி னான்.

ஸ்பீக்கரில் போட்டு ஒருத்தியை அழைத்தான். "நெனைச்ச நேரத்துக்கு எப்டீ சட்டுன்னு கெளம்பி வர்றது. இங்க திருவிழா நடந்துக்கிட்டு இருக்கு. பிள்ளைகளுக்கு ஸ்கூலு லீவு வேற. இன்னொரு நாள் வரட்டா. ஆனா காலைல வந்துட்டு மதியத்துக்குள்ள போயிடுவேன்" என்றாள் அவள்.

முருகேசன் உதட்டைப் பிதுக்கிவிட்டு வேறு எண்ணைத் துழாவிக்கொண்டிருந்த போது, "நாங் காட்டுற ஆள் வேணும். ட்ரை பண்ண முடியுமான்னு பாரு" என்றான் வளன்.

அந்தப் போதையிலும் நிமிர்ந்து கூர்மையாகப் பார்த்த முருகேசனின் கண்கள் அரைக் கிறக்கத்தில் தவழவும் செய்தன. அடிக்கடி இந்தப் பக்கம் வந்துபோகும் போது அவளைப் பார்த்திருக்கிறான் வளன். அவளது பெயர் துர்கா என்பதை அறிந்தும் வைத்திருந்தான். அடிவாரத்திலிருந்து மலைக்கு சாலை ஏறுகிற இடத்தில் கம்பங்கூழ் கடை போட்டிருந்தாள்.

பூப்பெய்துகிற நிலையிலிருந்து அவளது பருவம் முட்டி நிற்பது வரை, அவ்வப்போது இடைவெளி விட்டு வந்து போகையில் தொடர்ந்து கவனித்திருக்கிறான். குறுகிய காலத் திற்குள்ளாகவே அவளது மார்பகங்கள் விளாம்பழத்தைப் போல பழுத்து உருண்டதைப் படிப்படியாகக் கவனித்திருக் கிறான்.

அவன் கவனிப்பதை அவளும் அறிந்திருந்தபடியால், ஈரிழைத் துண்டால் மார்பை மூடிக்கொள்வாள். எல்லாவற்றை யும் மீறி ஒருதடவை உள்ளே ஒன்றும் போடாத நிலையில் சங்கிலி தொட்டுத் தடவிய மார்புப் பிளவை வைத்த கண் வாங்காமல் பார்த்தும் இருக்கிறான். பிளவின் வலது ஓரத்தில் மச்சம் ஒன்றிருக்கிறது. சிகரெட்டை பற்ற வைத்தபடி அந்தக் கடைக்கு அவன் சிலநேரங்களில் போய் நிற்கையில், அவள் அம்மாவிடம் அவனைக் காட்டி கூழைக் கொடுக்கச் சொல்வாள். வளன் கிளம்புகிற வரை ஏதாவதொரு பாத்திரம் ஒன்றை எடுத்துப் போய் தூரத்தில் வைத்து அலம்பிக் கொண்டிருப்பாள். அவளது சிவந்த கெண்டைக்காலில் கருப்புக் கயிறொன்று கட்டப்பட்டிருக்கும். முப்பத்து மூன்று வயதான வளன் அவளை நினைத்துப் பலநேரங்களில் கைவேலை செய்கையில் அந்த மச்சத்தை கண்ணுக்குக் கிட்டே கொண்டுவரப் போராடி இருக்கிறான். ஏனோ அவளைச் சம்போகம் செய்ய நினைத்தாலே கசிந்துவிடும் அவனுக்கு.

அப்போதுகூடத் தன்னிலை தவறி, முருகேசன் இருப்பதைக்கூட மறந்து, கால்சட்டையின் மேல்புறமாகவே விரலை மேயவிட்டு, உள்ளே கோலிக்குண்டை அழுத்திவிட்ட வளன் உடனடியாகச் சுதாரித்துக்கொண்டான்.

"அப்பனில்லாத பொண்ணு. ஆத்தா மாதிரி இருந்திடக் கூடாதின்னு ஒரு ஊக்கத்தில இருக்கா. அதுமாதிரி ஊக்கத்தை நான் கண்டதில்லை. அந்தத் தேரு தெருவுக்கு வராது" என்றான் முருகேசன்.

"அவதான் வேணும்னுல்லாம் சொல்லலை. ரெண்டு மூணு தடவ ஏக்கமாப் பாத்த மாதிரி இருந்துச்சு. அதான் வேற ஆள்களைவிட அவ இருந்தா பாக்கலாம்னு தோணுச்சு. தப்பா எடுத்துக்காதண்ணே. சின்னப் பய்யன் புத்தின்னு மன்னிச்சு விட்டிரு" என்றான் கவனமாக முருகேசனிடம். தண்டபாணி இந்த மாதிரி விஷயத்தையெல்லாம் உடனடியாகவே கதிரேசன் காதிற்குக் கொண்டுபோய்விடுவான். பொழைக்கப்

போகிற இடத்தில், அதுவும் ரெண்டாம் நம்பர் தொழிலில் இதுமாதிரியான பெண் சகவாசம் இருக்கவே கூடாது என அடிக்கடி சொல்லிக்கொண்டிருப்பான் கதிரேசன்.

"அதெல்லாம் வாய்ப்பே இல்ல. தங்கமான பொண்ணு. சங்கை எதுக்கு வீம்புக்கு சுட்டுப் பாக்கணும்? புதுசாட்டு இருக்குன்னு உன்னை சும்மா பாத்திருப்பா" என்றான் முருகேசன் தீவிரமான குரலில். அதற்கு மேல் அதை வலியுறுத்தாமல் முருகேசனைக் கிளப்பிக்கொண்டு போய் அறை எடுத்தான் வளன்.

அவளுடைய ஆத்தாளிடம் கொடுக்கச் சொல்லி ஐயாயிரம் ரூபாயைத் தந்தனுப்பிய போதே, நிச்சயம் இரண்டாயிரத்து சொச்சத்தை மட்டுமே முருகேசன் தருவான் என வளன் கணக்கும் போட்டான். அதுவரை அவளது ஆத்தாளை அவன் உடல்மேய உற்றுக் கவனித்ததில்லை. அவளது சிவந்த மேனி கொஞ்சம் தளர்ந்திருந்தாலும், அறைக்குள் வந்தவுடன் கொஞ்சம் பாலீசாக தெரிந்தாள். தனிமையும் தனியறையும் தூக்கலாகச் சிலவற்றை எடுத்துக் காட்டி விடுகிறது.

படுக்கையில் முதுகிற்கொரு தலையணையை வைத்து, கால்களை நீட்டிச் சாய்ந்து அமர்ந்திருந்த வளனின் மீது பக்க வாட்டில் படர்ந்து உடலை அழுத்தினாள் அவள். உடனடி யாகப் படுக்கையில் மல்லாக்க அவளைத் திருப்பிப் போடத் தோன்றாததால் ஒப்புக்கு அவளது தலைமுடியை இடது கையால் கோதிவிட்டு, அவ்வப்போது வலது விரல்களால் உதட்டை வலிக்காமல் கிள்ளிக்கொண்டிருந்த அவனது அந்தச் செய்கை ரொம்பவும் பிடித்துவிட்டதைப் போல கண்களைச் சொருகியவள், அவனது விரலை இழுத்து மெல்லமாய்க் கடிக்கவும் செய்தாள்.

"சரக்கடிக்கிறீயா? காசைப் பத்தி யோசிக்காத. இன்னும் எக்ஸ்ட்ராவாவே தர்றேன். எனக்கு ஒடனடியா மேட்டர் பண்ண முடியாது. மனசு லேசாகணும் முதல்ல. அதுக்கு டைம் ஆகும்" என்றான் வளன்.

"அய்யோ வீட்டுக்குப் போகணுமே. மக தனியா இருப்பா. எவ்ளோ தருவ? வேணும்னா நைட் பத்து மணிவாக்கில போயிடட்டுமா" என்றாள். ஐந்து மணி நேரம் இவளை வைத்துக்கொண்டு என்ன செய்வது என யோசித்த

வளன், "பத்தாயிரம் ரூவா. சரியா திருப்தியா பண்ணி விட்டீன்னா அடிக்கடி வருவேன்" என்றான்.

"அதெல்லாம் எல்லாரும் சும்மா சொல்றது. புதுசு வேணும்னு தேடற ஆம்பளைக்கு இந்த நிமிஷமே பழசுதான்" என்றாள்.

அவளை அப்படியே இழுத்து உதட்டைக் கவ்வி சில நிமிடங்கள் நீடித்த வளனிடம், "இவ்ளோ நேரம் மவுத் கிஸ் கொடுப்பீயா? கொடுத்து வச்சவ உம் பொண்டாட்டி" என்றவளிடம், "எனக்கு கல்யாணம் ஆகலை" என்றான்.

"ஆயி அப்பால்லாம் எங்க இருக்காகளா?" என்றாள் நம்பிக்கை வராத பாவனையில்.

"அவுங்க இல்லை. ஆச்சி ஒன்னு இருந்துச்சு. அதுவும் தவறிடுச்சு" என்று வளன் சொன்ன போது அவள் நிமிர்ந்து கண்களைப் பார்த்தாள். ஒன்றுமில்லை என்பதைப் போல அவன் குனிந்து தம்ளரில் விஸ்கியை நிரப்பினான். அவளது கையை இழுத்துச் சொடுக்குப் போடத் தொடங்கினான். ஆற அமரக் குடிக்கத் தெரியவில்லை எனினும் அவனுக்கு இணையாக விஸ்கியை உறிஞ்சினாள். இடையில் அவனை மடியில் படுக்கச் சொல்லித் தலையைக் கோதிவிட்டபடி பேசிக்கொண்டிருந்தாள். அவன் கழுத்தைத் திருப்பி அவள் வயிற்றைக் கடித்தான்.

அவளது உடலைப் படிப்படியாக வருடிக்கொண்டிருந்த வளன், தொடையில் கடித்தால், அவளுக்குக் கண்சொக்கும்படி யாகப் பிடித்திருக்கிறது என்பதைக் கண்டும் கொண்டான். அவளைக் கைக்குள் போட வேண்டுமென்கிற முனைப்போடு முன்னேறிச் செயல்படத் தொடங்கிய வளனிடம், வேண்டிய வற்றைக் கேட்டுப் பெற்றவள், "இப்டீயே இருந்திரவா? நீ விட்டாலும் இனிமே நான் விட மாட்டேன் உன்னை" என்றாள் காதருகே கிசுகிசுத்து.

அதற்கடுத்து ஒருநாள் தனியாகக் குட்டி யானையை எடுத்துக்கொண்டு அடிவாரத்திற்குப் போன வளன், தூரத்தில் வண்டியை நிறுத்திவிட்டுத் தயங்கி நின்றான். தற்செயலாக நிமிர்ந்த துர்கா கண்களை விலக்காமல் அவனையே பார்த்தாள். தைரியத்தைத் திரட்டிக்கொண்டு, ஆட்கள் யாருமே இல்லாத கூழ்க் கடையை நோக்கி முன்னேறினான். அவளுடைய ஆத்தாள் கட்சிக் கூட்டமொன்றிற்குப்

போயிருக்கிறாள் என்பது தெரியும் அவனுக்கு.

வெங்காயத்தைப் பொடியாக நறுக்கிப் போட்டு, கடையாத தயிரைக் கூழோடு கலந்து, ததும்பி வழிகிற மாதிரி ஊற்றி சில்வர் சொம்பை அவனை நோக்கி நீட்டியபடி, "எங்கம்மா ஒரே டார்ச்சரு" என்று சொல்லிய போது, அவளது ஆள்காட்டி விரல் அவனது கையை வருடி விலகியது.

சொம்பைக் கீழே வைத்துவிட்டு, அவனது உள்ளங் கையை முகரத் தூக்குகையில், வெண்ணெய்ப் பசை வளவள வென இருந்ததைப் பார்த்தவுடன், நுனி கசிந்தது அவனுக்கு.

10
தானச் சோறு

ஆண்டிப் பண்டாரம் தெற்கே இருந்து நிலத்தை ஊடறுத்துக்கொண்டு மேற்கு நோக்கிச் சோர்ந்து போய் நடந்து வந்தார். மாட்டுக்கு எடுப்பதைப் போலத் தாங்க வியலாத் தாகம் எடுத்தது அவருக்கு. எதிரே இருக்கிற குன்றில் தாகம் தீர்க்கிற சொடக்குத் தக்காளிகளும் கள்ளிப் பழங்களும் கிடைக்குமென ஊகித்தார். குன்றினில் மெல்லத் தன் குச்சியை ஊன்றி மேல் நோக்கிப் பலத்தைத் திரட்டி நடந்து போனார். பாலில் பனங்கற்கண்டைப் போட்டுக் காய்ச்சிய மணம் குன்றின் மீதிருந்து வீசியது. கிழக்கிலிருந்து மேற்கு நோக்கிப் போய்ச் சுருண்டது காற்று. ஆனாலும் அம் மணம் எதிர்க் காற்றை மீறிக்கொண்டு ஆண்டிப் பண்டாரத்தின் நாசியைத் துளைத்தது.

நின்று சுற்றிலும் கண்களைச் சுழற்றிப் பார்த்தார். மனித வாடையே அக்குன்றினில் இல்லை. உச்சியை அடைந்த அவரது கண்கள் கூசின. தலைக்கு மேல் நின்று சூரியன் சுட்டெரிக்கிற வெயிலில் அவர் இடுப்பு உயரத்திற்குக் குன்றின் உச்சியில் நின்றிருந்தது முருகன் சிலை. அதன் மேனியில் இருந்துதான் அம் மணம் உற்பத்தி ஆவதைக் கண்டார். சிலையைப் பார்த்தவுடன் அவருக்கு முதலில் திகைப்புதான் வந்தது. சாமியைப் பற்றி நிறைய யோசித்திருக்கிறார். ஆனால் அதுவே நேரில் தனியாய் வந்து நிற்கையில் ஏன் பயம் வருகிறது எனத் தன்னை ஆசுவாசப்படுத்தினார்.

சிலையை நெருங்கிப் போகையில் அதன் வதனத்தில் இருந்த குறுமுறுவலைப் பார்த்தார். நெஞ்சைத் துளைத்துக் கொண்டு போனது பனங்கற்கண்டின் மணம். சிலையில் அப்படியே அதை உறைய வைக்கிற சக்தி பிரம்மனுக்கு மட்டுமே உண்டு. இதைச் செய்தது யார்? ஆண்டிப் பண்டாரம்

உச்சியைச் சுற்றிக் கால்தட அடையாளங்களை நோட்டம் போட்டார். ஒரு அடி நீளத்திற்கு ஒற்றை முடிக் கற்றை யொன்று அந்தக் காற்றிலும் பறக்காமல், பாறையில் ஒரு பாம்பைப் போல ஒட்டிக்கொண்டிருந்தது. அத்தனை அடர்த்தியான முடிக்கற்றையை அவர் அதுவரை பார்த்ததே இல்லை. பசுந்தழை மணம் சூடிக் குச்சியைப் போல இருந்த கற்றையைக் கையிலேந்தி ஆண்டிப் பண்டாரம் யோசிக்கை யில், பெருஞ்சித்தன் ஒருத்தனின் சொத்தாக மட்டுமே அது இருக்க வேண்டுமென உணர்ந்தார். அந்தச் சிலையின் மணம் அவரது கையில் ஒரு குழந்தையைப் போலத் தவழ்வதாக உணர்ந்தார்.

அவரது காலுக்குக் கீழே கிடந்த ஓலைச்சுவடியில், "கொடுமுடியில் வன்னி இலையெடுத்து காவிரியிலிருந்து நீர்மோந்து வந்து ஊற்று" என ஒரு அறிவிப்பு எழுதியிருந்தது. அதைக் கையில் ஏந்தியவுடனேயே அவரது உடலில் புதுச் சக்தி வந்தது போல் இருந்தது. அவரது தாகமெல்லாம் முற்றிலும் அடங்கியிருந்தது. குன்றினில் இருந்து தலைகுப்புற மேற்கு முகமாக இறங்கத் தொடங்கினார் ஆண்டிப் பண்டாரம். அத்தனையும் ஆயிரம் ஆண்டு புடம்போட்ட பாறைகளாக இருக்கும். புதரை விலக்கி அவர் தடம் கண்டறிந்து சுவடு பதித்து இறங்கினார், ஒரு யானையைப் போல. மனிதத் தடமே இல்லாத குன்றில் அவர் எதற்காக இந்தச் சிலையை வைத்தார் என்பதை யோசிக்கையில் வியப்பாகவும் விநோதமாகவும் இருந்தது. கடம்ப மரக் கூட்டம் குன்றையே தன் மணத்தால் போர்த்தியது. கீழே போன அவர் இன்னொரு ஊர் அங்கிருக்கக் கண்டார். நிலக் கடலைகளைப் போலச் சற்றே சிதறி ஆங்காங்கே தெரிந்தன சில தலைகள். கொடுமுடி தூரமெல்லாம் ஒரு பொருட்டே அல்ல அவருக்கு. கால்நடையாய்ப் போன அவரைக் கழுதை ஒன்று பின்தொடர்ந்தது.

அனுப்பி வைக்கப்பட்ட வாகனமோ அது என யோசித் தார். தன்னுடைய பையில் இருந்து சோள ரொட்டியை எடுத்து அதற்குக் கொடுத்தார். தயங்காமல் முன்னேறி வந்து வாங்கித் தின்றது. கடும்பசியில் இருந்திருக்குமோ? பிறகு அதன் முதுகைத் தடவிக் கொடுத்தார். ஏறி அமர்ந்த பிறகு எந்த மறுப்பையும் காட்டாமல், அந்தச் சோள ரொட்டியை மென்றபடி அதுவும் அவரைச் சுமந்து நடைபோட்டது.

கொடுமுடியில் அவர் யாரிடமும் மூச்சுக் காட்ட வில்லை. சொன்னாலும் யாரும் நம்பவும் போவதில்லை, ஆண்டிப் பண்டாரம் சொல் சபையில் ஏறுமா என்பதால், அவர் குறியெல்லாம் வன்னி மரத்தின் மீதே இருந்தது. அடித்து ஓடிக்கொண்டிருந்த காவிரியின் நெஞ்சுப் பகுதியில் நின்றது அந்த வன்னி மரம். அதில் இலையெடுத்து, காவிரியில் தண்ணீர் மோந்து அவரும் அந்தக் கழுதையும் குன்றை நோக்கித் திரும்பினர். அந்த மண்குடத்தில் நீர் தளும்பவே இல்லை. உள்ளே இருந்த நீரில் மிதந்த வன்னி இலைகள்கூட அசைவே இல்லாமல் அந்நீரில் பசைபோட்டதைப் போல ஒட்டிக் கிடந்தன. ஒருவேளை அமிர்தம் ஆகிவிட்டதோ? இனி சோற்றுக்குப் பஞ்சம் இருக்காது என ஆண்டிப் பண்டாரத் திற்கு அந்த வேளையில் தோன்றியது.

கழுதையும் அவரோடு இணைந்து குன்றேறியது. ஏற்கெனவே அந்தத் தடத்தை அது நன்றாக அறிந்து வைத்திருந்தைப் போல ஏறியது. அதை உணர்ந்து ஒருகணம் துணுக்குற்றார் ஆண்டிப் பண்டாரம். கொண்டுபோன நீரைச் சிலையின் தலையில் பக்தியோடு ஊற்றினார். உக்கிரமான வெயிலில், சிலையின் மேனியில் பட்ட நீரை வெப்பக் காற்று உடனேயே உறிஞ்சிக் குடித்தது. கருமையாய் அது தன் மேனியை ஒளியில் காட்டி நின்றது. கழுதையுமே கால்களை ஆட்டிக் கனைத்தது. சோர்வாய் உணர்ந்தவர், அங்கிருந்த மரத்தினடியில் தலைசாய்த்துப் படுத்தார். நிலவு வானில் ஏறுகிற சமயத்தில், அவரது கால்களை நனைத்து ஓடியது நீர்.

எங்கிருந்து அவ்வளவு நீர் ஊற்றைப் போலக் கிளம்பி வருகிறது? சிலையின் மேனியில் அந்த ஊற்று இருப்பதைப் போலத் தோன்றியது அவருக்கு. மறுநாளும் அதே மாதிரி நிலவேறுகிற சமயத்தில் சிலையில் இருந்து ஊற்றெடுப்பதைப் பார்த்தார். கண்டுபிடித்து விடலாம் எனக் கருதி, தன்னுடைய பையில் இருந்த பருத்தித் துணியைக் கிழித்து, சிலையின் இடுப்பில் கோவணமாகக் கட்டிவிட்டார். அதன் அடியில் பானையொன்றை வைத்துவிட்டு போய்ப் படுக்கப் போனார். கழுதை அவருக்கு முன்பாகவே உறங்கியிருந்தது.

அதிகாலையில் சூரியன் உதிப்பதற்கு முன்னமே எழுந்தவர், அந்தப் பானை நிறைந்திருந்ததைக் கண்டார். தயக்கத்தோடு அந்த நீரை எடுத்து வாயில் சொட்டு வைத்துப் பார்த்தார். நுனி நாக்கில் கசப்பு பரவியது. ஆனால்

உள்ளுக்குள் பனங்கற்கண்டுச் சுவை படர்ந்தது. கசப்பும் இனிப்பும் மாறி மாறி முன்னே வந்து முகம் காட்டின. இந்தச் சிலையில் ஏதோ சூட்சுமம் இருக்கிறது என்பதைக் கண்டு கொண்டார்.

குன்றிறங்கிப் போனவர், மற்றவர்களிடமும் சிலையைப் பற்றிச் சொன்னார். உச்சியை ஏறியடையத் தெம்பு இருப்பவர்கள் எல்லாம் போட்டி போட்டு ஏறினார்கள். அங்கே இருந்த கழுதையின் கனைப்பைத் துயரமாய்க் கருதித் துரத்தி விரட்டினர். பண்டாரம் அதைத் தடுக்கக்கூட முயலவில்லை. கழுதைதானே என்கிற மாதிரி அவரை மீறி ஒரு பார்வை பார்த்தார். அது அவரைத் துயரத்துடன் பார்த்தபடி மலையை விட்டு இறங்கியது. கடம்ப மரங்களில் ஊடுருவிய காற்று கனைப்புச் சத்தத்தை நெடுநேரம் மேல்நோக்கிக் கடத்தியது.

செய்தியறிந்து குன்றடிவாரத்தில் சுற்றுப்பட்டில் இருந்து வந்த ஜனங்கள் எல்லாம் குழுமியிருந்தார்கள். அதுவரை யார் கண்ணிலும் தட்டுப்பட்டேயிராத, போகச் சித்தன் செய்த சிலையது என எல்லோரும் பேசிக்கொண்டார்கள். வன்னி இலைகொண்டு காவிரி நீர் ஊற்றிய சொல்லை அவர்களிடம் கைமாற்றிவிட்டு, அவர் அடிவாரத்திலேயே ஒதுங்கிக் கொண்டார். பிறகு ஆண்டிப் பண்டாரத்திற்கு மறுபடி மலையேறவே தோன்றவில்லை. அவர் மனதைக் கழுதையின் கனைப்புச் சத்தமே ஆக்கிரமித்திருந்தது. நாளாவட்டத்தில் அந்தச் சத்தமும் அருகி, பின் இல்லாமலும் போனது. அவர் அறிவதற்கென்று தனித்த சத்தங்களே இல்லை அங்கே.

குன்றைச் சுற்றி மனித நடமாட்டம் பெருகியதை அவர் உற்றுப் பார்த்தபடி அமர்ந்திருந்தார். மாட்டு வண்டிச் சத்தம் அந்தத் தடத்தில் இருந்தபடியே இருந்தது. மேலே சிறுகோவில் ஒன்றை எழுப்பிவிட்டதாக மக்கள் அவர் அருகில் அமர்ந்து பேசிக்கொண்டார்கள். குன்றின் உச்சிக்குப் போகிற பூஜைப் பயணப்பாடுகளுக்குக் கழுதைகளே அங்கே வாகனம் என்று ஒருத்தன் சொன்னதையும் கேட்டும் கேட்காத மாதிரி கால்மேல் கால் போட்டு மல்லாக்கப் படுத்துக் கிடந்தார். ஜனங்கள் மஞ்சள் எறும்புகளைப் போலச் சாரை சாரையாகக் குன்றை நோக்கி வரத் தொடங்கினார்கள். நிதமுமே திருவிழாக் கூட்டம் கூடியது. கூட்டத்திற்கு இணையாக, அவரது தலைமாட்டில் இருந்த அந்தத் திருவோட்டில் வந்து குவிந்தன சிலை குறித்த கதைகளும். இரவில் சிலையில் இருந்து பெருகும்

வியர்வை நீரின் மகத்துவமறிந்த மனிதர்கள் அதையருந்த வெறிபிடித்துக் குன்றேறினார்கள். ஆண்டிப் பண்டாரம் உள்ளே மேற்கு பார்த்தபடி நிற்கும் சிலையின் குறுமுறுவலைக் குறித்து எண்ணிச் சிரித்துக்கொண்டார்.

அவர் படுத்துக்கொண்டிருந்த இடத்திற்குப் பக்கத்தில் அமர்ந்து செல்வாக்கானவன் ஒருத்தன், குடலைப் போலச் சுருட்டி வைக்கப்பட்டிருந்த துணியொன்றை எடுத்துப் பக்கத்தில் இருப்பவனிடம் காட்டிவிட்டுச் சொன்னான். "முருகன் கோவணம் இது. கிடைக்கிறதே கஷ்டம். கொள்ளக் காசு குடுத்து வாங்கிருக்கேன். இதை வீட்டுல வச்சா ஐஸ்வர்யம் பொங்கும்" என்றான். ஆண்டிப் பண்டாரம் திரும்பிப் பார்த்தார், மட்டமான காடா துணியொன்றைக் கையில் வைத்திருந்தான் அவன். காடா துணியை எண்ணெய் கலந்த நீரில் நனைத்து இப்படி அடிவாரத்தில் நிறையப் பேர் விற்றுக் கொண்டிருக்கும் விவரமும் அவருக்கு நன்றாகத் தெரியும்.

கோவணம் வேண்டும் என்று அவரிடமே நிறையப் பேர் வந்து நின்று இருக்கிறார்கள். "மனம் குளுர காசு தர்றேன். வயிராற வடை பாயாசத்தோட சோறும் போடறேன். எனக்கு ஒரு கோவணம் வாங்கித் தாங்க சாமி" என குடும்பஸ்தன் ஒருத்தன் வந்து நின்றான். இன்னொருத்தன் உடல்நலமில்லாமல் மருத்துவர் வசத்தில், உயிர் இழுபடப் படுத்திருக்கும் தன் பேரனுக்காகக் கோவணம் வாங்க வந்தேன் என்றான். இப்படி வருகிறவர்களை விரட்டுவதற்கென்றே தனியாக வேறொரு குச்சியை வைத்திருந்தார் ஆண்டிப் பண்டாரம். அந்தக் குச்சிக்கு வேலை இருந்துகொண்டே இருந்தது.

கோவணத்தை உருவ ஆட்கள் தோன்றியபடியே இருந்தார்கள். அதிகாரத்தை எல்லாம் பயன்படுத்திக் கோவணத்தை உருவிய காட்சிகளை எல்லாம் பார்த்து மனம் வெதும்பினார் ஆண்டிப் பண்டாரம். தான் அணிவித்தது செல்லாக் காசுக்குப் பெறாத பருத்தித் துணி. அந்தக் குண்டித் துணிக்கு இத்தனை ஆர்ப்பாட்டமா எனத் தனக்குள் சிரித்துக் கொண்டார். ஆனால் நம்பிக்கைகள் அருகைப் போல எங்கும் நிறைந்தவை. சிறுபுல்தான் அதுவென்றாலும், வேர்பிடித்து விட்டால், புயலாலும் அசைக்க முடியாது என்பதை அறிவார் ஆண்டிப் பண்டாரம்.

இரண்டொரு தடவை குன்றின் உச்சியை அடைய எட்டெடுத்து வைத்த போதும், மேலே போகத் தோன்றவே

இல்லை அவருக்கு. அழைப்பில்லை போல என அதை இலகுவாக எடுத்துக்கொண்டு அடிவாரத்திலேயே திருவோடேந்தி அலைந்தார் ஆண்டிப் பண்டாரம். அவர் யாரிடமும் எதுவும் பேசிக்கொள்வதே இல்லை. குச்சி சாமியார் எனச் சிலர் அவரை அழைப்பதைக் கேட்டும் இருக்கிறார். அவர் படுத்திருக்கும் இடத்தில் குச்சிகளை வாங்கி வைத்து விட்டும் போவார்கள் சிலர்.

அடிவாரத்தில் சாமியைச் சாக்கிட்டு அளிக்கும் அன்ன தானங்கள் நடந்தபடியே இருக்கும் என்பதால் பண்டாரத்தின் வயிறுக்குப் பங்கமில்லாமல் இருந்தது. விரைவிலேயே அவர் குன்றின் உச்சி குறித்து முற்றிலும் மறந்தே போனார். அது நினைவில் திரும்பாத நிகழ்வாக உப்புக் கரைசலைப் போலக் கரைந்தது. திரும்பத் திரும்பச் சொல்வதன் வழியாகவே எந்த ஒரு விஷயமும் ஆணிவேராக நிலைபெறுகிறது. சொல் ஊன்றாத நிலத்தில் எதுவும் பதிலுக்கு முளைப்பதேயில்லை. வாய்ச் சொற்களின் மீதான விருப்பமின்மை அவரைச் சூழ்ந்தது. நேர் எதிர் உணர்வாக அவருக்கு திடீரென உணவின் மீது பெருநாட்டம் கூடியது. அவரது வயிறு சோற்றிற்கு வாகாய் அருகைப் போல வளைந்து கொடுத்தது. அவர் மௌனமாய்த் தலைவாழை இலைக்குள் தலைவிட்டு மூழ்கி இருப்பதைப் பார்ப்பதற்கே கூட்டம் சேர்ந்தது. உண்ணும் போதைவிட, அதைப் பற்றிப் பேசுகையிலேயே சோறு இன்னமும் ருசிக்கிறது. சோற்றுப் பருக்கைகள் சொற்களாய்ச் சிதறின அங்கே.

மைல் கணக்காய்ச் சோற்றுக்காய் நடந்த காலமெல்லாம் அவரது நினைவிலேயே இல்லை. சாமிக்குப் படைக்கிற தானச் சோறென்றால், கும்பிட்டு அழைக்காவிட்டாலும் கிளம்பிப் போய்விடுவார். வறட்டாற்றுத் தண்ணீரால்தான் இவ்வளவு ருசி என நினைத்தும் கொள்வார். இலையில் சோற்றைப் பரப்பி, விரலில் நீரையெடுத்து அதன் மீது தெளித்துவிட்டு உண்ணத் தொடங்கும் அவர், கடைசி இனிப்பும் முடிந்த பிறகே நிமிர்ந்து தனக்கு உணவிட்டவனை, ஏப்பமிட்டுப் பார்ப்பார். அவர் கைநனைத்த, தானச் சோற்றினை இட்டவன் வீட்டில் நற்காரியங்கள் நிறைய நடப்பதாக எழும் கதைகளையும் அவர் அறிவார்.

அடிவாரத்தில் எந்நேரமும் தென்னந்தோப்புகளில் சோற்று மணம் புகையைப் போலச் சூழ்ந்திருக்கும். வயிற்றிற்கு

ஒருபோதும் அந்தக் குன்று எவருக்கும் குறை வைத்ததில்லை. அன்னதானத்தில் வைக்கிற நெய்ப் பணியாரத்திற்கு அவர் அடிமையாகவே மாறிப்போனார். ஒரு கட்டத்தில், அவர் விரும்பிச் சாப்பிடுகிறார் என்பதாலேயே விருந்துகளில் அதைப் போட்டார்கள். அவர் மனமெல்லாம் அதன் மணத்தின் மீதே இருந்தது. தானச் சோற்றை உண்டுவிட்டு, அவர் அந்தக் குச்சியை வைத்து விருந்தளித்தவனின் வயிற்றில் தட்டிச் சென்றால் ஆசீர்வாதம் என்று எவரோ சொல்ல, அதன்படி அவரை அப்படித் தட்டிச்செல்லவும் நிர்பந்தித்தார் கள். உடலில் சக்தி இருக்கிற வரை அவர் பல்லாயிரம் வயிறுகளை அவ்வாறு குச்சியால் தட்டினார். காலங்களைக் கடந்தும் அவரோடு ஒட்டி இருந்தது அக்குச்சி, அவரது உடலைப் போல. தானச் சோறு தின்று திரும்புகிற வழியில் ஒருநாள் பணியாரத்தை வேண்டா வெறுப்பாகச் சாக்கடைக் குள்ளும் தூக்கிப் போட்டார்.

அவர் அடிவாரத்திற்கு வந்து ஐம்பது வருடங்கள் ஆகியிருக்குமா என யோசித்துக்கொண்டே, உச்சி வெயிலில் நொண்டிக்கொண்டு நடந்துபோனார். இப்போதெல்லாம் சாப்பிடப் போவதற்கே ஆண்டிப் பண்டாரங்கள் காசு கேட்ப தாக ஒருத்தர் வந்து அவரிடம் சொன்னார். மௌனமாகத் தலையை மட்டும் ஆட்டினார். ஒடுங்கிய வயிறைத் தன்னியல் பாய் அப்போது தடவிக்கொண்டார். உடல் சுருங்குவதற்கு முன்பு வயிறுதான் முதலில் வற்றுகிறது என்பதை அனுபவத் தில் கண்டறிந்திருந்தார். இப்போதெல்லாம் அவரால் ஒரு கைப்பிடிச் சோற்றைக்கூட உண்ண முடியவில்லை. புதிய ஆட்கள் நிறையப் பேர் வந்துவிட்டதால், அவரை எல்லோரும் கிட்டத்தட்ட மறந்தும் போயிருந்தனர்.

படுக்கையில் கிடந்த அவரைப் பழைய ஞாபகங்கள் எல்லாம் மறுபடி இரவுகளில் சூழத் தொடங்கின. உப்பு முற்றும் தன்னைக் கரைக்காமல், மிச்சமாக உப்பரிந்த தடம் ஒன்றை வைத்திருந்தது உள்ளுக்குள். தன்னை நோக்கி அது வந்துகொண்டிருப்பதாய்த் தீர்மானமாய் உணர்ந்தார். ஒருநாள் இரவு அவரது நாக்கில் பழைய கசப்புச் சுவை தென்பட்டது. அவ்வளவு நாள் எங்கே மறைந்திருந்தது அது? நெஞ்சின் ஆழத்தில் ஊசிமுனையால் யாரோ குத்துவதைப் போலத் தோன்றியது. நினைவு தப்பினாலும், எதுவோ ஒன்று தன்மேல், மிச்சமிருக்கிற கிழிந்த கம்பளியைப் போலக் கனமாகப்

போர்த்தியிருப்பதாக நினைத்து உடலை அசைத்துப் பார்த்தும், அவரால் முடியவில்லை. அடிவாரத்தில் மனித நடமாட்டம் அடங்கிய பின்னர் கழுதையின் கனைப்புச் சத்தம் அவரது காதிற்கு அருகில் கேட்டதும், பலத்தைத் திரட்டி எழுந்தமர்ந்த அவர், தன்னுடைய பையில் இருந்த முடிக் கற்றையை எடுத்துத் தடவிக்கொண்டு இருளைப் பார்த்தார். அங்கே அசைவொன்று தெரிந்தது அவருக்கு.

அன்றைக்கு வேண்டி விரும்பி, விருந்திற்குத் தரையில் நெடுஞ்சாண்கிடையாகக் கிடந்து விழுந்துக் கும்பிட்டு அழைத்தாள் இரண்டு பொட்டைப் பிள்ளைகளைக் கையில் பிடித்துக்கொண்டு நின்ற ஒருத்தி. அவளது கண்ணில் துயரம் தோய்ந்திருந்தது. "புருஷனுக்கு சீக்கு. சாமி வந்து கை நனைக்கணும். ஒருத்தரும் வர மாட்டேங்குறாங்க. புள்ளை களைக் கரை சேர்க்கணும். வயித்துப் பாட்டுக்குத்தானே இவ்வளவும்?" என்றாள். ஆண்டிப் பண்டாரத்திற்கு எழவே முடியவில்லை. கொஞ்சம் தண்ணீர் குடித்தால்கூடப் போதும் என்றே இருந்தது. ஆனாலும் குச்சியை ஊன்றி பலத்தைத் திரட்டித் தட்டுத்தடுமாறி நடந்து அவளைப் பின்தொடர்ந்து போனார். குத்துக்கல் ஒன்றிற்கு அருகில் சின்னச் சட்டிகளில் அவளே சமைத்துக்கொண்டு வந்திருந்தாள்.

பச்சையில் மஞ்சள் பூக்கத் தொடங்கிய இலை யொன்றை விரித்து அதில் சோற்றையும் குழம்பையும் ஊற்றிய போது ஆண்டிப் பண்டாரத்திற்கு உண்ணவே தோன்ற வில்லை. அடிவாரத்திற்கு அவர் தாகத்தோடு வந்து நின்ற நாள் அவரது நினைவில் எழுந்தது. "குடிக்க மட்டும் ஏதாவது தா" என்று அவளிடம் சைகை காட்டினார். "அய்யோ சாமி. வெறும் பால்ல பனங்கற்கண்டு போட்டது மட்டும்தான் இருக்கு" என்று சொல்லிவிட்டு ஊற்ற ஒன்றுமில்லாததால், திருவோட்டில் ஊற்றி அந்தக் குழந்தையிடம் கொடுத்தாள். அதை வாங்கக் கைநீட்டிய அவர் நிலைதடுமாறிக் கீழே விழுந்தார்.

எழ முடியாமல் கிடந்த ஆண்டிப் பண்டாரத்தை மற்றவர்கள் எல்லாம் சேர்ந்து தூக்கிக்கொண்டு போய் அவரது இடத்தில் போட்டார்கள். தலைமாட்டில் அப்படியே பால் அடங்கிய திருவோட்டினையும் வைத்துவிட்டுப் போனார்கள். நினைவு வருவதும் தப்புவதுமாய்ப் படுத்துக் கிடந்த பண்டாரத்தைச் சீண்டக்கூட ஆள் இல்லை அங்கே.

அவரது நெஞ்சில் ஏக்கமொன்று விக்கலைப் போல விட்டுவிட்டு எழுந்தது. ஈயைக்கூட விரட்ட முடியாமல் படுத்துக் கிடக்கும் அவரால் அதை எப்படி விரட்ட இயலும்? "உசுரு எதுக்கோ ஏங்கிக் கிடக்கு. அது தணிஞ்சா எந்நேரம் வேண்டுமானாலும் வேற கூட்டுக்கு பாஞ்சிரும்" என்று யாரோ சொன்னது அப்போது அவருக்கு நினைவு வந்திருந்த தால் சன்னமாகக் கேட்டது.

அவரது நினைவின் கடைசிக் காட்சியாய்க் குன்றில் காலடிச் சுவடுகள் தெரிந்தன. அவரது காலடியோடு இணைந்து இன்னொன்றும் இருக்கக் கண்டார். ஆசுவாச மானதைப் போல உணர்ந்தது அவருடைய மனம். படுத்த வாறே கைகளைத் துழாவி அந்த முடிக்கற்றையை வைத்திருந்த சிறுபையை இறுகப் பற்றிக்கொண்ட ஆண்டிப் பண்டாரம், கண்களை மூடி நினைவுகள் இல்லாத பெருவெளிக்குள் கரையத் தொடங்கினார்.

மறுபடி அவருக்கு நினைவு வந்தபோது, அவரது கால்களை மடியில்போட்டு அமர்ந்திருந்தார் அவர். தோளில் தொங்கிய முடிக் கற்றையுடன் இருந்தவர், "எங்கே அது? கைமாற்ற வேண்டும் அதை. அது இருக்கிற வரை சோறுண்டு இங்கே" என்றார். ஆண்டிப் பண்டாரம் அந்தப் பையை எடுத்து அவரிடம் தந்துவிட்டு எதுவும் பேசாமல் அந்த முகத்தையே பார்த்தார். "குச்சி என்னிடம் இருந்து உன்னிடத் திற்கு வந்தது. அது இப்போது இன்னொன்றிடம் போய்ச் சேரும். அது கடந்துகொண்டே இருக்கும். உடலில் பூக்கிற நீர்தான் சோறு. அந்த நீராய் நீயும் இருந்தாய். நிறைவாய் நிறைந்திடு" என்று சொல்லிவிட்டு, அவர் ஆண்டிப் பண்டா ரத்தின் தலைமாட்டில் இருந்த பனங்கற்கண்டு போட்டுக் காய்ச்சிய பாலை எடுத்துக் குடித்தார். ஆண்டிப் பண்டாரத் தின் நினைவு இறுதிச் சுவையாய் அதையே கண்டது.

கண்ணும் காதும் வைத்த மாதிரி, விரைவாகவே ஆண்டிப் பண்டாரத்தைக் கொண்டுபோய்ப் புதைத்தார்கள். மரணத்தை அச்சமாகவும் அசூயையாகவும் பார்க்கிற கூட்டமும் அங்கே உருவாகி இருந்தது. அவருடைய சொல் அந்தக் கணத்தில் இருந்து அங்கே காணாமல் போனது. தானச் சோறு வைப்பவர்கள் எல்லோருமே விந்தையான ஒரு செய்தியை அங்கே பின்னர் சொல்லத் தொடங்கினார்கள். அதுவே இருளுக்குள் உருண்டு திரண்டு குன்றிற்கு

இணையான உயரத்தில் ஒரு கதையாகவும் நின்றது.

தானச் சோறு போடுகிற இடத்திற்குப் பக்கத்தில் வந்து நின்று, பழுத்து முதிர்ந்த கழுதையொன்று விடாமல் கனைத்துக்கொண்டே இருக்கிறதாம். அதன் வாயில் வாலைப் போலத் தொங்குகிறது ஒரு மயிர்க்கற்றை.

11

அரைப் பனை

இடிவிழுந்து எரிந்துபோய்க் கன்னங்கரேலெனப் புல்லின் நுனியளவுகூடப் பச்சையமில்லாமல், நின்றமேனிக்கு இருந்த வேப்ப மரத்தின் பின்னால் இருந்து சுடலை நடந்து வந்தபோதுதான் முதன்முறையாக அவரைப் பார்த்தேன். சாம்பல் வண்ணத்திலிருந்து, தும்பையைத் துவைத்தெடுத்த மாதிரி வெள்ளைவேட்டி சட்டையணிந்து காட்சியாய்த் தோன்றிய அவருமே அந்தக் கரிதோய்ந்த மரத்தின் நிறத்தி லேயே இருந்தார். பொன்னிமலைக் கரட்டின் உச்சியில் திரிகிற மேகப் பொதியை வெட்டி எடுத்து அவரது மூக்கிற்குக் கீழே மீசையாய் யாரோ வரைந்து விட்ட மாதிரி அத்தனை வெண்மையாய் இருந்தது. மூக்கின் துவாரங்களுக்கு உள்ளே இருந்து சொல்லிவைத்த மாதிரி இரண்டு தனித்தனி வெள்ளை முடிகள், கோரைப் பற்களைப் போல வெளியே நீட்டிக் கொண்டிருந்தன. வேண்டுமென்றேதான் அதை அப்படி விட்டிருப்பார் போல. மூக்கைச் சுற்றி வெள்ளை, நெற்றி நிறையக் குங்குமச் சிவப்பு நிறைந்த அந்தக் கரிய முகத்தின் கண்களில் இனம்புரியாத தகிப்பு இருப்பது முதல் பார்வை யிலேயே நெஞ்சில் வந்து ஒட்டியது. கண்களை வெறித்துப் பார்ப்பதன் வழியாகவே, அவரால் அத்தனை பாவனை களையும் காட்டி எதையும் சொல்லிவிட முடியும் எனத் தோன்றியது. ஒட்டுமொத்தமாய்க் கால்நடமாட்டம் படாத மலையின் உச்சியில் இருக்கும் சிலையின் உறைந்த முகத்தை ஒத்திருந்தது அவருடையது.

"மருந்துக்கும் வாயிலயும் நெஞ்சிலயும் நல்ல சொல்லே இல்லாத ஆத்மா. எந்நேரமும் மலையில இருக்கற அட்டைப் பூச்சிமாதிரி தன் வயித்த நெறைக்க மத்தவங்க ரத்தத்தை உறிஞ்சுக்கிட்டே இருப்பான். இவன் சாமியாடியாம். ஆலை இல்லாத ஊருக்கு இலுப்பை பூ சர்க்கரையாம். வெளக்கமாத்

துக்கு பட்டுக் குஞ்சம்னு பேராம். ஒருதடவை சாமியாடிக் கிட்டே கேக்கறான். அரைப் பனை மர ஒசரத்துக்கு நெய் தோசை படையலா வேணுமாம். ஏத்தத்தைப் பாருங்க. பசியில நாய்க்கு குண்டி சிறுத்துச்சுன்னா குனிஞ்சு காலுக்கு கீழ கெடக்குற எதையும் திங்குமாம்'' என்றார் அப்போது என்னுடன் இருந்த மயில்சாமி. அவருக்குச் சுடலை என்றாலே ஆகாது என்பதால், சுடலையைப் பற்றிய எதிர்மறையான கதைகளைக் காது வலிக்கிற அளவிற்குச் சொல்லிக்கொண்டே இருப்பார்.

இரண்டாம் தடவையாக காளியம்மன் குதிரைப் பந்திக்கு அருகில் சுடலை சாமியாடிக்கொண்டிருந்த போது நெருக்கத்தில் பார்த்தேன். கோவில் மணிச்சத்தத்தை மீறி ஒலித்தது அவரது வெண்கலக் குரல். “எட்டாத பரண் போடுவீயா எனக்கு. எட்டு அடுக்காப் போடணும் பரணை. ஒரு பரணுல கோட்டை புழுங்கல் அரிசிச் சோறு வைப்பீயா? ஒரு பரணில சூலி ஆடும், ஒரு பரணில சூலி எருமையும் ஒரு பரணில சூலி பன்னியும் ஒரு பரணில நெய்தோசையும் வைப்பீயா. சொல்லு, சொல்லு'' என விபூதியை எடுத்து ஒருத்தரின் நெற்றியில் வைத்து அழுத்திப் பிடித்தவாறு உறுமிக்கொண்டிருந்தார். பலமாக ஒலித்த உடுக்கைச் சத்தத் தின் இடையில் சுற்றிச் சுழற்றுகையில் அவருடைய பார்வை ஒருதரம் என்னையும் உற்றுப் பார்த்துவிட்டு விலகியது. அதிலொரு காரமான குறுகுறுப்பு இருந்ததை உணர்ந்தேன்.

அவர் ஊருக்குள் தன்னை மாயாண்டி சுடலை என அறிவித்து இருந்தார். காளியம்மன் கோவில் கைங்கரியங்களை யும் சொத்துகளையும் பாதுகாப்பாகப் பார்த்துக்கொள்ளச் சொல்லி கைலாயத்தில் இருந்து சிவன் இதற்கெனவே இவரைப் பிள்ளையாகப் பெற்று இப்பூலோகத்திற்குச் சுடலை யாக அனுப்பி வைத்ததாகத் தனக்கென ஒரு தலவரலாறு வைத்திருந்தார். பழனி பெரிய கோவிலுக்குப் போய்விட்டு வரும் பக்தர்களிடம் இந்தக் கதைகளைத் தனியாக எடுத்துச் சொல்கிற ஆட்களுக்கு முறைவைத்து அவர் டீ, பலகாரம் வாங்கித் தருவதாக மயில்சாமி சொல்வார். “பூராம் பொய்க் கதைங்க. இந்த ஊர்க்காரந்தான். ரெம்ப நாள் எஸ்டேட்ல வேலை பார்த்ததா சொன்னான். அங்க இருந்து இறங்கி வந்த பெறகு ஒருவேலை குனிஞ்சு நிமிந்து செஞ்சு நான் பார்த்த தில்லை. எந்நேரமும் சீட்டு வெளையாடுவான். முருகன்

கோவிலுக்குப் பக்கத்தில ஒரு லாட்ஜ் ஓனர் இவனை சீட்டு வெளையாடக் கூப்ட்டுப் போவாரு. அவரும் ஆமையை வீட்டுக்குள்ள தூக்கி வைச்ச கதையா கை கால் வெளங்காம வீட்டுக்குள்ளயே முடங்கிட்டாரு. அவரு சம்சாரம் இந்த தெசைப் பக்கமே தலைவச்சுப் படுக்கக் கூடாதுன்னு இவனை செருப்பைக் கழட்டி அடிச்சுத் துரத்தி விட்டிருச்சு. அப்புறம் எங்க ஊர்க்காரப் பய ஒருத்தன் இருந்தான். அப்பாவியான ஆளு. அவம் மாமியார் ஆடு வாங்க கொடுத்த காசை இவனை நம்பி சீட்டாட்டத்தில தொலைச்சிட்டான். பொண்ணு எடுத்த வீட்டில அவமானம்னு வந்த ஜோருக்கு அந்தப் பய தூக்கில தொங்கிட்டான். இவம் காவு வாங்கின கதையெல்லாம் அந்தக் கரட்டில எழுதி வைக்கணும். அந்த மலை ஒசரத்துக்கு இருக்கு அவனோட பாவக்கணக்கு. சாமியாம் பெரிய சாமி" என்றார் மயில்சாமி மூச்சுவாங்க.

சுடலை நடந்துவந்தால், ஆளைப் பார்க்காமலே தூரத்திலிருந்தே எளிதாகக் கண்டுபிடித்துவிடலாம். அவர் வளர்க்கிற மேகரை சாதிக்கெடா அவருக்குப் பின்னால் அவரை உரசிக்கொண்டு நடந்துவரும். முத்தின கெடா ஆடான அதன் மூத்திர வீச்சம் அவரது வருகையை முந்திக் கொண்டு ஊருக்கே உணர்த்தும். அதுவும் அவரும் கடந்து போகிற வரை அப்பகுதியை வீச்சம் போர்த்தி இருக்கும். காளியம்மன் கோவிலுக்கு அந்தக் கெடாவை நேர்ந்து விட்டிருக்கிறாராம் சுடலை. தாடி வழியாக எச்சில் வழிய நின்றுகொண்டிருக்கும் அந்த ஆட்டின் வயது யாருக்குமே தெரிந்திருக்க நியாயமில்லை. வயது முதிர்ந்த மூத்தோனைப் போல, அவரோடு டீக்கடை வாசலில் நின்றிருக்கும். அந்த ஆடு யாரையும் மனிதனாக நினைத்து ஏறிட்டும் பார்ப்ப தில்லை. யாராவது அடிக்க நினைத்தால் திரும்பி நின்று பாய்வதைப் போல ஒரு பாவ்லா காட்டும், அதற்கே மிரண்டு ஓடிவிடும் ஜனம்.

சுடலையைப் போலவே அந்த ஆட்டின் பிறப்பு நோக்கத்திற்கும் கதை இருந்தது. "அந்த ஆட்டை வாங்கி வந்த அன்னைக்கு கோவில் வாசல்ல நின்னு யாருக்கோ சாபம் விட்டிருக்கான். அந்தச் சத்தம் கேட்டவுங்க சொன்னாங்க. அவங்க சாகற அன்னைக்குத்தான் அந்தக் கெடாவ வெட்டு வானாம். அவன் என்னைக்கு வெட்டாறான்? யாரு அன்னைக்கு சாகப் போறான்னு ஊரே வேடிக்கை

பார்த்துக்கிட்டு இருக்கு. அந்த ஆடு செத்துத் தொலை யணும்னு பார்க்கோம். கெரகத்தை அதுவும் செத்துத் தொலைய மாட்டேங்குது" என்றார் தேநீர்க் கடைக்காரர். இதுபோல ஊருக்குள் அவரைச் சுற்றியும் அந்த ஆட்டைச் சுற்றியும் பல கதைகள், எவ்விடத்திலும் பரவும் கோவைக் கொடியைப் போலப் பின்னிப் படர்ந்திருந்தன. ஒட்டுமொத்த மாகவே உள்ளூர்க்காரர்கள் அவரிடம் குறிகேட்டுப் போய் நிற்பதில்லை. சுடலையின் அடிமுடி அறியாத அசலூர்க் காரர்கள்தான் அவர் காலில் விழுந்து கிடப்பதாகப் புலம்பினார் தேநீர்க் கடைக்காரர்.

சுற்றுப்பட்டு ஊர்க்காரர்கள் சிலர் அவரைப் பற்றிய நேர்மறையான சித்திரத்தை வரைந்து காட்டினார்கள். "அவரு ரெம்பத் துடியானவர்ங்க. கத்தரிக்காய் தோட்டம் ஒன்னு அவரோட பண்ணையத்தில இருந்திருக்கு. அதில திருட வந்திருக்கான் ஒருத்தன். இவரு என்ன மந்திரம் போட்டு வச்சிருந்தாரோ? அவனோட கையி அப்படியே கத்தரிக்காயில ஒட்டிக்கிச்சாம். மலையை இழுத்த மாதிரிக்கு பலத்தை திரட்டி இழுத்துப் பார்த்திருக்கான். கருவேலம் பிசினு போட்ட மாதிரி கையி காயிலயே ஒட்டிக்கிச்சாம். இவரு வந்து அவனை நெஞ்சோட உதைச்சு தள்ளுனப்பதான் அவன் தூரப் போயி விழுந்திருக்கான். சாமி சாமின்னு அந்தத் தெசைக்கே ஒரு கும்பிடு போட்டுட்டு ஓடிட்டான். அந்த மாதிரி இவரு வளர்த்த ஆட்டில ஒரு குட்டியைத் தூக்கிட்டுப் போயிட்டா னாம் ஒருத்தன். அன்னைக்கு நைட் முழுக்க சவரட்டனையா கறி தின்ன அவன் குடும்பமே வயித்துவலி தாங்காம மேமேன்னு ஆடு மாதிரி கத்திக்கிட்டே இருந்திருக்காங்க. அப்புறம் இவரு கால்ல வந்து விழுந்து மன்னிப்பு கேட்ட பெறகுதான் வலி நின்னிருக்கு" என்றார் மஞ்சநாயக்கன் பட்டியில் இருந்துவந்த பக்தர் ஒருத்தர். இம்மாதிரியான கதைகளைக் கேட்டபடி சுடலையை நெருங்கும் நாளுக்காகக் காத்திருந்தேன். பழுக்கக் காய்ச்சிய பால் சுவை நாக்கில் நெடுநேரமாகத் தங்கியிருப்பதைப் போல அறியவேண்டு மென்கிற இயல்பான உந்துதல் எனக்குள் ஒட்டியிருந்தது. சுடலை சாமியாடுகிற நேரம் தவிர்த்து ஊரில் ஒரு சத்தமும் காட்டுவதில்லை, ஆனாலும் எதற்காக அந்த ஊர் அவரை இவ்வாறு எச்சிலைப் போலத் திரட்டிக்கொண்டு மூர்க்கமாக எதிர்த்தது என்கிற காரணத்தை அறியும் ஆவலிலும் இருந்தேன்.

சுடலை குறித்த கதைகளை ஒருவாறு, களத்தில் இரைந்து கிடக்கிற நிலக்கடலைகளை மூட்டையாக்குவதைப் போலத் தொகுத்துக்கொள்ளத் தொடங்கினேன். அந்தக் கதைகள் பலவற்றில் நிலக்கடலையை வேரோடு பிடுங்குகையில் ஒட்டியிருக்கிற செம்மண்ணில் பூமியின் இளஞ்சூடு மிச்சமிருப்பதைப் போல, ஒரு மர்மமும் ஒட்டியிருந்தது. சுடலையோடு பிறந்தவர்கள் மொத்தம் ஏழு ஆண் மக்கள். இவர் நாலாவதாகப் பிறந்தவர். அவருடைய அப்பா சீனிச்சாமி அந்த ஊரில் பேர்பெற்ற முயல் வேட்டைக்காரர். மொசப் பிடிக்கிக் குடும்பம் என்றுதான் ஊரில் வர்ணிப்பார்கள். எந்நேரமும் உரித்து மஞ்சள் தடவப்பட்டு வீட்டு நிலைப்படிக்கு மேலே சற்று உயரத்தில் நான்கைந்து முயல்கள் தொங்கிக்கொண்டிருக்குமாம். "அவுங்க அப்பாரு அகப்பையில அள்ளி கறியை இலையில போடுவாரு. அப்படி வேலிக்கால்ல போற ஜீவன்களை அடிச்சுத் தின்னு வளர்ந்த ஒடம்பு அது. உழைக்கிறதுக்கு நோகத்தானே செய்யும்? ஆனா அவங்க அப்பாரு ரெம்ப நல்ல மனுஷன். முயலைத் தவிர மத்த எந்த உசுருக்கும் மனசறிஞ்சு தொயரம் தர மாட்டாரு" என்றார் சுடலையோடு சின்ன வயதில் பள்ளியில் படித்த சோலைராசு.

மீசை முளைக்கிற வயதில் அங்கேயிருந்து கிளம்பி எஸ்டேட் வேலைக்காகப் போயிருக்கிறார் சுடலை. எதற்காகத் திடீரெனக் கிளம்பிப் போனார், எத்தனை வருடங்கள் அவர் அங்கே இருந்தார் என யாருக்குமே கணக்குவழக்காய்த் தெரியவில்லை. இடையில் இரண்டுமூன்று தடவை மட்டும் அண்ணன்கள், தம்பிகள் கல்யாணத்திற்காக மலையிறங்கி வந்ததாகச் சொன்னார்கள். கடைசியாய் வந்த அவரை அவரது குடும்பம் அடித்து விரட்டியதாகவும் சொன்னார்கள். மலையேறின அவர் அதன் காரணமாகவோ என்னவோ திரும்பி இறங்க விரும்பவே இல்லை போல. அவருடைய அப்பா அம்மாவும் செத்த கேதத்திற்குக்கூட அவர் மலையிறங்கி வரவில்லை. அதன் காரணமாக உடன்பிறந்த மற்றவர்கள் அவரோடு பேச்சுவார்த்தையை நிறுத்திவிட்டதாகவும் சொன்னார்கள். மீசை அரும்பிப்போன அவர் அது வெளுத்துப் போனபிறகு ஊர்ப்பக்கம் தலையைக் காட்டி இருக்கிறார். "போனப்ப ஒரு சின்னச் செடியாத்தான் போனான். ஆனா திரும்பி வந்த பெறகு மெரட்டுற மாதிரி ஒரு காட்டு மரமா வந்து நின்னான். வந்த ஜோருக்கு

தன்னோட செய்வினை வேலைகளை ஆரம்பிச்சிட்டான். அவங்க அண்ணன் தம்பிமாருக ஒவ்வொருத்தனா பொத்து பொத்துன்னு செத்து விழுந்ததை என் கண்ணால பார்த்தேன்'' என்றார் மயில்சாமி. ''சும்மா சொல்லக்கூடாது'' என்றதும், "நான் எதுக்கு நெஞ்சறியப் பொய் பேசப் போறேன்? நான் வளக்குற மாடு லட்சுமி சத்தியமா நாஞ் சொல்றது எல்லாம் நெசம். இல்லாட்டி என் லட்சுமி செத்துட்டுப் போகட்டும்'' என்றார் மயில்சாமி.

திரும்ப வந்ததில் இருந்து ஊர்க்காரர்கள் யாருடனும் அவர் பேச்சு வைத்துக்கொள்ளவே இல்லை. பழைய சிநேகிதக்காரர்கள் என்கிற அடிப்படையில் நண்பர்கள் சிலர் பேசப்போன போது, "போறீங்களா? இல்லாட்டி செய்வினை வச்சுவிடணுமா? குடும்பமா எல்லாரும் இடுப்பொடிஞ்சு கெடப்பீங்க'' என்றிருக்கிறார். பயந்து விலகி, அதே பயத் துடன் அதற்கடுத்து ஏறிட்டுப் பார்த்துக்கொண்டும் அலைந் தனர். வீட்டுப் பொம்பளையாட்கள் இருந்தும் போக்கிடம் எனத் தனிக்குடும்பம் இல்லை சுடலைக்கு. காளியம்மன் குதிரை சிலைக் காலடியே கதியென்று கிடந்தவர், ஒருநாள் இரவில் எழுந்து நின்று ஊரே கேட்கும்படி ஊளையிட்டு, தன்னை மாயாண்டி சுடலை என அறிவித்துக்கொண்டார். "வயிறு எரியுதுடா. பசியடங்காம நான் மறுபடியும் மலையேற மாட்டேன்'' என்றது ராவில் வந்து நிற்பவனின் குடுகுடுப்பைச் சத்தம் போல இருந்தது. அந்த அறிவிப்பு படிப்படியாகப் பக்கத்து ஊர்களுக்கும் பரவியது. வந்து நிற்கிற அசலூர்க் காரர்களிடம் பரவச பாவனை காட்டும் அவர், உள்ளூர்க் காரர்களுக்கு அளித்த பார்வைக்கு அர்த்தம்தான் என்ன? அவர் எதைப் பெற்றாரோ அதை இரண்டு மடங்காய்த் திருப்பித் தருகிறார் எனத் துணுக்குற எண்ணிக்கொண்டேன்.

அவரை நம்பி தட்சணை கொடுக்க ஆட்கள், கோவிலைச் சுற்றியிருக்கிற சிற்றூர் என்பதால் தயாராகவே இருந்தார்கள். பொதுவாகவே மலையடிவாரத்தில் எப்படியோ எல்லோரது வயிறும் நிறைந்துவிடுகிறது. அடிக்கடி சாமியார் களைப் பார்க்கப் போகிற பழக்கமுண்டு எனக்கு. வயிறு நிறைந்தால் கோழியிறகால் காதுகளைக் குடைந்தபடி அமர்ந் திருப்பார்கள் சிவனேயென. அப்படி இருப்பதற்காகத்தான் சோறு அவர்கள் இருக்கிற இடத்திற்கு வந்தடையவும் செய்கிறது என்றுகூட எனக்குத் தோன்றியிருக்கிறது. ஆனால்

சுடலையிடம் சிவனேயென்பதே செல்லுபடியாகாது. அவர்தான் சிவன் பெற்று சுடலையில் போட்ட மாயாண்டி யாயிற்றே? பசிபசியென அவரது கண்கள் வெறிபிடித்தாற் போல, மேய்ப்பன் இல்லாத வண்டிக் காளைகளைப் போல, ஆட்கூட்டத்தின் மத்தியில் எதையோ தேடி மேய்ந்து கொண்டிருப்பதாக உணர்ந்திருக்கிறேன். புல்லை வெறி கொண்டு மேயும் மாட்டின் நாக்கு சாம்பல் நிறத்தில் நீட்டிக்கொண்டிருக்கிற காட்சியும் அப்போது கண்முன்னே தோன்றியது.

வரும் பக்தர்கள் தரும் சன்மானம் அதிகரிப்பதை அவரை நெருங்கவே முடியாத ஊர்க்காரர்கள் தங்களது பார்வையின் வழியாகத் திரட்டிக்கொண்டார்கள். அந்த ஊரில் பெரிய பெரிய பண்ணாடிகளே குச்சியை ஊன்றி நடந்துகொண்டிருக்கும் போது ஒயிலாக டீ.வி.எஸ் 50 வண்டியில் போய் இறங்கினார் ஒருநாள். வண்டி வாகனம் அமையப் பெற்றதுமே சுடலை பக்கத்தில் தோட்டம் ஒன்றையும் குத்தகைக்குப் பிடித்தார். அமரானந்தா என்கிற சாமியின் உயிர்கூட அப்போது அங்கேதான் ஊசலாடிக் கொண்டிருந்தது. அவருடைய பக்தர் ஒருத்தர் வந்து நின்ற போது, அச்சமயம் சாமியோடு நெருக்கமான தொடர்பில் இருந்த சுடலை, "சாமிக்கு பால் கொடுக்கிற ஒரு மாடும் தொணைக் கன்னு ஒன்னும் வாங்கிக் கொடுறா" என்று சத்தமாக உறுமி இருக்கிறார். அதை அறிவிப்பாய் எடுத்துக் கொண்ட பக்தர் வாங்கிக்கொண்டு வந்த மாட்டையும் கன்றையும் ஊருக்கு மத்தியில் நடத்திக்கொண்டு போய்ப் பகுமானம் காட்டி இருக்கிறார்.

பெரியவர் ஆசியால் துயரம் தீர்ந்த பக்தர் ஒருத்தர் இவருக்கெனவே ஒரு தோட்டத்தை விலைக்கு வாங்கி அதைப் பண்ணயம் செய்யுமாறு இவரிடமே ஒப்படைத்தார். விதைப்பு, அறுப்பு என எல்லாவற்றிற்கும் பணத்தைச் சென்னையில் இருந்து கொடுத்துவிடுவார். இவர் திருப்பி அனுப்புவதுதான் கணக்கு வழக்கு. சுடலை தன் விளைபொருட்களோடு போய் நின்றால், பக்கத்துச் சந்தை வியாபாரிகள் ஒரு வார்த்தை பேசாமல் முறையான பணத்தைக் கொடுத்துவிடுவார்கள். அங்கு சோழிகளைப் போலக் குலுங்கிச் சத்தம் எழுப்பும் வீணான பேச்சுகளுக்கு இடமேயில்லை. வருமானம் குறித் தெல்லாம் சென்னைக்காரர் காதிலேயே போட்டுக்கொள்ளாத

அளவிற்குச் செல்வாக்கானவர். பண்ணாடி ஆனதும் சட்டெனப் பக்தர்களைச் சந்திப்பதை நிறுத்தத் தொடங்கினார். யார் போனாலும், "போறீயா செய்வினை வச்சுவிடவா?" என விரட்டத் தொடங்கினார். அவரைப் பார்த்தாலே பழைய பக்தர்கள்கூட, ஓணானை எடுத்து எதற்கு வேட்டிக்குள் விடவேண்டுமென விலகி ஓடினார்கள். யாரிடமும் எதுவும் பேசாமல், வெள்ளையும் சொள்ளையுமாக ஊருக்குள் வண்டியை முறுக்கிச் சத்தம் எழுப்பியபடி மெதுவாக உருட்டிக்கொண்டே ஓட்டுவார். அவருக்குப் பின்னே அந்த ஆடு அசமந்தமாய் உடலை அசைத்து நடந்து போய்க்கொண்டிருக்கும். கொஞ்சம் முன்னே போய்விட்டால் வண்டியை நிறுத்தி சுடலை திரும்பிப் பார்ப்பார். முச்சந்தியில் நின்று ஆடு தும்மிய ஈரத்தைக் காற்று கடத்தும் அவருக்கு. அவர் கிடைத்த பணத்தையெல்லாம் காற்றைப் போல எங்கோ கரைத்தும் கொண்டிருந்தார் என்று தோன்றியது எனக்கு.

சோலைப் பைத்தியம் போல ஒரு பையன் ஊருக்குள் அலைவான். மண் தடத்தில் இரவுகளில் ஒளியெழுப்பியபடி நடந்து போகையில், திடீரென ஓரமிருக்கும் செடிப் புதர்களின் உள்ளே இருந்து எழுந்து நிற்பான். பயந்து போய் ஒளியை அவன் மீது பீய்ச்சி அடித்தால், முழு அம்மணமாகக் கைலியை நழுவக் கொடுத்து நிற்பான். நீர்ப்பூசணியை ஒத்த அவனது வயிறு பூரணமாகத் திரண்டிருக்கும். அவனை அந்தச் செடிப் புதர்களுக்கு நடுவே வெளிக்குப்போக அமர்ந்திருக்கும் நிலையிலேயே அதிகமும் பார்த்திருக்கிறேன். குனிந்து அமர்ந்து தன்னுடைய குவிந்திருக்கிற கழிவைப் பார்த்துச் சிரித்துக்கொண்டிருப்பான். உடனடியாக எழுந்து கைலியைத் தூக்கிக் கட்டிக்கொண்டு தேநீர்க் கடையில் வந்து நிற்பான். யாரிடமாவது கைநீட்டி வடையை வாங்கித் தின்றபடியே மீண்டும் புதரை நோக்கி நடந்து வருவான்.

அவன் சுடலையின் தம்பி பையன் என்றார்கள் சிலர். "அதெல்லாம் சும்மா வெளீல சொல்றது. அவந்தம்பி பொண்டாட்டிய இவன் பெண்டாண்டுட்டான். அதில பெறந்த புள்ளை அது. இவனுக்கு நல்ல பிள்ளை பெறக்குமா? அதான் சோலைப் பைத்தியமா அலையுது" என்றார் மயில்சாமி. ஊருக்குள் அந்தப் பையனின் பிறப்பை சுடலையைச் சூழ்ந்திருந்த மர்மத்தின்மீது ஏற்றினார்கள். ஒருமுறை சுடலை வண்டியில் அவரது வீட்டைக் கடக்கும்

போது, அந்த அம்மா காறித் துப்பியதைத் தன் கண்ணால் பார்த்ததாக மயில்சாமி சொல்லிவிட்டு, “இவம் பாவத்தை அந்த சின்னப் பய சுமக்குறான்” என்றார் மெதுவாக. கண் களில் நீர் துளிர்த்து, இன்னொரு கதையையும் சொன்னார்.

மாரியம்மன் கோவில் திருவிழாக் கெடா வெட்டின் போது, பந்திக்குப் பக்கத்தில் வந்து நின்றிருக்கிறான் அந்தப் பையன். பந்தியில் அமர வைக்க அவனை அழைத்துப் போனபோது, தூரத்தில் நின்றபடியே சுடலை, “அடிச்சு வெரட்டுங்கடா அவனை. என் தெசைப் பக்கமே அவந்தலை தெரியக்கூடாது” எனச் சத்தம் போட்டிருக்கிறார். எதற்கு வம்பு என நினைத்த ஊர்க்காரர்கள் அவனை அதற்கடுத்து எந்தப் பந்தியிலும் அமர வைப்பதில்லை. தூரத்தில் இருந்து பந்தியைப் பார்த்துவிட்டு, வயிற்றைத் தடவியபடி புதர் நோக்கி அவன் வருகிற காட்சியையும் கண்டிருக்கிறேன்.

ஊரில் ஒரு திசைக்காற்று ஓய்ந்து இன்னொரு திசைக்காற்று அடிக்கத் தொடங்கிய காலத்தின் மதிய நேரம் ஒன்றில் படுத்திருந்த என்னை நோக்கி அது வந்தது. எதுவோ வந்து நிற்கப் போகிறது என்கிற எதிர்பார்ப்பில் கண்களைத் திறந்து பார்த்தேன். எதிரே நின்ற சுடலை வேறொரு பாவனையான பார்வையுடன் என் முன்னே நின்றிருந்தார். “பாரின் சரக்கு ஒன்னு இருக்கு. சாமிக்கு ஒருத்தர் கொடுத்தாரு. மனசுக்கு தோனுற விலையைக் கொடுங்க” என்றார். உடனடி யாக ஓடிப்போய் இரண்டாயிரம் ரூபாயை எடுத்துக்கொண்டு வந்து கொடுத்தபோது, பதிலே சொல்லாமல் வண்டியில் இருந்து அந்தப் பையை எடுத்துக் கொடுத்துவிட்டுத் திரும்பிச் சுடலை போனபோது அந்த ஆடும் உடன்சேர்ந்து ஓடியது.

அதற்குப் பிறகு சுடலையுடன் நெருங்கிப் போகத் துணிந்தேன். அவருடைய தோட்டத்திற்கு நானாக வண்டியை எடுத்துக்கொண்டு போனேன். அவரது அருகில் போய் நின்றபோது, “இந்தக் கண்ணு இருக்குல்ல? அது எல்லாத்தை யும் காட்டிக் குடுத்திடும். அதான் உங்களோட குறுகுறுப்பு பனங்கொட்டை மாதிரித் தனிச்சு தெரியுதே? கொன்னா பாவம் தின்னா தீரும். கடைசியா கங்கையில போயி முங்குனா எல்லாம் சரியாகிரும். எல்லா வயிறும் ஒரே மாதிரியா இருக்கு. மனசெல்லாம் வெறுப்பு மண்டிக் கிடக்கு. எனக்கென்ன வேத்தாள்களோட பகை? எதுக்கு வளர்ற பிள்ளை உங்க மேல அதை எறக்கி வைக்கணும்?” என்றார். அந்த நேரத்தில்

சுடலையின் கண்களை உற்றுப் பார்த்தேன். அவர் வெறுப்பை விழிகளுக்குள் வைத்து அதக்கி உருட்டிக்கொண்டிருப்பதை நிச்சயமாக உணர்ந்தேன். வெறுப்பே ஒரு மூலாதாரச் சக்தியாய் மாறி எங்கள் இருவருக்கும் இடையில் உருள்வதைப் போல இருந்தது. அந்தச் சக்தியில் இருந்து தன்னைத் திரும்பத் திரும்பத் திரட்டிக்கொள்கிறார் என்று பட்டது எனக்கு. அந்த மூலாதாரம்தான் அவரது வாழ்விற்கான இருப்பும்கூட என்பதையும் உள்ளார உணர்ந்தேன். அது இல்லாவிட்டால் அவர் காற்றில்லாத வெறும் பையைப் போலத்தான். அவர் பலவிதமான பாவனைகளைத் தனக்குள் நிகழ்த்திப் பார்க் கிறார் போல. திடீரென காற்று நாங்கள் நின்றிருந்த வெளியில் குளிர்ச்சியாய் அடிக்கத் தொடங்கியது. இலகுவானதைப் போல பாவனையை மாற்றினார் சுடலை. அங்கே இருந்த கோவைக் கனியொன்றின் மீது சிறு தூறல் துளி ஒட்டி யிருந்ததைப் பார்த்தேன்.

சுடலை எதுவும் பேசாமல் என்னோடு சற்றுநேரம் அமைதியாய் அமர்ந்திருந்தார். பிறகு நிதானமான குரலில், "வானம் மாதிரிதான் வயிறும். பெஞ்சும் கெடுக்கும். காஞ்சும் கெடுக்கும். ஆளாளுக்கு ஆயிரம் காரணம். அவனவன் வட்டில்ல அவனவன் முகம் தெரியும்" என்றார். முகத்தைச் சுழித்துக்காட்டி என்னைக் கிளம்பிப் போகுமாறு சைகை செய்துவிட்டு எழுந்து நடந்துபோனவர், அந்த ஆட்டுக் கிடாயின் காது மடலை விலக்கி, நகத்தால் அந்தப் பகுதியைக் கீறி, ஒட்டியிருக்கிற உண்ணிப் பூச்சிகளை எடுத்துக் கீழே போட்டு நசுக்கத் தொடங்கினார். நான் கிளம்புவதற்கு முன்பு அப்படி நசுக்கிப்போட்ட கொழுத்த உண்ணி ஒன்றின் ரத்தத்தைப் பார்த்தேன்.

சுடலையைச் சந்தித்துப் பேசியதை மயில்சாமி உள்ளிட்ட யாரிடமுமே சொல்லவில்லை. பின்னர் சந்தையில் சுடலையை ஒருதடவை ஏதேச்சையாகப் பார்த்தபோது என்னிடமிருந்து கண்களை விலக்கி நடந்துபோனார். என்னுடைய கண்களை விலக்காமல் அவரது முதுகையே நெடுநேரமாகப் பார்த்துக்கொண்டிருந்தேன். அது தெரிந் திருக்கும் அவருக்கு, நிச்சயமாய் அதை உணர்ந்தேன்.

தெற்குக் காற்று அடங்கி மேற்கில் இருந்து வேம்பின் தலையையே ஆட்டுகிற ஆடிக்காற்று அடிக்கத் தொடங்கியது. அந்தக் காலத்தில் காற்று வேகவேகமாகக் காட்சிகளை

மாற்றுவதைப் போலத் தோன்றியது எனக்கு. அந்த ஊரில் வாழ்வின் காட்சிகள் மாறும் காலம் போலவும் அது இருந்தது. ஊரில் உள்ள தெரு நாய்களை யாரோ விஷம் வைத்துக் கொன்றனர். சந்துபொந்தெல்லாம் நாய்ச் சடலத்தின் வீச்சம் இருந்தபடியே இருந்தது. சுடலையின் ஆணி வேராக இருந்த அமரானந்தா சாமி செத்துப்போன கொஞ்ச நாளிலேயே அந்த மாட்டையும் கன்றையும் கொண்டுபோய் சுடலை விற்று விட்டதாகச் சொன்னார்கள். சென்னைக்காரர் என்ன நினைத் தாரோ அந்தத் தோட்டத்தை இன்னொருவருக்கு விற்று விட்டார். புதிதாக வந்த ஆட்களிடம் சுடலையின் உருட்டல் மிரட்டல் எடுபடவில்லை என்றார் சோலைச்சாமி. வந்த வேகத்திலேயே சுடலையைக் கணக்கு வழக்குகளை ஒப்படைக்கச் சொல்லிவிட்டார்களாம். தோட்டத்தில் இருந்து வெளியே வந்த சுடலை மறுபடியும் வண்டியை ஓட்டிக் கொண்டு குதிரைப் பந்தியில் போய் அமர்ந்தார். ஏற்கெனவே அவரிடம் தொண்டூழியனாக இருந்த மஞ்சநாயக்கன்பட்டிக் காரன் அவரைக் கண்டும் காணாதது மாதிரிப் போனதை உற்றுப் பார்த்தார். யோசனையுடன் எழுந்தவர், அதற்குப் பிறகு குதிரைச் சிலையின் காலடியில் போய் அமரவேயில்லை.

பெரும்பாலும் ஊர்க்காரர்கள் பார்வையில் படாதபடி அலையத் தொடங்கினார். அவர் எங்கே தூங்குகிறார் என்பதே பலருக்கும் தெரியாத ரகசியமாக இருந்தது. புதர்க்காடு ஓரங்களில் அந்த ஆட்டை அழைத்துக்கொண்டு அவர் நடந்து போனதைப் பார்த்ததாகச் சொன்னார்கள். அவருடைய வண்டி காணாமல் போயிருந்ததைக் கணக்கில் வைத்துக் கொண்டது ஊர். சுடலையைத் தேடிக்கொண்டு சில நேரங்களில் நானுமே வண்டியை எடுத்துக்கொண்டு ஓய்வான சமயங்களில் அலைவேன். அவர் நீண்ட நாட்களாகக் கண்ணில் தட்டுப்படவே இல்லை. ஒருநாள் நூறுநாள் வேலைத்திட்ட ஆளெடுக்கிற முகாமின் ஓரத்தில் அவர் நின்று கொண்டிருப்பதைப் பார்த்தேன். ஊர்க்காரர்களுமே ஆச்சரிய மாக அவர் அங்கு வந்து நின்ற காட்சியைப் பார்த்தார்கள். சற்று நேரம் அங்கேயே நின்றவர், என்ன நினைத்தாரோ திரும்பிப் பார்க்காமல், தெற்கே வண்டிமுனி கோவில் இருக்கிற மலையடிவாரத்தை நோக்கி நடந்து போனபோது, பின்னாலேயே தத்தித் தத்தித் துவண்டு நடைபோட்டது அந்த ஆடும்.

அவரை விரட்டிக்கொண்டு போகலாம் என எழுந்த எண்ணத்தை அடக்கினேன். அதற்கடுத்து கடைசிக்கு முந்தைய தடவை அவர் புதர் ஓரத்தில் நின்று எதையோ உற்றுப் பார்த்துக்கொண்டிருந்த காட்சியைப் பார்த்தேன். அக்காட்சியில் இருந்து அவர் வேகவேகமாக விலகி முதுகைக் காட்டிக் கொண்டு நடந்தார். பேருந்து ஒன்று வழிநடுவே நின்று சத்தம் எழுப்பியதால் என்னுடைய வண்டியை எடுத்துக்கொண்டு அவசரமாக அகன்றேன் அவ்விடத்திலிருந்து. அன்று இரவு மலையிறங்கிய பிறகு முதன்முறையாக அவரது வீட்டுப் படியேறி இருக்கிறார் சுடலை. அதை ஊர்க்காரர்கள் சிலர் பார்த்தும் இருக்கிறார்கள். நிலைவாசலில் நின்ற அவரது தம்பி சம்சாரம், தெருவில் இறங்கி வந்து, தலைமுடியை அவிழ்த்துப்போட்டு, மண்ணை வாரி அவரைத் தூற்றியதாக மயில்சாமி இரவில் இருவரும் கட்டிலில் படுத்துக்கொண்டிருந்த போது சொன்னார். நிறைந்து கிடந்த நட்சத்திரக் கூட்டத்தினைப் பார்த்தபடி படுத்திருந்த நான் எப்போது தூங்கினேன் என எனக்கே தெரியவில்லை. அடித்துப்போட்ட மாதிரி அசதி அழுத்திய தூக்கம். அதற்கு நாள் நேரக் கணக்கெல்லாம் தெரியாது.

விடிந்தபோது என்னை மயில்சாமிதான் தட்டி எழுப்பினார். "ஊரைப் பிடிச்ச கெரகம் விலகிருச்சு" என்றார். எதையோ ஏற்கெனவே தீர்மானித்து எதிர்பார்த்திருந்த பாவனையில் எழுந்து அவரோடு போனேன். காளியம்மன் குதிரைச் சிலை பக்கத்தில் கூட்டமாக ஆட்கள் நின்றார்கள். நாலைந்து முதுகுகளைத் தள்ளி விலக்கி முன்னேறிப் போய் குதிரையின் காலடியில் கிடந்த அவரைப் பார்த்தேன். குற்றாலத் துண்டை உருமால் கட்டியிருந்த ஒருத்தர், மல்லாக்கத் திருப்பிப் போட்டார் அவ்வுடலை. மேகப் பொதியிலிருந்து விண்டு எடுக்கப்பட்ட அந்த மீசையை மழித்து, ரோக்கர் குடித்துச் செத்துக் கிடந்தார் சுடலை. வெறித்துப் பார்த்துக்கொண்டிருந்த கண்களில் நானுணர்ந்த அந்த உணர்வு மிச்சமிருப்பதாக உணர்ந்தேன். பீடத்திற்குக் கீழே ஆடு கண்களை மூடிக் கழுத்தறுபட்டுச் செத்துக் கிடந்தது. என் உள்ளுணர்வு உந்த கூட்டத்தில் இருந்து விலகி நானிருந்த தோட்டத்திற்கு அருகில் இருந்த புதர்க்காட்டை நோக்கி ஓடினேன். பூரணத்தில் இருந்து விலகி நழுவிய சிறுதுளி ஒன்றை எதிர்பார்க்கிற மாதிரி மனம் ஒரு குவி மையத்தில் திரண்டது. சித்தம் கலங்க, சுடலை பேருருவாய்

பின்னால் வந்து நின்று மட்டெனப் பிடதியில் அடித்த மாதிரி உணர்வு எழுந்தபோது நிமிர்ந்து, கலங்களாய்த் தெரிந்த அந்தக் காட்சியைப் பார்த்தேன்.

தூரத்தில் அந்தச் சோலைப் பைத்தியம் அமர்ந்திருந்தது. அதன் அருகே அரைப் பனை மர உயரத்திற்கு மலம் ஒரு கோட்டையைப் போல குவிந்திருந்திருந்தது. அதிலிருந்து ஒரு விள்ளலை எடுத்து வாயில் வைத்தான் அவன். முதுகிற்குப் பின்னே பழக்கப்பட்ட அந்த மூத்திர வீச்சம் என்னைப் போர்த்த நகர்ந்து வந்தது.

12

வன்மம்

ஐந்தாறு நாட்களாகவே பக்கத்தில் வருவதும் ஏதோ யோசித்துவிட்டு மறுபடி விலகிப் போவதுமாக, கொட்ட முத்து இலையைத் தின்று வயிற்று உப்புசமான வெள்ளாட்டைப் போலச் சுணங்கிக்கொண்டிருந்தார் ஈஸ்வரய்யா. ஊரையும் பேரையும் கெடுத்து வம்பைப் போட்டு விடுகிற ஒத்தை வெள்ளாடு, அவருமே. கொன்றைங்கீழ் மூலையில் நின்று என்னையே ஒருசில சமயம் வெறித்துப் பார்த்தார். கருவோட்டம் போட்ட கருமேகங்கள் அவருடைய தலைக்கு மேலே தொங்கின. கண்ணை ஏமாற்றுகிற, மழை யில்லாத பொய் மேகங்கள் அவை.

அவர் எப்போதும் அப்படி இருப்பதில்லை. நன்றாக இழுத்துச் சுற்றப்பட்ட குயில் கம்பெனி லட்சுமி வெடி போலப் பற்ற வைப்பதற்குள் வெடித்து முடித்துவிடுவார். "இவன் வாய் நமுக்க மாட்டேங்குது பாறேன்" என்பார் சோடா கம்பெனி வைத்திருக்கிற காளியப்பன். ஒருவகையில் காளியப்பன் ஈஸ்வரய்யாவிற்கு மகன் முறை. யாராவது வெளி ஆட்களிடம் பேசுகையில் மட்டும் 'எங்க சித்தப்பா' என்பார். வயதென வருகையில் ஈஸ்வரய்யாவைவிட மூன்று நான்கு வயது குறைந்திருக்கலாம். கேட்டால் உறைப்பு ஏறுகிற மாதிரிச் சொல்வார். "எங்க பெரியய்யா காலம் போன காலத் தில, கோவணத்த அவுத்ததில வந்து பெறந்து தொலைச்சிட் டான். அவரோட போதாத காலம். அவர சீப்பட வச்சு மேல தூக்கியும் குடுத்திட்டான். அதான் சக்கரை நோயாளிக்கு நிக்காம ஒன்னுக்கு போறாப்புல அவன் வாயில இருந்து நிக்காம வார்த்தை வந்து விழுது. நல்ல சொல்லே மருந்துக்கும் இல்லாத ஈனப்பய" என்பார். தற்செயலாக ஒருநாள் ஈஸ்வரய்யாவைக் கவனித்துப் பார்த்தேன். ஒன்னுக்கடிக்க குத்தவைத்திருந்த போதுகூட, கழுத்தைத் திருப்பி என்னோடு

பேசிக்கொண்டிருந்தார். செம்மண்ணில் சிறுநீர் பெருகி அவரது நுனிப் பெருவிரலை நனைத்தது தெரியாதளவிற்கு ஆங்காரம். ஓலைப்பெட்டிக்குள் கிடந்துருளுகிற சில்லுக் கருப்பட்டிகள் போல வார்த்தைகள், இனிப்பைத் தாண்டி நுனிநாக்கில் காரத்தை விதைப்பவை. பனிக்காலத்தில் வாய் வைத்துக் காயைக் குதறிப்போடுகிற ஆணிக் கொசுக்களைப் போல வார்த்தைகளால் ஆட்களை நசுக்கி எடுத்துவிடுவ தாலேயே, அவருடைய குடும்பம் அவரைத் தள்ளி வைத்திருக் கிறது என்றுகூடத் தோன்றியிருக்கிறது எனக்கு.

சீக்கு வந்த கோழியைப் போல தலையைத் தொங்கப் போட்டு, கூன் விழுந்த முதுகோடு அசைந்தாடி நடந்து வருவார். நாள்பட்ட காசநோய் நெஞ்சைக் குழியாக்கியதில் இயல்பாகவே முதுகு கூனாகிவிட்டது. ஆடிக்காற்று அடிக்கையில் உண்மையிலேயே எனக்குப் பயமாக இருக்கும். மேற்கிலிருந்து நுழைகிற நாற்பத்தைந்து கிலோமீட்டர் வேக பாலக்காட்டுக் கணவாய்க் காற்றில் அவருடைய மேல்துண்டு பறக்கையில் அதைப் பிடிக்க அவர் எத்தனிக்கும்போது, கீழே விழுந்துவிடுவாரோவென எண்ணத் தோன்றும். பெருஞ் சூறைக்காற்று அடித்தடங்கிய அவருடைய குடும்பத்தில் ஈஸ்வரய்யா கடைசிப் பிள்ளை. அவருக்கு முன்பிறந்த எல்லோருமே முட்டி மோதித் துலங்கி வந்துவிட்டனர். ஆணிரண்டு பெண் மூன்று அவருக்கு முன்னால். காளியம்மன் கோயில் பெரிய கும்பிடு திருவிழாவில் அவர்கள் எல்லோரையும் குடும்பமாய் ஒட்டுக்கப் பார்த்திருக்கிறேன்.

பாடச் சுழி வந்த காங்கேயம் மாட்டைப் போல, இவரை ஆரம்பத்தில் இருந்தே ஒன்றுக்கும் உதவாத சீக்காளியாகக் குடும்பம் ஒதுக்கி வைத்துவிட்டது. ஒருவேளை கேரளாவில் விலை போயிருந்தால் இவரையும் விற்றிருப்பார்கள். அடிமாட்டிற்குக்கூட லாயக்கில்லாத எலும்பும் தோலும் அவருடையது. பெத்த அய்யா ராசுத் துரை இருந்தவரைக்கும் செல்லப் பிள்ளைதான் ஈஸ்வரய்யா. "எங்கய்யா கண்ணு மட்டுக்கும் சீமைத்தொரைதான் நானு. அப்டீதான் கூப்புடுவாரு என்ன? கடச்சான் பிள்ளையில்லையா? எனக்கு தனியா ஒரு ஏணத்துல சுக்கா எடுத்து வச்சிருப்பாரு. அதில ஒட்டியிருக்க சில்லு எலும்புகளை எடுத்துட்டு கறிய நசுக்கி நசுக்கி ஊட்டுவாரு. எங்கப்பா செத்தப்ப எனக்கு எட்டு வயசு. என்னமோ தோனுச்சு அப்ப. எங்கய்யா செத்த பிறகு

இதுவரைக்கும் நான் கவுச்சியே சாப்பிட்டதில்ல. கோயில் கொடையிலகூடக் கை நனைச்சதில்லை" என்று சொன்ன அவர் மீது அப்போதும் எனக்கு நம்பிக்கை வரவில்லை.

கெடாவிருந்தொன்றில் மறைந்திருந்து அவரைப் பார்த்தேன். தும்பைப்பூ நிறச் சோற்றில் வெறும் ரசத்தை ஊற்றச் சொல்லிக் குரல் கொடுத்துக்கொண்டிருந்தார். "என்ன இருந்தாலும் எடுப்புச் சோறு திங்கற பயதானே" என அவருடைய பங்காளி ஒருத்தர் விளையாட்டாய்ச் சொல் வதைப் போலச் சொல்லிச் சிரித்தபோது, ரசத்திற்கு கையேந்து கிற சீமராஜா என நானும் சிரித்துக்கொண்டே பதிலுக்குச் சொல்கையில், குறுமிளகின் காரம் நெஞ்சுக்குள் பரவுவதை உணர்ந்தேன்.

காரணமாகத்தான் சொல்கிறேன் இதை. அவர் புகுந்த வீட்டிலும் அவருக்குச் சொல்லிக்கொள்கிற மாதிரி மதிப்பில்லை. "நாளைல இருந்து இவனை வச்சுக்கோங்க" என்கிற மாதிரிதான் அவரைச் சொந்தத்தில் கட்டிக் கொடுத்தார்கள். அவருடைய அய்யா வழியில் கொஞ்சம் நிலம் பாகமாக வந்த வகையில் தலைக்கு ஒருகூரை கிடைத்துத் தப்பித்துக்கொண்டார். ஆனாலும் மனம் குளிர்ந்து சுகப்பட வில்லை. எப்போதும் தண்ணீருக்கு ஏங்குகிற செங்காட்டைப் போலவே அமைந்துவிட்டது அவருடைய வாழ்வு.

மூன்று ஆண் பிள்ளைகள் பிறக்கிற வரை அவருடைய மனைவி எப்படி பக்கத்தில் சேர்த்துக்கொண்டது என்பதில் எனக்குமே சந்தேகங்கள் இருக்கின்றன. "மேட்டாங் காட்டில எள்ளு விதைக்க உழச் சொல்லிட்டு மூஞ்சை மூடிப் படுத்துக்குவா" என அவர் ஒரு சந்தர்ப்பத்தில் சொன்ன போது ஆரம்பத்தில் எனக்குப் புரியவில்லை.

அவருடைய பெயரில் இருந்த நிலப்பத்திரத்தை வேறு எங்கும் ஒளித்து வைக்க முடியாது என்பதால், அதை வைத்து வங்கியில் லோன் வாங்கி அடமானம் வைத்திருந்தார். அந்தப் பணத்தை அவருடைய நண்பர் ஒருத்தரிடம் கொடுத்து வைத்திருப்பதாக ஊருக்குள் பேசிக்கொண்டார்கள். "மூணு ஆம்பளைப் புள்ளைங்க இருந்தாலும் என்ன பிரயோசனம்? சாவு முதல வேட்டில கட்டிக்கிட்டே திரியுறானே" என்று சொல்லிவிட்டு நெஞ்சிலடித்து அழுதாள் அவருடைய ஒன்று விட்ட அக்காகாரி ஒருதடவை.

ரயில் நிலையம் பக்கத்தில் வந்துவிட்டதால் அந்நிலத்தின் மதிப்பு மும்மடங்காகிவிட்டது இப்போது. மூன்று மகன்களும் சேர்ந்து பத்திரத்தைக் கேட்டு அடித்ததில் வீங்கிய அவருடைய வலது கையில் இன்னமும் வீக்கம் வற்றவில்லை. அவரை ஒரு ஆட்டோவில் போட்டுத் தூக்கிக்கொண்டு வங்கிக்குப் போயிருக்கிறார்கள். “போலீஸ்ட்ட போய் சொல்லித் தூக்கி உள்ள வச்சிருவேன்” என வங்கி மேலாளர் மிரட்டியதால், அடிப்பதையும் வங்கிக்குப் படையெடுப்பதையும் அப்பைக்கு நிறுத்தி வைத்திருந்தார்கள். "நல்லா உத்து பாத்தோம். வெசாழக் கிழமை நான் சுத்துப் போடற தெட்சிணாமூர்த்திதான் அவுரு" என்றார் மேலாளர் குறித்து. சீக்கிரம் செத்தால் தேவலை என அவருடைய மனைவியே காதுபடச் சொல்லிவிட்டதாகவும் சொல்லி அழுதார்.

“இனிமே அதை வச்சுக்கிட்டு என்ன பண்ணப் போறீங்க? அதைக் குடுத்துத் தொலைச்சிட வேண்டியது தானே” என்றதற்கு, “அதெப்படி தர்றது? எங்கய்யா அதை வச்சுப் பொழைக்க எனக்கு குடுத்தது. வச்சுப் பொழைக்கிறதுங்கறதுன்னா என்னன்னு தெரியுமா? கையில இருக்க வேல் மாதிரி. அதெல்லாம் ஒரு ஊக்கம் பாத்துக்கோங்க. அது இல்லாதவங்க குப்பை மண்ணுக்கு சமம். அது இருக்கறதால தான் நெஞ்சில தூக்கி வளர்த்த தகப்பன் மேல அடிக்கறதுக் காகவாவது கை வைக்கிறானுக. இல்லாட்டி பீத் துணிய குச்சியில வச்சி தூக்கிட்டு போற மாதிரி தூக்கிட்டு போயி சுடுகாட்டில போட்டுட்டு வந்திருவானுக” என்றார். அந்த நிலத்தை வைத்து அவருமே ராஜபோகம் அரிசியைப் போல வாழ்ந்த மாதிரியும் தெரியவில்லை. விடியக்காலை இரண்டு பஜ்ஜி சாப்பிட்டால் மறுபடி சாயந்திரம் போல ஒரு பரோட்டா சாப்பிடுவார். மேலுக்குச் சுகமில்லாமல் போனால் மட்டும் கஞ்சிக்காக அவர் பேத்தி வீடொன்றிற்குத் தட்டுத் தடுமாறிச் செல்வதைப் பார்த்திருக்கிறேன்.

ஏழரைக் குழிகொண்ட அந்நிலத்தை மானாவாரி குத்தகைக்கு விட்டிருந்தார். குத்தகைக் காசை அவருடைய பையன்கள் அடவாடியாக வாங்கிக்கொள்வதை இவர் தடுப்பதுமில்லை. குத்தகைகாதரர் பாவப்பட்டு ஆயிரம் ரெண்டாயிரம் கொடுத்து உதவுவது எனக்குத் தெரியும். மூத்த மகன் சொசைட்டிக்கு பால் ஊற்றப்போகிற சமயத்தில் என்னை அழைத்துக்கொண்டு நிலத்தைப் போய்ப் பார்த்து

விட்டு வருவார். “அந்த ரேடியோ பேரு மறந்து போச்சு. அது வந்த புதுசில தோளில தொங்கப்போட்டுட்டு நெல்லுக்கு தண்ணி பாய்ச்சுவேன். அந்த வருஷ வெள்ளாமை மத்த ஆட்களைவிட நல்லா வந்திச்சு எனக்கு. நெல்லு வயலு பாட்டை கேட்டுட்டு சுகமா பெத்துப் போட்டுச்சு. அந்த வருஷ வெள்ளாமைய எடுத்து என் கூட்டாளிக்கு ஒரு ரேடியோ பெட்டி வாங்கிக் குடுத்தேன். அவம் ஒருத்தந்தான் கட்டையில போற வரைக்கும் எங்கூட வருவான். என்ன பேசுனாலும் மறுக்கா எதுவும் பேசாம உம் கொட்டி கேட்டுக்குவான். எங்கய்யா இருந்தா என்னை நல்லா பாத்துக்கிடதுக்காக அவம் பேருக்கும் கொஞ்சம் எழுதி வச்சிருப்பாரு. இப்பன்அவனைப் போயி பாக்க வழியில்லை. அவம் மக வீட்டோட பாலசமுத்திரம் அணைக்கு பக்கத்தில கெடக்கான். அவனுமே நல்ல மாரிக்கு வரலீயே” என்றார் மக்காச் சோளம் விதைத்த நிலத்தைக் காட்டி. அந்த வருடம் மழை இல்லாததால் நன்றாகக் கதிர் பால் பிடித்ததைப் போலத் தெரியவில்லை எனக்கு. மேய்ந்து முடிக்க மாடுகள்தான் நாலைந்தெண்ணம் இருக்கின்றனவே?

என்னையே ஒதுங்கி நின்று பார்த்துக்கொண்டிருந்த ஈஸ்வரய்யா கொஞ்சம் துணிந்து இரண்டு மூன்று நாட்களாக நச்சரிக்கவும் தொடங்கினார். "வாங்க தங்கம். ஒரு எட்டு போய்ப் பாத்திட்டு வந்திடலாம். சொளையா இருபது குழி. தண்ணி வாட்டம் டாப்பு. வாய்க்கால தெறந்து விட்டுட்டு தண்ணில படுத்துக்கிட்டே பண்ணயம் பாக்கலாம்" என இழுத்துத் தூண்டில் போட்டார். வெறி பிடித்த மாதிரி இதையே திரும்பத் திரும்பச் சொல்லிக்கொண்டிருந்தார். வழக்கத்தை மீறி கட்டாயப்படுத்துகிற மாதிரிச் சத்தத்தை உயர்த்திச் சொல்கையில், இருமல் புரையேறி நெஞ்சிலிருந்து மஞ்சள் சளி கெதக்கென்று வெளியேறி அவருடைய தாடை யில் ஒட்டியது.

“அய்யா நானே வண்டிக்கு டீசல் அடிக்கிறதுக்கே மாசத் தவணை கட்டுறேன். இருபது குழியாம்ல" என்றதற்கு, "உங்கள யார் வாங்கச் சொன்னது? சும்மா கூட வாங்க. பொட்டாட் டம் நான் பேசறதையெல்லாம் கேட்டுக்கிட்டு இருங்க. அலுங்கமா திரும்பி வந்திடலாம். யாராச்சும் சிநேகிதக்காரங் களுக்கு சொல்லுங்க. உங்களுக்கும் சொளையாட்டம் வருமே" என்றார்.

அந்த மனநிலையில் எங்கேயும் போகத் தோன்றவில்லை எனக்கு. ஆனாலும் ஈஸ்வரய்யாவிற்காகப் போகலாமென காரில் அவரை ஏற்றிக்கொண்டேன்.

திடீரென, "கொஞ்சம் தெக்க பெரிய தொரையான் கோயிலு ரோட்டுக்குள்ள விடுங்க" என்றார். "அங்க எதுக்குய்யா போகணும்?" என்றதற்கு, "நம்ம பிரெண்ட் ஒருத்தனைப் பத்தி சொல்லியிருக்கேன்ல. ரேடியோ பெட்டி வாங்கிக் குடுத்தேன்ல அவம்தான். அவனுக்கு சுத்துப்பட்டுல இருக்க அத்தனை நிலமும் அத்துப்படி. அவம் கால் வச்சு முடியாத நிலமே இல்லை. நீர் வாட்டம் இருக்கற எடத்தில தேங்கா உருட்டினா தேங்கா பூமி உருள்ற மாதிரி அவம் உள்ளங்கைக்குள்ள சுத்தும்" என்றார்.

"நாமளே வாங்கப் போறதில்லை. தண்ணி வாட்டம் பாத்து என்ன பண்ணப் போறோம்?" என்றதற்கு, "சும்மா பேசாம வாங்க. கால் வைக்கிற நிலத்தில இருக்க பூமா தேவிக்கு உங்களைப் பிடிச்சுப் போனா திரும்பி ஓடினாகூட உங்களை விட மாட்டா. இழுத்து அணைச்சு பிடிச்சு மடியில போட்டுக்குவா. அதெல்லாம் ஒரு கொடுப்பினை. வச்சு பொழைக்கிறவனுக்கு பூமாதேவி பொண்டாண்டி மாதிரி சவரட்டினம் செய்வா" என்றார் ஓட்டைப் பல்லைக் காட்டிச் சிரித்து. பூமா தேவியின் அணைப்பு என்கிற வார்த்தையைத் திரும்ப எனக்குள் சொல்லிப் பார்த்தபோது உடலில் சூடு பரவியதை உணர்ந்தேன். வண்டியை நிறுத்திவிட்டு, பருத்திக் காடொன்றினுள் இறங்கி ஒன்னுக்கடித்து விட்டுத் திரும்பி னேன். பருத்திப் பூ இன்னும் ரெண்டு நாளில் உறுதியாக வெடித்துவிடும் எனத் தோன்றியது எனக்கு. மொச்சைப் பூவெடுத்திருக்கிற மணமும் மசிந்திருந்தது அங்கே. யானை இதற்காகத்தான் மலையிறங்கும் என அறிந்திருந்தேன். போன பருவத்தில் ஒருத்தரைச் சுழற்றியடித்துக் கொல்லவும் செய்திருந்தது என்பதால் மயிர்க்கால்கள் நட்டுக்கொண்டு நின்றன.

தலைக்கு மேல் செவ்வோடுகள் சிலவுடைந்து இரண்டு மூன்று ரீப்பர்கள் வெளியே தெரியும்படியான சாலை வீட்டில், ஈஸ்வரய்யா சொன்ன அவருடைய நண்பர் படுக்கை யில் இருந்தார். கால்கள் இரண்டும் நீர்கோர்த்து வீக்கம் கண்டிருந்தன. தரித்திரியம் தலைமாட்டில் ரெட்டணங்கால் போட்டமர்ந்திருந்தது. அவருக்கு கொஞ்சம் தள்ளியிருந்த

மாட்டுத் தொழுவத்திலிருந்து சாண மனத்தோடு கலந்து வந்த இன்னொரு மணம் என்ன என்பது குறித்து யோசித்தேன். சாமந்திப் பூ மணமா? எல்லோருக்குமான நிழலை வழங்கிக் கொண்டிருந்த புங்க மரத்திற்கு நிச்சயம் பதினைந்து வயதிருக்க லாம். அவர் தலைமாட்டில் கொத்துக் கொத்தாக மாத்திரை வில்லைகள் சிதறிக் கிடந்தன. அதைப் பொறுக்கி தன் பைக்குள் இருந்த பிளாஸ்டிக் கவரொன்றில் போட்டு தலையணைக்கு அடியில் மடித்து வைத்தபடி, வாய் மூடாமல் என்னைப் பற்றி விவரித்துக்கொண்டிருந்தார் ஈஸ்வரய்யா.

எழுந்து அமரவே சிரமப்பட்ட சொறிமுத்தையா கைத்தாங்கலாகத்தான் எங்களோடு நடந்து வந்தார். கைகளை விரிக்க இயலாததால், சட்டையைக் கஷ்டப்பட்டே மாட்டி விட வேண்டியிருந்தது. இவர் எப்படி முழுநிலத்தையும் சுற்றிக் காட்டி பூமிப்பந்தை உருட்டுவதைப் போல தேங்காயை உருட்டுவாரென நினைத்துக்கொண்டேன். அங்கிருந்து பதினைந்து கிலோமீட்டர் தொலைவில் இருந்தது ஈஸ்வரய்யா அழைத்துப் போன நிலம். வேலியோரத்தைச் சுற்றிலும் இலவம் பஞ்சு மரங்கள் ஈட்டி மரங்களைப் போல உயர்ந்து நின்றதைத் தூரத்தில் இருந்தே பார்த்தேன். பிரியாணியில் போடுவதற்கு இலவம் பிஞ்சுகளே இப்போது நல்ல விலைக்குப் போகின்றன என மனதிற்குள் கணக்குப் போட்டேன். அருகிலுள்ள காட்டிலிருந்த விசிறி மரத்தில் கொம்புத் தேன் கட்டியிருந்தது. இனிப்பை அடைகாத்தன கொடுக்குகள்.

அந்தக் கரிசல் நிலத்திற்குள் இறங்கியதும் சொறிமுத்து அதுவரை தாங்கிப் பிடித்திருந்த என்னுடைய கைகளை மென்மையாக உதறிவிட்டார். காய்ந்து கிடந்த சோள வேர்களைத் தாண்டித் தாண்டிக் கால்வைத்துக் கவனமாக நடந்து போனார். ”பாத்துடா பாத்து. உனக்கு நாஞ் சொல்லணுமா.. எத்தனை வெஷத்தை முறிச்ச ஆளு. ஒரேடியா மனசில கெடக்கிற எல்லாத்தையும் முறிச்சு விட்டிரு” எனச் சொல்லியபடி பின்னால் நடந்தார் ஈஸ்வரய்யா. தெரிந்த வழியில் நடை போட்டன முதிய மாடுகள் என்பதை உணர்ந்தேன். எழவே இயலாத நிலையில் கிடந்தவரா இவரென ஆச்சரியமாகவும் இருந்தது எனக்கு.

அங்கே இருந்ததும் ஒரு பெரியவர்தான். துண்டை வைத்து ஒரு கண்ணை அழுத்தமாக மூடிக்கொண்டு “யாரு?”

என்றபோது, குரலில் நடுக்கமிருந்தது. அவருடைய ஒரு கண்ணை எதுவோ பாழ்படுத்தி இருந்தது போல. பால்பிடித்த கதிர்களைத் தின்ன வரும் காட்டுப் பன்றி அடித்திருந்தால் ஒருபக்க முகமே பெயர்ந்திருக்கும் அல்லவா? ஏதோ நோயென முடிவிற்கு வந்தேன். அவருடைய வெண்தாடியில் சிவப்புட லும் கருந்தலையும் கொண்ட சுள்ளெறும்பொன்று மேய்ந்து கொண்டிருந்தது. அவர் குரல் கொடுத்ததைக் கவனிக்காத மாதிரியான பாவனையில் சொறிமுத்து தூரத்தில் தெரிந்த கிணற்றையே பார்த்துக்கொண்டிருந்தார். அவருடைய கைகள் அவரையறியாமல் உருட்டுவதைப் போலப் பாவனை செய்தன.

என்னை இருக்கச் சொல்லிவிட்டு இருவரும் முன்னேறிப் போனபோது, சத்தம் கேட்கும்படியான தூரத்தில் போய் நின்றுகொண்டேன். ஈஸ்வரய்யா துண்டை எடுத்து மடித்து, அதைச் சீமந்தத்திற்குப் போவதைப் போல வலது தோளில் போட்டுவிட்டு, "வச்சு வாழ முடியாம போச்சில்ல. விக்க மாட்டாம சுணங்கிப் போயிருக்கேன்னு எங்களுக்குத் தெரியும். அந்தா நிக்கறானே எம்பேரன். அவன் வாங்கிக்கிற திட்டத்தில இருக்கான். கை நெறைய மெட்றாஸ் காசு. கப்பல் மாதிரி கார்ல வந்து எறங்குனோம் பாத்தியா? நம்ம காருதான். கழு முடிஞ்சப்பறம் மறுக்கா கூட்டிட்டு வர்றேன்" என்று சொல்லிவிட்டு, பதிலை எதிர்பார்க்காமல் சொறிமுத்துவை அழைத்துக்கொண்டு திரும்பி நடந்தார். ஈஸ்வரய்யாவி னுடைய கைகளைச் சொறிமுத்து இறுகப் பற்றிக்கொண் டதைக் கூர்ந்து பார்த்தேன்.

நிலத்திற்கு நடுவே நடக்கும் போது இருவரும், "படுபாவி ஓடையில நின்ன வேப்பமரத்தை வெட்டிட்டான் பாரு. இங்க ஒரு குத்துக் கல்லு ஊணிருந்துச்சே, அதைக் காணோமே. கெணறு புல்லா பொதரா கெடக்கு. குண்டி கழுவக் கூட தண்ணி கெடக்காது. இத வாங்குறவன் எவனுமே தொலங்கி வர மாட்டான்" எனப் பேசிக்கொண்டு வந்தனர்.

சட்டென இருவரையும் நிறுத்தி, "என்ன வச்சு என்ன நாடகம் போடறீங்க" என்றேன் முகத்தில் பொய்க் கடுமை காட்டி.

நிதானமாக வயிற்றைத் தடவிவிட்டபடியே சொன்னார் ஈஸ்வரய்யா. அதையும் கேட்காத பாவனையில் தெற்கே தெரிந்த பொன்னிமலைக் கரட்டைப் பார்த்தபடி நின்றார் சொறிமுத்து. அங்கே இடி தொடங்கினால் ஊருக்குள் நல்ல

கார மழையிருக்கும் எனப் பேச்சுண்டு.

“நாப்பது வருஷமாச்சு இங்க வந்து. இந்தா இவனோட நெலம்தான் இது. கடன்ல இருந்தப்ப வட்டி பன்னிக்குட்டிக மாதிரி ரெட்டிப்பு ஆயிடுச்சு. அந்தா இருக்கான்ல அவனுக் கெல்லாம் நல்ல சாவே வராது. இந்த பூமிய நெஞ்சை அறுக்கிற மாதிரி தட்டிப் பறிச்சான். வீட்டு முத்தத்தில மொள நீளத்துக்கு எட்டிக் குச்சியை ஒடிச்சு ஊணி குலம் விளங்கக் கூடாதுன்னு மலையாளக்காரவுகளை கூட்டு வந்து மாய மந்திரம் பண்ணான். இப்ப அவம் குடும்பந்தான் ஒடுக இலையை அரைச்சு குடிச்சு செத்துச்சு. தட்டி பறிச்ச நிலத்தை அவனாலயும் வச்சு வாழ முடியலைல. அதைச் சொல்றதுக் காகத்தான் கூட்டு போனேன். இவனாலயும் இவ்வளவு தூரம்லாம் இனிமே வர முடியாது. எனக்குமே சுடுகாடு வாவான்னு சொல்ல ஆரம்பிச்சிருச்சு. நெஞ்சில பாறாங்கல்லு மாதிரி கெடந்துச்சு. எறக்கி வச்சுட்டு வர்றோம்” என்றார் இளைப்பு அடங்கின தொனியில்.

அவர் இருந்த திசையில் திரும்பிப் பார்த்தேன். மேற்கு முகமாகக் குனிந்து அமர்ந்திருந்தவர் மொளக்குச்சி ஒன்றினால் செம்மண் நிலத்தில் எதையோ கிறுக்கிக்கொண்டிருந்தார்.

அது என்ன குச்சியெனக் கேட்க விரும்பாத எனக்குள், மக்காச் சோள விஷவேர் செருப்பை மீறிக் காலில் குத்திவிடக் கூடாதென்கிற பதற்றம் எழுந்தது அப்போது.

13

இந்தியன் ரெஸ்டாறெண்ட்

என்னுடைய பத்தொன்பது வயதில், கப்பலில் இந்தத் துறைமுக நகரத்தில் எந்தவித தலைச்சுமைகளும் இல்லாமல் வந்து இறங்கினேன். அது பல்வேறு நாடுகளைச் சேர்ந்த காவலர்கள் பணிபுரியும் ஐக்கிய நாடுகள் சபை காவல்பிரிவு பயணம் செய்த சரக்குக் கப்பல். அந்தமானில் உணவகம் ஒன்றில் சமையல் உதவியாளராக இருந்தேன். எனக்கே பல பதார்த்தங்களைத் தனியாகச் செய்யத் தெரியும்.

அந்தத் தைரியத்தில்தான் இந்தப் புதிய நட்புக்களின் பேச்சை நம்பி இந்தத் தீவு தேசத்திற்கு வந்தேன். எதையாவது நம்பித்தான் ஆக வேண்டும் என்கிற புள்ளியில் அப்போது நின்றேன். கப்பலில் இருந்து இறங்கி, ஐ.நா. சபை காவலர்கள் மிடுக்காக நடந்து போகையில், பின்னாலேயே நானும் அவ்வாறே போனேன். அடிப்படை ஆவணங்களை முன்கூட்டியே தந்துவிட்டதால், யாரும் யாரையும் அங்கு பரிசோதிக்கவே இல்லை. ஒருவேளை விமானத்தில் போயிருந் தால் விட்டு வைத்திருக்க மாட்டார்கள் என்று எண்ணினேன். கனத்த உருவத்தில் துப்பாக்கி ஏந்தி நின்ற ஒருத்தன் என்னை அச்சமூட்டினான். காவல் காப்பவனுக்கு இருக்கிற கண்கள் அவனுக்கு இல்லை. அவனெல்லாம் வெங்காயம் உரிக்கத்தான் லாயக்கு.

அந்தச் சின்னத் துறைமுகத்தை விட்டு வெளியே வந்ததும் மக்கள் நடமாட்டமிக்க விரிந்த கடற்கரை கண்ணுக்குப் புலப்பட்டது. பாதிக்கும் மேல் சீனத் தலை களாகத் தெரிந்தன. மிச்சசொச்சம் இருந்த எல்லா நாட்டு முகங்களையும் வாட்டி வதக்கியது வெயில். நடைபாதையில் மீன்களை வெயிலில் போட்டு, விரைத்துப் போன நிலையில் விற்பனை செய்துகொண்டிருந்தனர். அதில் ஒன்றுகூட

வாய்க்கு ருசியானது இல்லை. இதை வைத்துக்கொண்டு எதிர்காலத்தை எப்படிக் கடக்கப் போகிறேனோ? எனச் சலித்தும் கொண்டேன்.

அந்தத் துப்பாக்கி ஏந்திய கூட்டத்தோடு நடந்து போன போது மிகப் பாதுகாப்பாக உணர்ந்தேன். நகருக்குள் பிரவேசித்ததுமே எனக்கு நன்றாகத் தெரிந்த மரங்கள் நாலைந்து தென்பட்டன. வானத்தில் மேகம்கூட எங்களது ஊரைப் போலத்தான் இருந்தது. மனிதர்களுமே என்னுடைய முகத்தைக் கொல்லனிடம் கொடுத்து, கொஞ்சம் மெதுவாக நசுக்கிக் கொடுக்கச் சொன்னால், எப்படியிருக்குமோ அப்படித்தான் இருந்தார்கள். எடுத்த எடுப்பிலேயே சிநேக பாவத்தை நன்றாக வீசத் தெரிந்தவர்களாக இருந்தார்கள். ஏனோ என் வாழ்நாளில் அதற்கு முன் அறிந்தே இராத உளநிலை வாய்த்தது. நிலத்தில் இருந்து ஒரு அங்குலத்திற்கு மேல் பறந்தபடி நடந்து போவதைப் போல இருந்தது அவ்வுணர்வு. அறியாத நிலத்தின் இயல்போ அது? நிலம் அன்னிய கால்கள் மண்ணைத் தொட்டதும் சிலிர்த்துக் கொள்கிறதோ?

பறந்து வந்துகொண்டிருந்த நான் திடுக்கிட்டு விழித்து நின்ற இடம், இந்தியன் ரெஸ்டாறெண்ட். வாசலில் அங்குராஜா அண்ணன், வாய்கொள்ளா சிரிப்புடன் எங்களை எல்லாம் வரவேற்றார். அவர்தான் அந்த ஹோட்டலின் உரிமையாளர் என்பது எடுத்த எடுப்பிலேயே தெரிந்து விட்டது. அந்தச் சிரிக்கிற கண்கள் என்னை இழுத்து அந்த உணவகத்தினுள் போட்டுக்கொண்டது.

மலேசியக் காவலர் ஒருத்தர் எனக்காக அங்குராஜா அண்ணனிடம் சிபாரிசு செய்தார். "சின்னச் சின்ன கைவேலை தெரிஞ்சா போதும் பெரிய சமையல்காரனா ஆக்கிப் போடுவேன். இல்லாட்டி தட்டுதான் கழுவணும். ஏன் கழுவுனா தப்பா என்ன?" என்றார்.

“ஹோட்டல்ல எல்லா வேலையுமே ஒசத்திதான முதலாளி” என்றேன். “அப்படிப் போடு அருவாளை. முதலாளி. இந்த வார்த்தையைக் கேட்டு எவ்ளோ நாளாச்சு. ஒருகாலத்தில நாள்பூரா இந்த வார்த்தையை மத்தவங்களைப் பார்த்து சொல்லிக்கிட்டே கிடப்பேன். நம்ம காதுலயும் அது வந்து சேரணும்ங்கறதுக்காகத்தான் இப்படி கடல் கடந்து ஓடி வந்ததே. சீக்கிரம் போய் காது குளூரக் கேட்கணும்” என்றார்

என்னுடைய தோள்பற்றி.

அவ்வார்த்தை அவருக்கு கடுகு தாளித்ததைப் போல உணர்வைத் தந்து விட்டது என்பதை உணர்ந்தேன். கடைசி வரைக்கும் எனக்கு முதலாளி அவர்தான் என அந்த நேரத்தில் முடிவு செய்தேன். எந்தக் கேள்வியும் இல்லாமல் என்னை வேலைக்கு எடுத்துக்கொண்டார். வேலையில் இணைவதற்கு உண்டான அரசு அனுமதி போன்றவற்றை ஒரு மணி நேரத்தில் வாங்கிக்கொண்டு வந்துவிட்டார் முதலாளி.

ஏனெனில் நகரிலேயே புகழ்பெற்றது இந்தியன் ரெண்டாறெண்ட். எங்களைப் போலவே பத்துப் பதினைந்து பேர் உணவகம் நடத்துகிறார்கள் அங்கே. குஜராத்தி ஒருத்தர் எங்களை மாதிரியே பதார்த்தங்களைச் செய்கிறார் என்றாலும் எங்களுடையது சிறந்ததாக இருப்பதற்கு மேலும் சில காரணங்கள் உண்டு.

அரசின் தலைமை அலுவலகம் அமைந்திருக்கும் கடற்கரைச் சாலையில் அமைந்திருக்கிறது எங்களுடையது. இங்கே ஒரு பிண்டாங் பியர் வாங்கிக்கொண்டு அமர்ந்தால், நகரின் முக்கியமானவர்கள் அனைவரும் கடந்து செல்வதைப் பார்க்கலாம். அதிர்ஷ்டம் இருந்தால் பெரிய இடத்து பியர் துணைகூட வாய்க்கலாம். தூதரகங்களில் வேலை பார்க்கும் அழகிய பெண்கள் அவ்வப்போது வந்து, புரோட்டா வாங்கி வெறுமனே அதை ரொட்டி மாதிரிப் பிய்த்துத் தின்றுகொண் டிருப்பார்கள். அவர்களைப் பார்ப்பதற்காகவே ஒருகூட்டம் தனியாக வரும்.

எங்களுடைய முதலாளியைப் பொறுத்தவரை எதையுமே இல்லை எனச் சொல்லவே மாட்டார். பாஸ்தா கேட்டால், பீட்சா உளதே என்பார். "சேர்மானத்தை சரியா கணிச்சிட்டாலே சமைக்கிறதில பாதி வேலை முடிஞ்சிரும். அப்புறம் ஏசுவோட அப்பத்தையே ஈஸியா சுட்டு எடுத்திட லாம்" என்றார். எங்களுடைய முதலாளி எதையும் இப்படித் தான் குறிப்பால் மட்டுமே உணர்த்துவார். அதற்கு முன்னே சமையல் எனக்குத் தெரியும் என்ற இறுமாப்பில் இருந்தேன். கிடைத்தவைகளை மட்டும் வைத்துக்கொண்டு ராஜ போஜனத்தை உருவாக்குகிறவனே மிகச் சிறந்த நளராஜன் என்பதை அவருடன் இருக்கையில் உணர்ந்தேன்.

முதலாளி சேர்மானங்களின் எல்லா ருசிகளையும்

தனித்தனியாக அறிந்தவர். அவர் சும்மா இருக்கும் சமயங்களில் எதையாவது எடுத்து நுகர்ந்து பார்த்துக்கொண்டிருப்பார். உணவகத்தில் மூக்கில் கைவைத்து அவர் அலைகிற காட்சியே அவர்குறித்த என்னுடைய சித்திரமாக நிலைத்து நிற்கிறது. அவர் உலகத்தின் எந்த மூலையில் இருக்கும் வாசனையும் இங்கே எங்களுடையதில், அப்படியே அச்சு அசலாகக் கொண்டுவந்துவிடுவார். அதனாலேயே எங்களை நோக்கிப் பல்வேறு நாட்டினர் ஈக்கள் மாதிரி மொய்த்தனர்.

முதலாளி நான் போய்ச் சேர்ந்த சில வருடங்களிலேயே மேலும் இரு கடைகளைப் போட்டார். அந்த இரண்டும் உள்ளூர் மக்களுக்கானது. கொஞ்சூண்டு சோறு, ஒரு கீரைக் கூட்டு, வேக வைத்த கோழி ஒரு துண்டு, மசாலா போடாமல் ரொட்டியைப் போல வறுத்த முட்டை, காரமான ஊறுகாய்க் கலவை ஆகியவை எல்லாம் சேர்த்து ஒன்றரை டாலர். “அவனை பஞ்ச பராரின்னு நெனைச்சு அப்டீயே விட்டிரக் கூடாது. அவனையும் வாங்கப் பழக்கணும். யானையைக் கூட வந்து வாங்க பழக்கத் தெரிஞ்சிருக்கணும். அதாம் ஏவாரம்” என்றார் அப்போது.

இப்படியெல்லாம் கருத்தாகப் பேச முதலாளி எங்கே கற்றுக்கொண்டார்? என நிறையத் தடவை யோசித்திருக் கிறேன். அவர் சொன்ன பலவற்றை மனப்பாடமாக உருப்போட்டு வைத்திருக்கிறேன். முதலாளிக்கு ஊர் பட்டுக்கோட்டை பக்கம். அங்கே அவருக்கு மனைவியும் பெண் பிள்ளைகள் இருவரும் இருக்கிறார்கள்.

அவர்களிடம் அவர் தொலைபேசியில் பேசுவதைப் பார்த்து இருக்கிறேன். வெண்ணைக் கட்டி வாணலியில் உருகுவதைப் போல நெக்குருகுவார். முதல் பிள்ளைக்கு திருமணம் செய்து வைத்து விட்டார். இரண்டாவது பிள்ளைக்கு வரன் பார்ப்பதாக, ஒருநாள் குடித்திருந்த போது என்னிடம் சொன்னார். மற்றபடி அவர்கள் எங்கே குடியிருக் கிறார்கள்? எத்தனை பேர் கொண்ட குடும்பம்? என்பது போன்ற விபரங்களை எங்களிடம் சொன்னதே இல்லை.

முதலாளியைப் பொறுத்தவரை தகவல்கள் எல்லாம் உப்பு மாதிரி. தேவைக்கேற்பத்தான் எதற்குமே பயன்படுத்த வேண்டும். அதிகம் ஆகி விட்டாலோ, குறைந்தாலோ, எவ்வளவு விலைகூடினதாக இருந்தாலும் குப்பைக்கே. இந்த உதாரணத்தை முதலாளி பேச்சிலும் நடத்தையிலும்

காண்பிப்பார்.

இரண்டு நாட்களுக்கு முன்புதான் அவர் ஊருக்குப் போகப் போகிறார் என்கிற விஷயமே எங்களுக்கு எல்லாம் தெரிய வரும். எப்போது திரும்ப வருவார் என்பது யாருக்குமே தெரியாது. ஊருக்குப் போனால் இருபது நாள் பக்கமாக இருந்து விட்டு வருவார். ஆண்டிற்கு இரண்டு தடவை இப்படிப் போய் விட்டு வருவார்.

போக்கிடம் இல்லாமல் இப்படி நான் விட்டேத்தியாக இருப்பதைச் சொல்லித் தலையில் அடித்துக் கொள்வார். "பெறக்கறப்ப தனியாத்தான் பெறக்கறோம். ஆனா பெறந்த பெறகு கூட்டத்தில போயி ஒட்டிக்கிரோம்ல. காத்துல கீழ விழுந்திடாம பிடிச்சுக்க ஒரு சின்ன வேராவது மனுஷனுக்கு இருக்கணும். அதெல்லாம் கொஞ்ச நாள் ஆனா புரியும். உடம்பில எங்க முதல்ல முடி நரைக்கும்ணு எவனுக்கு தெரியும்" என்பார். "அதான் நீங்க இருக்கீங்கள்ள முதலாளி" என்ற போது நரைத்த மீசையை நீவிச் சிரித்துக்கொண்டார்.

மூன்று உணவங்களிலுமே நன்றாக உலை கொதித்தது. முதலாளி தனக்குத் தெரிந்த தடத்தில், சிறுதடுக்கல்கூட இல்லாமல் நடை போட்டார். அங்கே ஒரு டாலர், இரண்டு, ஐந்து டாலர் நோட்டுக்கள் போலியானவை என்பதால், ஐம்பது மற்றும் நூறு டாலர் நோட்டுக்களாகத் தேடி அலைந்து மாற்றுவோம். அந்தக் காலத்து கறுப்புக் கல்லா பெட்டி. முதலாளியின் கொள்ளுத் தாத்தா பர்மாவில் இருந்து கடைசியாய்க் கொண்டுவந்தது இந்த காலியான கல்லா பெட்டியைத்தான் என ஒருதடவை விரக்தியாய்ச் சிரித்தார்.

அதை நினைத்தபடி முதலாளியை நிமிர்ந்து பார்த்தேன். பணத்தை எண்ணிக் கட்டிக்கொண்டிருந்த என்னையே குறுகுறுவெனப் பார்த்துக்கொண்டிருந்தார். "என்னல. கொஞ்சம்கூட ஆசை வரீலியா" என்றார். "முதலாளி உங்க முகத்தை பாத்துதான் இந்த கோவிலுக்குள்ள காலடி எடுத்து வச்சேன். ஊரு வேருங்கறதை எல்லாம் உங்ககிட்ட இருந்துதான் கத்துக்கிட்டேன். உங்களுக்கு விரோதமா எனக்கு ஆசை வர்ற அன்னைக்கு இங்க நான் இருக்கவே மாட்டேன்" என்றேன்.

என்ன நினைத்தாரோ நூறு டாலர் நோட்டை எடுத்துக் கையில் திணித்த போது, வாங்க மறுத்தேன். "சும்மா

கருவேப்பிலை மாதிரி கொடுக்கலை. பிள்ளைக காரியம் முடிஞ்சதும் ஊருக்கு திரும்பிப் போயி முதலாளியா உக்காரு வோம். இது என் பக்க கைமுதலு. உம்பக்கத்தில் இருந்து முடிஞ்சதை கொடு. இனிமே உனக்கு நான் பொறுப்பு" என்றார்.

நான் வெட்கத்துடன் பத்து டாலர் நோட்டு ஒன்றை எடுத்து நீட்டினேன். பயபக்தியோடு வாங்கிக் கண்ணில் ஒற்றிக்கொண்டார். அன்றைய இரவில் மனம்நிறைந்து தூங்கினேன். சாகிற வரை எந்தச் சூழல் வந்தாலும் முதலாளி என்று மட்டுமே அழைக்க வேண்டுமென சபதம் பூண்டேன். விடிகாலையில் முகமே பொலிவாக இருந்தது எனக்கு.

உணவகத்தில் மற்றவர்களிடம் மிடுக்கான உடல் தோற்றத்தைக் காட்டி விடக் கூடாது என்கிற கவனம் என்னுடனேயே அலைந்தது. அண்ணாச்சி வெளியூர்க் குருவிகள் மூலம் பணத்தைக் கொடுத்து அனுப்பும் போது நானும் உடனிருந்தேன். முதலாளியும் அனுப்பிய பணத்தை விரட்டிப் பின்னாலேயே விமானத்தில் பறந்தார்.

சின்னப் பிள்ளைக்கு மாப்பிள்ளை திகைந்து வந்து விட்டதாகத் தொலைபேசியில் பேசும் போது சொன்னார். முதலாளி இல்லாத சமயத்தில் நகரத்தில் உள்ளூர் மக்க ளிடையே கலவரம் மூண்டது. வெளி ஆட்களின் கடையாகத் தேடிப் பிடித்துக் கல்லெறிந்தார்கள் என்பதால் மூன்று கடைகளையுமே மூட வேண்டியதாகப் போயிற்று.

அதைக் கேட்டு அங்கிருந்த முதலாளி கொதித்துப் போனார். திருமணத் தேதியும் பக்கத்தில்தான் இருந்தது. "வந்திட்டுக்கூட அப்புறம் வாழ்த்திக்கலாம். தொழில் முக்கியம் இல்லையா" என சொந்தங்கள் சொன்னதைக் கூறிவிட்டு, "காசு வந்தா போதும். அதோட மட்டுமே வாழப் பழகிட் டாங்க. இனிமே மனுஷங்க தேவையிருக்காது" என்றார். தொழிலும் முக்கியம்தானே முதலாளி என அவரது பேச்சை மாற்றினேன். முதலாளியே கல்லெறி வீச்சுக்களைக் கடந்து தான் ஹோட்டல் படியேறி வந்தார். அவரை இழுத்துப் போட்டுக் கதவைச் சாத்திக் கொண்டோம். இரவுகளில் மூர்க்கமாக இடைவிடாமல் கல்லெறிந்துகொண்டிருப்பார் கள். அதிகாலை விலகிப் போய்விடுவார்கள்.

காலையில் ஒன்றுமே செய்யாதவர்களைப் போலக்

குறுகுறுவெனப் பார்த்தபடி அவர்கள் கடையைக் கடந்து போவதைச் சன்னல் வழியாக நிதானமாகப் பார்த்திருக்கிறேன். இடை இடையே சில கண்களை நெருக்கமாக உற்று நோக்கியும் இருக்கிறேன். கறிக்குழம்பில் போடுகிற வெந்தயம் அளவிற்குக்கூட குற்றவுணர்வு இல்லை அதில். அவர்கள் நாடு இதுவென அறைகூவல் விடுக்கிறார்கள் என்பதை உணர்ந்து கொண்டேன்.

இரண்டொரு நாளில் முதலாளி சுமூகமான அந்த முடிவை எடுத்தார். ஆனால் எனக்குள்தான் மிளகாய் வற்றலை முதலில், கொதிக்கிற காய்ந்த எண்ணையில் போட்ட மாதிரிக் காரம்கூடிப் பற்றி எரிந்தது. அவருடன் முகம் கொடுத்தே அதற்கடுத்து அதிகமும் பேசிக் கொள்ளவில்லை.

முதலாளி தேத்தும் மொழி பேசுகிற உள்ளூர் இளம் பெண் ஒருத்தியை மணந்துகொண்டார். இன்னொரு பெரிய உணவகத்தில் வேலை பார்த்தவள் அவள். அவளுக்கு ஒரு அண்ணனும் உண்டு. இருவரும் சில நாட்கள் கடை வாசலில் நின்று இருளை நோக்கி வினோதமான சத்தம் கொடுத்தார்கள். கல்லெறி சுத்தமாக நின்று போனது.

முதலாளியை உள்ளூர் மாப்பிள்ளை என இருளிற்குள் கல்லோடு நின்றவர்கள் ஒத்துக்கொண்டார்கள். அந்தப் பெண்ணும் அவளது அண்ணனும் கடை வியாபாரத்தில் எந்தத் தலையீடுகளும் செய்யவில்லை. முதலாளி அப்படி உத்தரவிட்டிருப்பார் போல? என்றாவது அந்தப் பெண் இரவில் கடைக்குப் பின்புறமாக நின்று மால்பரோ சிகரெட் குடித்துக்கொண்டிருப்பாள். முதலாளி பிண்டாங் பியர் அரைப் போத்தலை எடுத்துக்கொண்டு ஓடுவார். வேண்டாத வெங்காயத் தாளைப் போலத் தெரிவார் எனக்கு அப்போது. ஏவார தர்மத்தின்படி, சீக்கிரமே ஏதாவது பெரிய தொகை கொடுத்து அவள் சங்காத்தத்தை அத்து விட்டு விடுவார் என்றே எல்லோரிடமும் நம்பிக்கையாகச் சொன்னேன்.

அந்த வருடம் ஊருக்குப் போவது பற்றிய பேச்சே இல்லாமல் இருந்தார். இடையில் அதுகுறித்து நினைவுபடுத்தி கேட்கவும் செய்தேன். "பெரியவ பேத்திக்கு மொட்டைக்கு ஒரேடியாய் சேத்து வந்திருங்கண்ணு சொன்னாங்க" என்றார். நான் தயங்கித் தயங்கி, "முதலாளி ரெட்டை மாட்டு வண்டி ஒத்து வருமா" என்றேன்.

யோசனையுடன் நிமிர்ந்து பார்த்த அவர், "பக்கத்து வீட்டு மாட்டையே ஒத்தாசைக்குகூட நம்ம தொழுவத்தில கட்டிப் போட மாட்டாங்க. இதை ஒத்துக்குவாங்களா? எதை யாவது ஒண்ணை வெட்டிப் போடணும் சீக்கிரம். குண்டூசியைக் குத்திக்கிட்டே வாழக்கூடாது. இது சம்பந்தமா நீ இனிமே யோசிக்கறதை நிறுத்து. உனக்கு நான் குருநாதர். என்னை எந்நேரமும் எடை போட்டுக்கிட்டே திரியாத" என்றார்.

கூர்மையாகக் கண்களில் எந்த உணர்வையும் காட்டாமல் அப்போது அதைச் சொன்னார். நான் பிறகு அவரது கண்களைச் சந்திக்காமல் அலையத் துவங்கினேன். அதை அறிந்த அவரும் அப்படி அலைய அனுமதிக்கவே செய்தார். கலவரம் முற்றிலும் எல்லா பக்கமும் ஓய்ந்த பிறகு அரசாங்கத்தில் மேல் மட்டத்தில் நிறைய மாற்றங்கள். அதுவரை அதிகாரத்தில் இருந்தவர்கள் தலைகுப்புற விழுந்தார்கள்.

ஐக்கிய நாடுகள் சபையைச் சேர்ந்த எல்லா அலுவலகர்களும் விரைவிலேயே நாட்டை விட்டுப் போகப் போவதாகச் செய்தி எங்களை எட்டியது. அன்றைக்கு முதலாளி நீண்ட நேரமாக நாற்காலியில் யோசனையுடன் அமர்ந்திருந்தார். இவ்வாறு கப்பல் கவிழ்ந்தவனைப் போல அவர் ஒருநாளும் அமர்ந்திருந்ததே இல்லை.

ஐ நா.சபை அமைப்பைச் சேர்ந்தவர்கள் கிளம்பிப் போனால், இந்தியன் ரெஸ்டாறெண்ட் வியாபாரம் படுத்து விடும் என்பது உண்மைதான். ஆனால் உள்ளூர் மக்களுக்கான உணவகம் இரண்டும் நன்றாகத்தான் ஓடிக்கொண்டிருக்கிறது. கைக்கு அடக்கமாய் இந்தியன் ரெஸ்டாறென்றை வேறுமாதிரி எடுத்து நடத்த முடியும் என்றெல்லாம் நான் சிந்தனை செய்துகொண்டிருந்த போது, யாரோ உற்றுப் பார்ப்பதைப் போல உணர்ந்தேன்.

முதலாளி சரக்கு வைப்பறையில் இருந்து என்னையே குறுகுறுவெனப் பார்த்துக்கொண்டிருந்தார். சில மாதங்கள் இந்த ஆடுபுலியாட்டம் எனக்கும் அவருக்கும் இடையில் தொடர்ந்தது. அவரது விட்டேத்தித்தனம் சாம்பாரில் மிதக்கிற சின்ன வெங்காயம் போல துருத்திக்கொண்டு தெரியத் துவங்கியது. முதலாளியின் உள்ளூர் சம்சாரம் கடைப் பக்கமே வரவில்லை. முதலாளிக்கு பிள்ளை பிறக்கப் போவதாக

ஹோட்டலில் இருந்தவர்கள் பேசிக்கொண்டார்கள். நாட்டின் சிறப்பான சுதந்திர தினக் கொண்டாட்டங்கள் முடிந்த பிறகு, முதலாளி உணவகத்தின் ஒவ்வொரு செங்கலாக உருவத் துவங்கினார். பல ஆண்டுகள் அவரிடம் வேலை பார்த்தவர் களைப் பணம் கொடுத்து ஊருக்குக் கிளப்பி விட்டார். போக மறுத்த ஒருத்தனை மிரட்டியதைக்கூடப் பார்த்தேன்.

"எனக்கு தெரியாம பின்னாலயே இந்த நாட்டில கால்வச்சுரலாம்ணு பாக்காதீங்க. அங்கயே பிடிச்சு திருப்பி அனுப்பிடுவேன். வர்ற பயணக் காசெல்லாம் ஒண்ணும் இல்லாம போயிடும்" என்றார். முதலாளியா இது? அவர் குறித்து அறிந்தவர்கள் எல்லோரையுமே துண்டித்துக் கொள்கிற முனைப்பில் இருந்தார்.

இந்தியன் ரெஸ்டாறெண்டை என்ன செய்யப் போகிறார்? எனச் சுற்றிச் சுற்றி யோசித்தேன். அவரிடமே போய்க் கேட்டு விடலாம் என இரண்டொரு தடவை போய் நின்று விட்டு, எதுவும் பேசாமல் திரும்பி வந்தேன். அதையும் அவர் நோட்டம் விட்டுக்கொண்டுதான் இருந்தார்.

அதிகாலை ஒன்றில் மகிழ்ச்சியான சத்தங்கள் உணவகத் திற்கு வெளியே கேட்டன. முகத்தைக் கழுவி வெளியே வந்த போது, பனித்தூறலைப் போல மழைச் சாரல் விழுந்துகொண் டிருந்தது. முதலாளியின் உள்ளூர் சம்சாரம் ஆண் பிள்ளை ஒன்றோடு நின்றாள். சீனிச்சேவு மாதிரி வெள்ளையாய் இருந்தது அக்குழந்தையின் பிறப்புறுப்பு. அவர்கள் இருவருக் கும் உள்ளூர் சாங்கியங்களை முதிய பெண்கள் செய்தார்கள். "சாதிச்சுட்டீயே" என்கிற மாதிரி முதியவள் ஒருத்தி முதலாளியின் கன்னத்தைக் கிள்ளினாள்.

முதலாளி வெட்கப்பட்டுச் சிரித்த போது, எச்சில் கடவாயோரம் விந்துத் துளி நீர்த்துப் போனதைப் போல ஒழுகியது. முதலாளியின் சிரிப்பு வேறு ஆட்களுக்கு உரித்தானது என்பதை உணர்ந்துகொண்டேன். என்னுடைய கண்களைச் சந்திப்பதை அவர் அப்போதும் தவிர்த்தார். அன்றைய இரவு அவரை எதிர்பார்த்து அந்தப் பழைய இரும்புக் கல்லா பெட்டிக்கு அருகில் போய் அமர்ந்து காத்திருந்தேன். முதுகிற்குப் பின்னால் இருந்து இருமல் சத்தம் கேட்டதும் திரும்பிப் பார்க்காமலேயே பெட்டிச் சாவியை இடுப்பில் இருந்து எடுத்து அவரிடம் கொடுத்தேன்.

நூறு ரூபாய் டாலர் கட்டுகள் சிலவற்றைஎடுத்து என் முன்னே வைத்துவிட்டு, “கால்ல குத்துன முள்ளோடு என்னால இனிமே நடக்க முடியாது. என்னோட ஒடம்பில இருக்க தழும்பு மாதிரி நீ. நீ அப்படி நினைச்சுக்கறது எனக்கு தொயரம். தயவுசெஞ்சி என்னை இறக்கி வச்சிரு. இது என் வாழ்க்கை” என்றார் தீர்க்கமான குரலில். தெரியும் என்பதைப் போலத் தலையாட்டி விட்டு பெட்டிக்குள் கைவிட்டு, பத்து டாலர் நோட்டொன்றை மட்டும் எடுத்துக்கொண்டு வெளியேற ஆயத்தங்கள் செய்தேன்.

என்னிடம் அது இல்லாமலேயே வழிச் செலவுக்குப் பணம் இருந்தது. முதலாளியை நோக்கி, “என் கைமுதலை எடுத்துக்கிட்டேன்” என்றேன் ஒற்றை வரியில் சுருக்கென. பின்னர் அவரது கைமுதலை மேசையில் வைத்தேன். காற்றில் படபடத்தது அந்த நோட்டு.

கிளம்பும் முன்னர், “ரெண்டு பேத்துக்குமே வயித்தில இல்லை, முட்டீல பசி. ஆனாலும் மனுஷ உணர்ச்சிக்கு முன்னால எந்த ஏவார தர்மமும் போட்டி போட்டு நிக்க முடியாது. என்னைக்காவது எங்கயாச்சு ஆதாரமா வேர் பிடிச்சு நிக்கறப்ப என்னை நினைச்சுக்குவ” என்று சொல்லி விட்டுத் திரும்பிப் பார்க்காமல் நடந்தார்.

அந்த வழிப் பயணத்தில் அந்தப் பத்து டாலர் நோட்டு கனமாகவே இருந்தது எனக்கு. ரகசியமாய் அந்த நோட்டை பையில் இருந்து எடுத்து அடிக்கடி நுகர்ந்து பார்த்துக் கொண்டேன். அவரது உள்ளங்கை மணம் அதற்கு என்னை மறந்து கடைசியாய் ஒருதடவை உச்சரித்தேன். “முதலாளி”. உணவுத்தட்டில் இருந்து கடுகொன்று என் மீது விழுந்து தழுவி ஓடியது அப்போது!

●